AF762650

இடி அமின்

ச.ந. கண்ணன்

சத்தியமங்கலம் நவநீத கிருஷ்ணன் கண்ணன் என்கிற ச.ந. கண்ணனின் வயது 32. அப்துல் கலாமின் வாழ்க்கை வரலாறு மூலம் தமிழ் வாசகர்களுக்கு மிக நெருக்கமான கண்ணன், முன்னதாக டயானா, ஸ்டீவன் ஸ்பீல்பெர்க், ஜாக்கி சான், ப்ரூஸ் லீ ஆகியோரின் வாழ்க்கையை எழுதியிருக்கிறார். கல்கி வார இதழில் தொடர்ந்து கட்டுரை எழுதி வருபவர். தற்போது கிழக்கு பதிப்பகத்தின் முதன்மை துணையாசிரியராகப் பணிபுரிகிறார்.

இடி அமின்

ச.ந. கண்ணன்

கிழக்கு

இடி அமின்
Idi Amin
by Sa.Na. Kannan ©

First Edition: December 2009
184 Pages

ISBN 978-81-8493-347-5
Title No. Kizhakku - 437

Kizhakku Pathippagam
177/103, First Floor,
Ambal's Building, Lloyds Road,
Royapettah, Chennai 600 014.
Ph: +91-44-4200-9603

Email : support@nhm.in
Website : www.nhm.in

Author's Email : sanakannan10@gmail.com
Website : www.sanakannan.com
Cover Image: Reuters ©
Inside Photos : http://www.historama.com,
http://www.wehaitians.com,
http://www.foxsearchlight.com/
Wikimedia

Kizhakku Pathippagam is an imprint of New Horizon Media Private Limited

லட்சக்கணக்கான யூதர்களைக் கொன்று மிஞ்சியிருந்தவர்களை நாட்டை விட்டு விரட்டியடித்த ஹிட்லரின் செயல் மிகச்சரியே. இதே பாணியில்தான் நானும் இந்தியர்களை உகாண்டாவிலிருந்து அப்புறப்படுத்தினேன்.

உள்ளே

உகாண்டா வரைபடம்

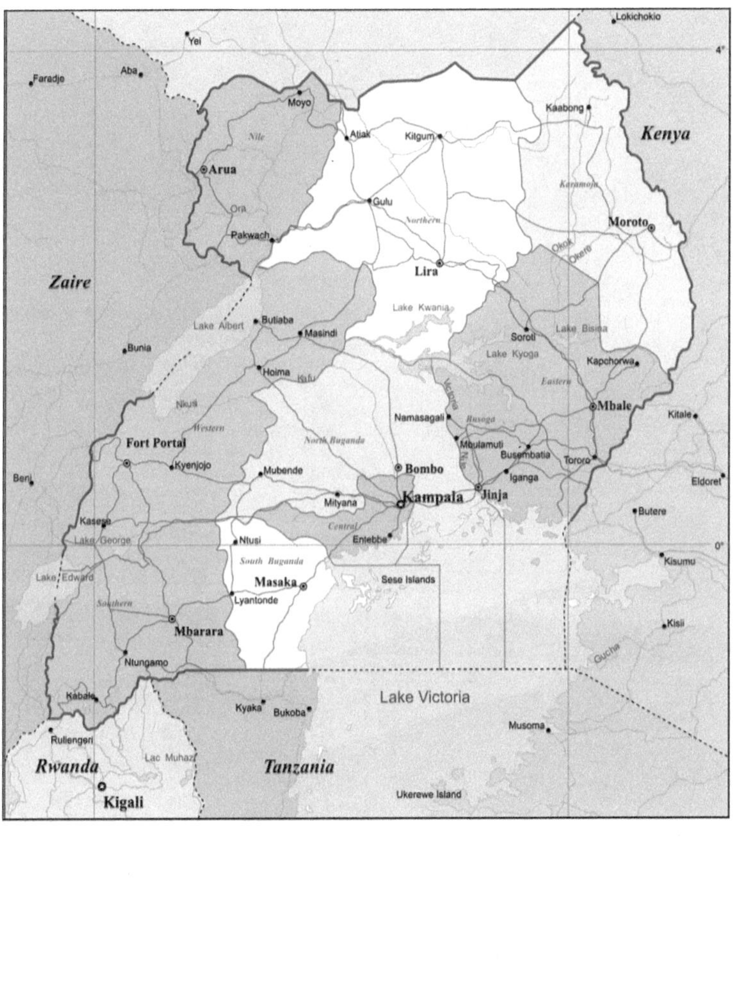

Lokichokio
Yei
Faradje
Aba
Moyo
Kaabong
Kenya
Atiak
Kitgum
Nile
Arua
Karamoja
Gulu
Ora
Northern
Moroto
Pakwach
Okok
Lira
Zaire
Lake Kwania
Butiaba
Lake Albert
Masindi
Soroti
Lake Bisina
Bunia
Lake Kyoga
Hoima
Kapchorwa
Kafu
Eastern
Mbale
Nkusi
Namasagali
Busoga
Kitale
Western
Fort Portal
North Buganda
Mbulamuti
Busembatia
Tororo
Kyenjojo
Bombo
Beni
Mubende
Iganga
Eldoret
Mityana
Kampala
Jinja
Butere
Kasese
Central
Ntusi
Entebbe
Lake George
0°
Kisumu
South Buganda
Lake Edward
Masaka
Sese Islands
Lyantonde
Southern
Kisii
Mbarara
Gucha
Ntungamo
Kabale
Lake Victoria
Kyaka
Bukoba
Musoma
Rullengeri
Rwanda
Lac Muhazi
Tanzania
Kigali
Ukerewe Island
4°

1

அடிமைச் சங்கிலி

முடியாட்சி மோசமென்று யார் சொன்னது? ஆங்கிலேயர்கள் கம்பாலாவில் காலடி எடுத்துவைக்கும் வரை காலம்காலமாக முடியாட்சியின் கீழ் உகாண்டா மக்கள் சந்தோஷமாகவும் சுதந்தரமாகவும் வாழ்ந்து வந்தார்கள்.

இயற்கை வளத்துக்குப் பஞ்சமில்லாத பூமி, உகாண்டா. நைல் நதியும் விக்டோரியா ஏரியும் அதன் இரு இயற்கை தேவதைகள். தவிர இரும்பு வேலை மற்றும் பானைகள் செய்வதில் உகாண்டா பழங்குடி மக்கள் நல்ல தேர்ச்சி பெற்றிருந்ததால் யார் கையையும் ஏந்திப் பிழைக்காமல் வாழ்ந்து வந்தார்கள். அயல்நாட்டவர்கள் வியாபாரம் செய்ய வருவார்கள். சில நாள்கள் தங்கிவிட்டுப் பொருள்களை அள்ளிக்கொண்டு போய்விடுவார்கள். இந்தக் கிழக்கு ஆப்பிரிக்கப் பிரதேசம், ஆங்கிலேயர்கள் பத்தொன்பதாம் நூற்றாண்டின் இறுதியில் உகாண்டாவுக்குள் நுழைகிற வரை அமைதிப்பூங்காவாகத்தான் இருந்தது.

1862ல் கடற்பயணி ஜான் ஹென்னிங்தான் உகாண்டாவில் மண்ணில் இறங்கிய முதல் இங்கிலாந்துக்காரர் என்று அறியப்படுகிறது. அவர் வாயிலாகவே உகாண்டாவின் வளமையும் முடியாட்சி பற்றியும் அறிந்து இங்கிலாந்து உகாண்டாமீது படையெடுக்க முடிவு செய்தது. அந்தச் சமயத்தில் உகாண்டாவில் நான்கு சிற்றரசுகள் அதிக சக்தி கொண்டவையாக இருந்தன. அவர்களை முதலில் வளைக்கத் தயாரானது பிரிட்டன்.

பகாண்டா, புன்யோரோ, அன்கொலே, டோரோ, பகிகா, பகிசு, பகேடி, பசோகோ என்கிற பகுதிகளில் வாழ்ந்து வந்த மலைவாழ் மக்களே கிழக்கு ஆப்பிரிக்காவின் பூர்வீகக் குடிகள்.

தெற்கு உகாண்டாவின் பகாண்டா பழங்குடி மக்களை ஆட்சி செய்துகொண்டிருந்த புகாண்டா மன்னர் மட்டும்தான் (புகாண்டா, உகாண்டாவின் பழைய பெயர். புகாண்டா மன்னரை கபாகா என்று அழைப்பார்கள்) ஆங்கிலேயர்களின் வரவுக்குக் கடும் எதிர்ப்பு தெரிவித்தார். ஆனால் மற்ற பெரிய முடியாட்சிகளான புன்யோரோ, அன்கொலே, டோரோ பகுதிகளின் மன்னர்கள் விட்டில் பூச்சிகள்போல ஆங்கிலேயர்களிடம் வீழ்ந்தார்கள்.

கிழக்கு ஆப்பிரிக்கக் கடற்கரை வழியே வாணிபம் செய்துவந்த போர்ச்சுகீசியர்களுக்கும் அரபு நாட்டு மன்னர்களுக்கும் 16,17-ம் நூற்றாண்டுகளில் திடீரெனக் கடும் சண்டை மூண்டது. தொடர்ந்து இருநூறு ஆண்டுகள் நீடித்த சண்டையை 17-ம் நூற்றாண்டின் மத்தியில் ஓமன் மன்னர் சுல்தான் இபின் சயிஃப் வந்து போர்ச்சுகீசியர்களை முழுவதுமாக விரட்டியடித்து முடிவுக்குக் கொண்டுவந்தார்.

பிறகு தான்சானியாவின் அழகிய கடற்கரை நகரமான தான்சிபாருக்குத் தன் குடும்பத்தை அழைத்து வந்தார். தான்சானியாவின் ஒரு பகுதியும் தீவுமான ஜன்ஸிபார், இந்தியா-அரபு நாடுகள்-கிழக்கு ஆப்பிரிக்கா ஆகிய மூன்றுக்கும் பாலமாக அமைந்தது.

கிழக்கு ஆப்பிரிக்காவின் இயற்கைச் செல்வம் பிரிட்டனை மட்டுமில்லாமல் ஜெர்மனியின் கண்களையும் உறுத்தியது. குறிப்பாக ஆப்பிரிக்க மக்களின் வாழ்க்கைத் தரத்தையே மாற்றி எழுதிய விக்டோரியா ஏரியும் நைல் நதியும் உகாண்டாவின் ஜீவசொத்துக்களாக இருப்பது கண்டு பிரமித்துப்போனார்கள்.

நைல் நதியும் அமேசானும் உலகின் மிகப்பெரிய நதிகள். கிழக்கு ஆப்பிரிக்காவில் பத்தில் ஒரு பங்கு நிலத்தில் நைல் நதிதான் பாய்ந்துகொண்டிருக்கிறது. கென்யா, தான்சானியா, உகாண்டா என்று பரந்து விரிந்திருக்கும் விக்டோரியா ஏரியிலிருந்து கிளம்பும் வெள்ளை நைல் நதி உகாண்டா, எகிப்து வழியாகப் பாய்ந்து சூயஸ் கால்வாய் வழியே மத்திய தரைக்கடலில் சென்று கலக்கிறது.

பூமியின் மத்திய ரேகைக்குத் தெற்கில் ஆப்பிரிக்காவும் , வடக்கில் இந்தியாவும் இருப்பதால், உகாண்டாவின் பருவங்கள் நமக்கு நேர்மாறாக உள்ளன. உதாரணமாக, நமக்குக் கோடைக் காலம் என்றால் அவர்களுக்குக் குளிர்காலம். அங்கு மழை எப்போதும் பெய்துகொண்டிருக்கும். உகாண்டா, கடல் மட்டத் திலிருந்து 5000 அடி உயரத்தில் இருப்பதால் அங்கு எப்போதுமே ஜிலுஜிலுவென்று காற்று வீசிக்கொண்டிருக்கும். எங்கு திரும்பி னாலும் பச்சை நிறம் கண்ணைப் பறிக்கும்.

இதுதான், இந்த வளமும் இதன் வற்றாத ஜீவகுணமும்தான் ஆங்கிலேயர்களையும் ஜெர்மானியர்களையும் சுண்டி இழுத்தது. 1890களில் இங்கிலாந்தின் பிடிக்குள் சிக்கிக்கொண்ட உகாண்டா வுக்குச் சிறையிலிருந்து வெளியே வர அரை நூற்றாண்டுகளுக்கு மேல் பிடித்தது.

எந்தப் பிரச்னையும் இன்றி அங்கு பல ஆண்டுகளாக அரபு நாடுகளுக்கும் இந்திய வாணிபர்களுக்கும் இடையே தடை யில்லாத வர்த்தகம் நடைபெறுவதால் அதைக் கைப்பற்ற இரு நாடுகளும் முடிவு செய்தன. ஆனால் இரு நாடுகளின் போட்டி யினால் கிழக்கு ஆப்பிரிக்கச் செல்வங்கள் கைவிட்டுப் போய் விடப் போகிறது என்று பிரிட்டனும் ஜெர்மனியும் புத்தி சாலித்தனமான ஓர் உடன்படிக்கையை நிறுவிக்கொண்டன.

இதன்படி, தான்சானியா கடற்கரையை ஒட்டிய பகுதிகள் அனைத் தும் ஜெர்மனிக்கு ஒதுக்கப்பட்டன. பிரிட்டன் கென்யாவையும் உகாண்டாவையும் தன் வசப்படுத்திக்கொண்டது. 1894ல் பிரிட்ட னின் பாதுகாப்பு வளையத்துக்குள் அந்த இரு நாடுகளும் வந்தன.

அதுசரி, யார் வீட்டு அப்பன் சொத்தை யார் பிரித்துக்கொள்வது? அன்றைய கிழக்கு ஆப்பிரிக்காவில் மன்னராட்சிகள் இருந்த போதும் அவர்கள் வலுவான அரசுகளாக அமையவில்லை.

பிரிட்டனை எதிர்த்துப் போர் புரிந்த ஒரு சில மன்னர்களும் சுலபத்தில் வெட்டிச் சாய்க்கப்பட்டனர்.

பிரிட்டன் தன் ராட்சச கைகளினால் தென் ஆப்பிரிக்காவையும் வளைத்துவிடப் பார்த்தது. இதனால் உகாண்டா, கென்யா நாடுகளை நிர்வகிக்க பிரிட்டனுக்குச் சில தடைகள் ஏற்பட்டது. அதனால் British East Africa Company (IBEAC)என்கிற நிறுவனம் 1888ல் ஏற்படுத்தப்பட்டு அதன் கையில் கென்யாவும் உகாண்டா வும் வழங்கப்பட்டன. (இங்கே இருந்த கிழக்கிந்திய கம்பெனி மாதிரி.) பிரிட்டனின் கிழக்கு ஆப்பிரிக்க நாடுகளைப் பார்த்துக் கொள்வது பிரிட்டன் கிழக்கு இந்திய கம்பெனியின் பொறுப்பு. ஆப்பிரிக்காவின் கிழக்குக் கடற்கரையோரத்திலு இருந்து உகாண்டா வரையுள்ள பகுதிகளும் விக்டோரியா ஏரியின் வட மேற்குக் கடற்கரைப் பகுதிகளும் பிரிட்டன் கட்டுப்பாட்டுக்குள் வந்தன.

1894ல் உகாண்டா, பிரிட்டனின் காலனி நாடுகளில் (protectorate) ஒன்றாக மாறியது.

ஆங்கிலேயர்களுக்கு முடியாட்சிகளைத் தன் காலடியில் கொண்டுவருவதற்குப் பெரிய சிரமங்கள் எல்லாம் ஏற்பட வில்லை. மன்னராக இருந்தவர்களை அந்தந்த மாகாணங்களின் கவர்னராக நியமனம் செய்தது பிரிட்டன். ஒரேடியாக அதிகாரம் போவதற்கு இந்த ஏற்பாடு எவ்வளவோ மேல் என்று உகாண்டா குறுநில மன்னர்கள் ஒப்புக்கொண்டார்கள்.

ஆனாலும் கபாகா, அதாவது புகாண்டா என்கிற பழைய உகாண் டாவின் மன்னர் மட்டும் ஆங்கிலேயர்களுடன் தொடர்ந்து சண்டை புரிந்து தன் எதிர்ப்பைக் காட்டி வந்தார்.

சரி, நீ பாட்டுக்கு ஆட்சி செலுத்திக்கொள். ஆனால் எங்களை முறைத்துக்கொள்ளும் வேலையெல்லாம் வேண்டாம் என்று புகாண்டா அரசை மட்டும் விட்டுவைத்தார்கள் ஆங்கிலேயர்கள். 1900ல் மீண்டும் புகாண்டாவுக்கு ஆட்சி செய்ய உரிமை வழங்கிய ஆங்கிலேயர்கள் முடியாட்சியின் அமைச்சரவையில் கிறிஸ் துவப் பாதிரிமார்களையும் இடம்பெறச் செய்தனர்.

ஆங்கிலேயர்கள் உகாண்டாவுக்குள் நுழைந்தபிறகு அதன் குணாதிசயங்களை, மக்களின் இயல்பான குணங்களை மாற்றி உகாண்டாவுக்குப் புதிய முகத்தை அளித்தார்கள்.

உகாண்டாவின் வரலாற்றில் அவர்கள் ஏற்படுத்திய முதல் மாற்றம், கிறிஸ்துவத்தை மக்களிடம் பரப்பியது. கிறிஸ்துவ மதத்தின் வளர்ச்சிக்கு அடிகோலியது.

அதாவது பத்தொன்பதாம் நூற்றாண்டின் தொடக்கத்தில் வளைகுடா நாடுகளில் இருந்து கப்பல் வழியாகக் கிழக்கு ஆப்பிரிக்கப் பகுதிகளுக்கு வாணிபம் செய்ய வந்த அராபியர்கள் உகாண்டாவிலேயே தங்கி முஸ்லீம் மதத்தைப் பரப்பியதுபோலப் பத்தொன்பதாம் நூற்றாண்டின் இறுதியில் ஆங்கிலேயர்கள் கிறிஸ்துவ மதத்தை மக்கள் முன் வைத்தார்கள்.

இங்கிலாந்தில் இருந்து நிறைய கிறிஸ்தவர்கள் உகாண்டாவில் குடிபுக ஆரம்பித்தார்கள். அதுவரை அது பெரும்பாலும் பழங்குடி மக்களின் வழிபாட்டு முறைகளையும் இஸ்லாத்தின் வரவுக்குப் பிறகு பெரும்பாலும் முஸ்லிம் வாழ்க்கை முறையையும் கடைப்பிடித்துவந்த தேசமாக இருந்தது. வளைகுடா நாடுகளில் இருந்து உகாண்டாவுக்கு முஸ்லீம்கள் வரத்து அதிகமாக இருந்தது.

பத்தொன்பதாம் நூற்றாண்டுக்குப் பிறகு கிறிஸ்தவம் மெல்ல மெல்லப் பரவத் தொடங்கி, ஏராளமான தேவாலயங்கள், எங்கு பார்த்தாலும் பாதிரியார்கள் என்று ஆகிப்போனது.

1875ல் முதல் மதப்பிரசாரகர்கள் உகாண்டாவுக்குள் நுழைந்தனர். புகாண்டா மன்னர் முடேசாதான் கிறிஸ்துவ பாதிரிமார்களை உள்ளே விட்டு கலாசாரச் சிக்கலை உருவாக்கினார் என்று அவர்மீது அழுத்தமான குற்றச்சாட்டு உண்டு. ஆனால் மன்னரை மட்டும் குற்றம் சொல்லிப் பயனில்லை. பிரிட்டன் கையில் அகப்பட்ட பிறகு கலாசாரத் தாக்குதலுக்குப் பெரிதாக உள்ளாகாதிருந்த தேசங்கள் வெகு சொற்பம். உதாரணம் சொல்லவேண்டுமானால் இந்தியா, ஸ்ரீலங்கா.

1890களில் ஆங்கிலேயர்களின் பிடிக்குள் உகாண்டா சிக்கியபிறகு உகாண்டாவில் நிறைய மக்கள் கிறிஸ்தவர்களாக மாறினார்கள். உகாண்டாவில் சந்துக்குச் சந்து பள்ளிகளைத் திறந்தார்கள். அத்தனைப் பள்ளிகளிலும் கிறிஸ்துவ மத வழிபாடு மாணவர்களுக்குக் கற்றுத் தரப்பட்டது. (இதன் பயனாக இன்றைக்கு உகாண்டாவில் பத்து சதவிகித மக்களே முஸ்லீமாக உள்ளனர். மீதம் உள்ளவர்களில் பெரும்பான்மையோர் ஆங்கிலோ உகாண்டாவினர் மற்றும் கத்தோலிக்கக் கிறிஸ்தவர்கள்).

இருபதாம் நூற்றாண்டில் உகாண்டாவின் வளமை உலகுக்குத் தெரிய ஆரம்பித்தது .('ஆப்பிரிக்காவின் முத்து' என்று உகாண்டா வைப் புகழ்வதில் வின்ஸ்டன் சர்ச்சிலுக்கு ஆர்வம் அதிகம்). இதற்கு முக்கியக் காரணம், இந்தியாவிலிருந்து உகாண்டா சென்று செட்டில் ஆன இந்தியர்கள். பருத்தி, டீ, காபி போன்ற பொருள்கள் நிறைய ஏற்றுமதி ஆயின.

1920ல் நகர நிர்வாகத்துக்காகச் சட்டமன்றம் (Executive and Legislative Council) தொடங்கப்பட்டது. ஆனால் அதில் ஆங்கி லேயர்களே தலைமைப் பதவியில் அமர்ந்தனர். கறுப்பர்களுக்கு இந்த அமைப்பில் இடமில்லை என்று திட்டவட்டமாகத் தெரிவித்துவிட்டார்கள்.

தங்களை ஆங்கிலேயர்கள் அடிமைபோல நடத்துவதைப் பொறுத்துக்கொள்ள முடியாத சில மன்னர்கள் மிகத் தாமதமாக ஆங்கிலேயர்களுடன் சண்டை போட்டார்கள். இதனால் ஆங்கி லேயர்களுக்கு உகாண்டாவில் எப்போதும் சிறு எதிர்ப்பாவது இருந்து கொண்டே இருந்தது.

★

உகாண்டாவின் இந்தச் சரித்திரப் பின்னணியுடன் நாம் இடி அமினின் வாழ்க்கைக்குள் நுழைவது சரியாக இருக்கும்.

இடி அமினின் பிறந்த வருடங்கள் பற்றிச் சரியான தகவல்கள் கிடையாது. அமினும் ஒருபோதும் தன் பிறப்புக் குறித்த விவரங்களை வெளிப்படையாகப் பேசியது கிடையாது. ஆனாலும் இடி அமின் 1925ல் பிறந்திருக்கக்கூடும் என்பது பொதுவான 'கண்டுபிடிப்பு'.

இடி அமின் தந்தை பெயர் ஆந்த்ரே நியாபைர் (Andreas Nyabire). இவர், கக்வா என்னும் இனக்குழுவைச் சேர்ந்தவர். ரோமன் கத்தோலிக்க கிறிஸ்துவராக இருந்த அவர் 1910ல் இஸ்லாத்துக்கு மாறினார். அமின் தாதா என்று பெயரையும் மாற்றிக்கொண்டார். இடி அமினின் அம்மா, அஸ்ஸா அட்டே. லுக்பரா இனத்துக் காரர். மூலிகை மருத்துவம் கற்றவர். புகாண்டா மன்னரின் அரண்மனையில் மருத்துவப் பணியாற்றிக்கொண்டிருந்தவர். ஏழைக் குடும்பம்.

சரியான வேலை இல்லாததால் அமின் தாதா, தம் குடும்பத்தைக் கைகழுவினார். மனைவி, குழந்தைகள் பற்றிய அக்கறை

இல்லாமல் இருந்தார். இஸ்லாமியப் பள்ளியில் படித்து வந்த அமினின் படிப்பு, குடும்பக் கஷ்டத்தால் பாதியில் நிறுத்தப் பட்டது.

பலருக்கும் எடுபிடி வேலை செய்து பிழைப்பை ஓட்ட ஆரம்பித்தார் அமின். நாள் முழுக்க மாங்கு மாங்கு என்று வேலை செய்வார். பதிலுக்கு ஒரு வேளை சோறு கிடைக்கும். அது வீட்டில் கிடைக்காத பொருள் என்பதால் தினமும் யாராவது ஒருவருக்கு உதவியாளராக இருந்து, சொல்கிற வேலைகளைச் செய்து வயிறைக் கழுவிக்கொள்வார் அமின்.

சிறுவயதிலிருந்து அமினுக்குக் குண்டு உடம்புதான். படிப்பு ஏறவில்லை என்றாலும் விளையாட்டில் ஆர்வம் அதிகம். பள்ளியில் அமினின் உடல்வாகைப் பார்த்து அவருக்குக் குத்துச்சண்டையை அறிமுகப்படுத்தினார் ஆசிரியர் ஒருவர்.

அமின் பள்ளியை விட்டு வெளியேறிய பிறகும்கூட குத்துச் சண்டைப் பயிற்சியை மட்டும் விடவில்லை. தினமும் காலை யில் எழுந்து நேராகப் பயிற்சிக்குச் சென்றுவிடுவார். இதனால் குத்துச்சண்டை வட்டாரத்தில் அமினின் பெயர் புகழ்பெறத் தொடங்கியது.

18 வயதில் அமினுடைய உயரம் ஆறடி நான்கு அங்குலம். எந்தப் போட்டியாக இருந்தாலும் அமின் இல்லாமல் இல்லை என்கிற அளவுக்குத் தன் தகுதியையும் ஆளுமையையும் வளர்த்துக் கொண்டார் அமின். 1951 முதல் அடுத்த பத்து வருடங்களுக்குத் தொடர்ந்து பல போட்டிகளில் கலந்துகொண்டார் அவர்.

1952, 1954, 1955 ஆகிய மூன்று வருடங்களில் இடி அமின் தான் உகாண்டாவின் தன்னிகரற்ற பாக்ஸிங் சாம்பியன்.

தன் இருபதாவது வயதில் அமின், கிங்ஸ் ஆப்பிரிக்கன் ரைஃபிள்ஸ் என்கிற ராணுவப்படையில் சேர்ந்தார். வீரனாக அல்ல. சமையல்காரனாக. அவர் படிப்புக்கும் ஏழைமைக்கும் அந்த வேலைதான் எளிதாகக் கிடைத்தது. பிறகு மெல்ல மெல்ல அதிகாரிகளின் அன்புக்குப் பாத்திரமாகி, படையில் ஒரு சிப்பாயானார்.

ஆங்கிலேயர் ஆட்சியில் 'கிங்ஸ் ஆப்பிரிக்கன் ரைஃபிள்ஸ்' என்றொரு ராணுவப்பிரிவு கிழக்கு ஆப்பிரிக்கப் பகுதியில்

ஆரம்பிக்கப்பட்டது. 1902ல் ஆரம்பிக்கப்பட்ட இந்தப் படையில் மத்திய ஆப்பிரிக்க ராணுவப்பிரிவு, உகாண்டா ரைஃபிள்ஸ் மற்றும் கிழக்கு ஆப்பிரிக்க ரைஃபிள்ஸ் என்று துண்டு துண்டாக இருந்த பாதுகாப்புப் படைகள் ஒன்றாகக் கோர்க்கப்பட்டன.

ஆரம்பத்தில் 4,683 பாதுகாப்புப் படை வீரர்கள் இருந்தனர். நூறுக்கும் மேற்பட்ட ஆங்கிலேயர்கள் தலைமைப் பொறுப்பில் இருந்தனர். இரண்டு உலகப்போர்களிலும் கிங்ஸ் ஆப்பிரிக்கன் ரைஃபிள்ஸ் படை வீரர்கள் போரில் ஈடுபட்டுள்ளனர்.

இப்பேர்ப்பட்ட ராணுவப்படையில் சேர்வது என்பது அப்போது மிகப்பெரிய வீர சாகசத்துக்கு நிகராகும். அதனால்தான் அமினுக்கு ரைஃபிள்ஸ் படையில் சேர்வது என்பது சிறுவயது கனவாகவே இருந்தது.

1945ல் இரண்டாம் உலகப்போர் முடிந்தபிறகு கென்யாவில் புரட்சி வெடித்தது. பிரிட்டனின் ஆதிக்கத்துக்கு எதிராக மவ் மவ் (Mau Mau) என்கிற புரட்சி இயக்கம் ஆரம்பிக்கப்பட்டு ஆங்கி லேயர்களை வெளியேற்றுகிற வேலைகளைச் செய்தது.

இதற்குப் பதிலடி கொடுக்கும் விதமாக ரைஃபிள்ஸ் படையில் இருந்து பலரையும் கென்யாவுக்கு அனுப்பியது பிரிட்டன். போரில் பிரிட்டனுக்குப் பெரிய வெற்றி கிடைத்தது. 11,000 கறுப்பர்கள் தங்கள் உயிரை இழந்தனர். ஆனால் பிரிட்டனின் இழப்பு - 32 பேர் மட்டுமே. ரைஃபிள்ஸ் படையின் வீரனாக இந்தப் போரில் கலந்துகொண்டது அமினின் ப்ரொஃபைலில் முக்கியமான ஒன்றாக அமைந்தது.

அமினின் பேச்சும் நடவடிக்கைகளும் ஆங்கிலேய அதிகாரி களுக்கு திருப்தி தரவே 1951, சார்ஜண்ட் ஆகப் பதவி உயர்வு பெற்றார் அமின். முதல் பிரமோஷன் வருவதற்குத்தான் சிறிது தாமதமானது. ஆனால் சார்ஜண்ட் ஆனபின்பு அமினுக்குப் பிரமோஷன்கள் அடுத்தடுத்து வர ஆரம்பித்தன. 1954ல் வாரண்ட் ஆபிசர் ஆனார் அமின்.

இதனிடையே ஆங்கிலேயர்களும் உகாண்டா மக்களுக்கும் இடையே விரிசல் உண்டாக ஆரம்பித்தது. பல நாடுகளில் இருந்து ஆங்கிலேயர்கள் வெளியேறிய சமயம் அது. உகாண்டாவிலும் அதுபோல ஒன்று நடந்து நாட்டுக்குச் சுதந்தரம் அளிக்கவேண்டும் என்று 1940களில் நிறைய கிளர்ச்சிகள் ஏற்பட்டன.

1949ல் புகாண்டா முடியரசு ஆங்கிலேயர்களிடம் மூன்று கோரிக்கை வைத்தது. 1. பருத்தி வர்த்தகத்தில் நீடிக்கும் இந்தியர்களின் ஆளுமையை ஒழிக்கவேண்டும் 2. ஏற்றுமதிப் பொருள்களுக்கு அதிக விலை தரவேண்டும் 3. உள்ளூர் அரசுக்கு அதிக முக்கியத்துவம் தரவேண்டும். அதாவது மாநில சுயாட்சி.

ஆனால் பிரிட்டன் இந்த மூன்றையும் இடது கையால் புறந்தள்ளி விட்டது. கம்யூனிஸ பாதிப்பால் உண்டான கோரிக்கைகள் இவை. சட்டை செய்யவேண்டிய அவசியமில்லை என்று, சிறிய அளவில்கூட புகாண்டாவின் கோரிக்கையை ஏற்க மறுத்து விட்டது.

1937ல் பர்மாவைத் தனி நாடாக்கியது பிரிட்டன். ஆனால் அடுத்த ஐந்து வருடங்களில் பர்மாவை ஜப்பான் கைப்பற்றிக்கொண்டது. இதனால் ஜப்பானிடமிருந்து பர்மாவை மீட்டுக்கொண்டு வரும் பொறுப்பு பிரிட்டனுக்கு இருந்தது. 1945ல் ஜப்பானுடன் கடுமையாகப் போரிட்டு பர்மாவை மீட்டது பிரிட்டன்.

இந்தப் போரில் ஏராளமான உகாண்டா ரைஃபிள்ஸ் படை வீரர்கள் பங்கேற்றனர். இந்த வெற்றியில் உகாண்டா வீரர் களுக்குப் பெருமளவு பங்கு இருந்தது. ஆனால் போர் முடிந்த வுடன் போரில் ஈடுபட்ட வீரர்களை பிரிட்டன் கண்டுகொள்ள வில்லை என்று அடுத்த குற்றச்சாட்டு பிரிட்டன்மீது விழுந்தது.

காலப்போக்கில் மெல்ல மெல்ல நம்பிக்கையான நடவடிக்கை கள் தென்பட ஆரம்பித்தன. புகாண்டாவின் கோரிக்கையை மீண்டும் எடுத்துப் பார்த்து, அதன்படி சில மாற்றங்களைச் செய்தது ஆங்கிலேய அரசு.

உகாண்டாவின் வளர்ச்சிக்காக உகாண்டா டெவலப்மெண்ட் கார்ப்பரேஷன் உருவாக்கப்பட்டது. சட்டமன்றத்தில் கறுப்பர் களுக்கு இடமளித்தது. சிறிய மன்னர்கள் முதல் அதிகாரம் கொண்ட பெருமன்னர்கள் வரை சட்டமன்ற உறுப்பினர்கள் ஆனார்கள்.

1958ல் உகாண்டாவின் ஒவ்வொரு நகரத்திலும் கறுப்பர்களைத் தலைவர்களாக அமைத்தது பிரிட்டன் அரசு. உகாண்டாவுக்குச் சுதந்தரம் வழங்குவதற்கான நடவடிக்கை அப்போதிருந்தே தொடங்கப்பட்டது. கத்தியின்றி ரத்தமின்றிச் சுதந்தரம் பெற்ற நாடுகளில் உகாண்டாவும் ஒன்று.

இந்தச் சமயத்தில்தான் Uganada People congress (UPC), Democratic Party, Kabaka Yekka Party என்று உகாண்டாவில் மூன்று கட்சிகள் உருவாகின. இதில் உகாண்டா காங்கிரஸ் கட்சி என்பது முழுக்க முழுக்க பகாண்டா இன மக்களுக்கு மாற்றான ஒரு கட்சி (பகாண்டா மக்கள் அதிகம் வசிக்கும் பகுதிதான் புகாண்டா. பகாண்டா பழங்குடி மக்கள்தான் உகாண்டாவில் அதிகம் உள்ளனர். அடுத்த வரிசையில் லங்கோ, அகோலி இன மக்கள் இருக்கின்றனர்). சுதந்தரக் கட்சி என்பது முழுக்க முழுக்க கிறிஸ்தவர்களுடையது. கபாகா கட்சி பகாண்டா இன மக்களுக் கான பிரத்தியேகக் கட்சி.

இங்குதான் நாம் அமினின் ஆரம்பகால ஹீரோவும் பின்னால் அமினின் முக்கியமான வில்லனாகவும் மாறிய மில்டன் ஒபாடேவைச் சந்திக்கப் போகிறோம்.

ஒபாடே, 1925ல் வடக்கு உகாண்டாவிலுள்ள அபாக் நகரில் பிறந்தவர். உகாண்டாவில் பேசப்படும் தொல்மொழிகளில் ஒன்றான லாங்கோ மொழிதான் இவர் தாய்மொழி. லாங்கோ மலைவாழ் பகுதியைச் சேர்ந்தவர். கல்லூரிக் காலத்திலிருந்தே ஒபாடே உகாண்டா முழுக்க அறிந்தவராக இருந்தார்.

ஆங்கிலேயர்களுக்கு எதிராக ஒபாடே வீர முழக்கமிடுவதைக் கூட்டம் கூட்டமாக வந்து கேட்டுச் செல்வார்கள். ஆங்கிலேயர் களுக்கு எதிரான பல போராட்டங்களில் தன்னை ஈடுபடுத்திக் கொண்டு வருங்காலத் தலைவருக்கான அத்தனைத் தகுதி களையும் வளர்த்துக்கொண்டார் அவர். இதனால் பிரிட்டிஷ் அரசு ஒபாடேவைக் கல்லூரியிலிருந்து நீக்கியது.

என்னதான் கோஷம் எழுப்பிக்கொண்டிருந்தாலும் எதிர்காலம் குறித்த கவலையால் கென்யாவுக்குச் சென்று கட்டட வேலைகளில் ஈடுபட்டு வந்த ஒபாடேவால் தொண்டை கிழியக் கத்திப் பேசாமல் இருக்கமுடியவில்லை. இதனால் கென்யாவின் விடுதலைப் போராட்டங்களில் கலந்துகொண்டார். அங்கேயும் ஆங்கிலேயர்களுக்கு எதிரான கோஷம். கொடி பிடித்தல்.

ஒரு சமயத்தில் இந்தக் காரியங்களையெல்லாம் நான் என் நாட்டுக்கு அல்லவா செய்திருக்கவேண்டும் என்று அவருக்குப் புத்தி உரைத்திருக்கிறது. மூட்டையைக் கட்டிக்கொண்டு தன் தாய்நாட்டுக்கு வந்தவர், முதல்வேலையாக உகாண்டாவில் முதல் அரசியல் கட்சி என்று பெயர்பெற்ற தேசிய காங்கிரஸ்

கட்சியில் தன்னை இணைத்துக்கொண்டார். இது அவருடைய போராட்டங்களுக்கு ஒரு புதிய பாதையைத் திறந்துவைத்தது.

ஆனால் பிரிட்டன், தேசிய காங்கிரஸ் கட்சியை ஏற்றுக்கொள்ள வில்லை. இது மக்களைத் தவறான பாதைக்குத் தூண்டிவிடு கிறது என்று தடை செய்தது. இது ஆங்கிலேயர்களுக்கு எதிராக எரிகிற தீயில் எண்ணெய் ஊற்றி மேலும் கொதிக்க வைத்தது. இதனால் தனிக்கட்சி தொடங்கும் முடிவில் இருந்தார் ஒபாடே.இந்த நிலையில்தான் உகாண்டா சட்டமன்றத்தில் கறுப்பர்களுக்கு இடமளித்த பிரிட்டன் ஒபாடேவுக்கும் ஒரு பதவி அளித்தது.

புகாண்டா மக்களுக்காகத் தொடங்கப்பட்ட 'கபகா யெக்கா' வருங்காலத்தில் ஆட்சியைப் பிடித்தால் மற்ற இன மக்களின் வாழ்வு கேள்விக்குறியாகிவிடும் என்கிற எண்ணம் உதித்த சமயம் அது. ஏற்கெனவே தனிநாடு கோரிக்கையில் அவர்கள் நீண்டகாலமாகப் பிடிவாதமாக இருந்தவர்கள். இதனால் ஒரு மாற்றுக் கட்சி அவசியமாக இருந்தது.

உகாண்டாவில் முக்கிய அரசியல் கட்சியாக விளங்கிய உகாண்டா மக்கள் யூனியன் கட்சியுடன் இணைந்து புதிய கட்சியைத் தொடங்கினார் ஒபாடே. பெயர் - உகாண்டாவின் மக்கள் காங்கிரஸ். அப்போது ஒபாடேவுக்கு முப்பது வயது.

இந்தச் சமயத்தில்தான் இந்தியாவுக்கு விடுதலை அளித்தது பிரிட்டன். தென் ஆப்பிரிக்கா உள்பட பல நாடுகள் சுதந்தரத்தைச் சுவாசிக்க ஆரம்பித்தன.

பிரிட்டன் தன் இறுக்கமான கொள்கைகளைத் தளர்த்திய நேரம் அது. 1952 முதல் அடுத்த ஐந்து ஆண்டுகள் வரை உகாண்டாவின் பிரிட்டிஷ் கவர்னராக இருந்த ஆண்ட்ரூ பெஞ்சமின் கொஹென் உகாண்டாவின் விடுதலைக்குச் சிபாரிசு செய்தார். அவர் ஒரு யூதர் என்பது இதற்கொரு காரணம். இரு கட்சியும் சாராமல் பொதுநலன் பார்க்க முடிந்தது.

உகாண்டா சட்டமன்றம், உகாண்டா வளர்ச்சிக் குழுமம் போன்றவை இவரால் அறிமுகப்படுத்தப்பட்டவை. தனிநாடு கோரிக்கையை முன்வைத்த புகாண்டா மன்னர் முடேசா 2 - விடம் பல பேச்சுவார்த்தைகள், நடவடிக்கைகள் செய்து ஒருவழியாக உகாண்டாவின் சுதந்தரத் திட்டத்தில் புகாண்டா

வையும் இணைய வைத்தார். காலனி நாடாக மாறியபோது புகாண்டா மன்னரிடம் இருந்து பிடுங்கப்பட்ட பல அதிகாரங் களை மீண்டும் அவரிடமே தரப்பட்டது.

புகாண்டா மன்னருக்கு வழங்கப்பட்ட அதிக அதிகாரங்கள் உகாண்டாவில் உள்ளூர் அரசியல் கட்சிகளுக்கிடையே கொதிப்பை வரவழைத்தது. புகாண்டாவுக்கு மட்டுமே எல்லா வசதி வாய்ப்புகளும் செய்துதரப்படும், இதனால் உகாண்டாவின் இதர பழங்குடி இன மக்களுக்குப் பெரிய பாதிப்பு ஏற்படும் என்று மற்ற கட்சிகள் போராட்டம் நடத்தின.

உகாண்டா மக்கள் தொகை 60 லட்சம். இதில் புகாண்டா மக்கள் தொகை 20 லட்சம் மட்டுமே. இந்த நிலையில் புகாண்டா மன்னர் முடேசா 2 கையில் எல்லா அதிகாரங்களையும் தருவதை ஏற்றுக்கொள்ள முடியாது என்று ஓபாடே மக்களைத் திரட்டி னார். உகாண்டா முழுக்கப் பெரிய கலவரம் வெடிக்கும் ஆபத்து உருவானது.

புகாண்டா மன்னரை உகாண்டா மக்கள் முழு மனத்தோடு ஏற்றுக் கொள்ளவில்லை என்றவுடன் பிரிட்டன் முடிவு செய்துவிட்டது. தேர்தல் நடத்திப் பெரும்பான்மையான கட்சியை மக்களே தேர்ந்தெடுக்கட்டும் என்று தேர்தலை நடத்தத் திட்டமிட்டது.

1961, மார்ச்சில் சட்டமன்ற தேர்தல். மக்கள் எந்தக் கட்சியை ஆதரிக்கிறார்கள் என்று அறிந்தபிறகு உகாண்டா சுதந்தர நாடாகப் பிரகடனப்படுத்தப்படும் என்றும் அறிவித்தது.

பிரிட்டனின் தேர்தல் யோசனையை புகாண்டாவின் கபகா யெக்கா கட்சி புறக்கணித்தது. இதனால் தேர்தலில் ஜனநாயகக் கட்சியும் ஓபாடேவின் கட்சியும் மட்டுமே போட்டியிட்டன.

ஜனநாயகக் கட்சிக்கு (Democratic Party) உகாண்டாவின் முதல் தேசியக் கட்சி என்றொரு பெருமை உண்டு. இந்தக் கட்சி யாருக்கும் சார்பு நிலை எடுக்காமல் பொதுவான அரசாங்கத்தை வலியுறுத்தியது. பகாண்டா பகுதியில் பழங்குடி மக்கள் மட்டும் இல்லாமல் முஸ்லீம், கிறிஸ்தவர்கள் (ப்ராடஸ்டண்ட், ரோமன் கத்தோலிக்கர்) எண்ணிக்கையும் அதிகமாக இருந்தன. ரோமன் கத்தோலிக்கப் பிரிவை முன்னிறுத்தும் ஒரு கிறிஸ்தவக் கட்சி யாக இருந்தாலும் 'தேசியம்' என்கிற மந்திர வார்த்தையை

வலியுறுத்தி மக்களிடம் அதிகம் செல்வாக்குப் பெற்றது ஜனநாயகக் கட்சி.

இதனால் ஜனநாயகக் கட்சி வெற்றி பெற்றது. அதன் கட்சித் தலைவர் பெனிடிக்டோ கிவான்கா உகாண்டாவின் முதலமைச்சர் ஆனார். இதைத் தொடர்ந்து உகாண்டாவின் சுதந்தரத்துக்கான வேலைகள் நடந்தன. பெனிடிக்டோ உகாண்டாவின் பிரதமராக அறிவிக்கப்பட்டு நாடாளுமன்றத்தை உருவாக்கியது பிரிட்டன். 1962 ஏப்ரலில் நாடாளுமன்றத் தேர்தல் நடத்தப்படும் என்று அறிவித்தது.

உகாண்டாவை ஒரு கிறிஸ்தவக் கட்சி ஆள்வதை கபகா யெக்கா வும் ஒபாடேவும் விரும்பவில்லை. இதனால் நாடாளுமன்றத் தேர்தலில் இரு கட்சிகளும் கைகோத்தன. புகாண்டா விரும்பும் எல்லா உரிமைகளும் தரப்படும், முடியாட்சி தொடர புதிய அரசு எல்லா ஒத்துழைப்பும் தரும் என்று ஒபாடே எல்லா சத்தியங்களையும் செய்து கொடுத்து கபகா யெக்காவின் ஆதரவைப் பெற்றார். (அந்தச் சத்தியம் இன்னமும் உயிரோடு இருப்பதுதான் ஆச்சரியம். புகாண்டா இன்றைக்கும் குடி யாட்சிக்கு மாறவில்லை. முடியாட்சி நடக்கும் ஒரு பகுதி யாகவே அது நீடித்து வருகிறது).

நினைத்ததுபோலவே கூட்டணியின் உதவியால் ஜெயித்தார் ஒபாடே. பிரதமராக ஒபாடேவும் ஜனாதிபதியாகப் புகாண்டா மன்னரும் நியமிக்கப்பட்டார்கள். பிரிட்டனும் புகாண்டாவுக்கு ஒன்றிணைந்த அதிகாரம் கொடுத்து அதன் தனித்துவத்தை நிலைநிறுத்தியது. இறுதியாக 1962, அக்டோபர் 9 அன்று உகாண்டா பிரிட்டனின் ஆதிக்கத்திலிருந்து மீண்டு வந்து சுதந்தரம் பெற்றது. 1963ல் உகாண்டா குடியரசு நாடாகவும் பிரகடனம் செய்யப்பட்டது.

அமின் இந்தச் சமயத்தில்தான் ஒபாடேவின் ஆட்சியிலும் வாழ்க்கையிலும் மிக நெருக்கமாகிறார். அமினின் ப்ரொஃபைல் அபாரமாக இருந்ததாலும், ரைஃபிள்ஸ் படையில் அவருடைய பங்களிப்புகள் அதிகமாகப் பேசப்பட்டதாலும் ஒபாடே அமினுக்கு உகாண்டா ராணுவத்தின் துணை கமாண்டர் பதவியைத் தந்தார். ஆனால் தான் ஒரு விஷச் செடிக்குத் தண்ணீர் ஊற்றி வளர்த்துவிட்டோமே என்று பின்னால் வருந்தும்படி வரலாறு மாறிப்போனது.

2

வளர்த்த கடா !

உகாண்டா சுதந்தரம் அடைவதற்கு முன்பு ஒபாடே பிரதமர் ஆன சில நாள்களில் ஒரு சம்பவம் நடந்தது. அந்தச் சம்பவம்தான் அமினை முதல்முறையாக ஹீரோ ஆக்கியது.

உகாண்டாவின் கரமோஜாங், தர்காணா என்கிற இரு பகுதி பழங்குடி மக்களுக்கிடையே, கால்நடைகள் திருட்டு தொடர்பாகக் கடும் மோதல் ஏற்பட்டு, பலர் கொல்லப்பட்டு அசாதாரணச் சூழல் நிலவியது. எனவே அங்கு ராணுவத்தைப் போகச் சொன்னது அப்போதைய ஆங்கிலேய அரசு.

அடுத்தநாள், அப்போது உகாண்டா ராணுவத்துக்கு ஒரு புகார் வந்தது. நேற்று கலவரங்களை அடக்க வந்த ராணுவத்தினரில் ஒரு கறுப்பர் எங்கள் மக்களை இரக்கம் பாராமல் அடித்துத் துவைத்தார். பலரை அவர் கொலை செய்யவும் செய்தார். எங்கள் ஆயுதங்களை யெல்லாம் கைப்பற்றிக்கொண்டார். அவருக்குத் தண்டனை வழங்காவிட்டால் மீண்டும் கலவரம்

வெடிக்கும் என்று வந்த கடிதத்தின் அடிப்படையில் கரமோஜாங், தர்காணா பகுதிகளுக்கு அனுப்பப்பட்ட அமின்தான் இக்காரியத்தைச் செய்திருக்கமுடியும் என்று பிரிட்டிஷ் அரசு கருதியது.

அமினை விசாரணைக்கு அழைத்தது.

ஆனால் தகவல் கேள்விப்பட்ட ஒபாடே, அமின் சார்பாக பிரிட்டிஷ் அரசிடம் பேசினார். 'இன்னும் சில நாள்களில் எங்களுக்குச் சுதந்தரம் வழங்கப்போகிறீர்கள். இப்போது ராணுவ வீரரைக் கண்டித்தால் அவரது இன மக்கள் கொதித்தெழுவார்கள்.

மேலும் நேற்றைக்கு கரமோஜாங், தர்காணா சென்ற ராணுவத்தினரில் இரண்டு பேர் மட்டும்தான் கறுப்பர்கள். இதில் இரண்டு பேரையும் விசாரிக்காமல் அமினை மட்டும் குற்றவாளியாக நினைப்பது எந்த விதத்தில் நியாயம்?' என்று அமினை விட்டுக் கொடுக்காமல் பேசினார் ஒபாடே.

அவருடைய பேச்சில் நியாயங்கள் இருப்பதாலும் ஒரு பிரதமரே இவ்வளவு கீழிறங்கிப் பேசும்போது எதற்கு அநாவசிய வம்பு என்றும் நினைத்து, அமின் மீதான புகாரை வாபஸ் பெற்றது பிரிட்டன்.

ஆக, சிறைக்குச் சென்றிருக்க வேண்டிய அமினை அப்போது காப்பாற்றியவர் ஒபாடே. அந்த நாள் முதல் ஒபாடேவின் நெருங்கிய நண்பர் ஆனார் அமின். இவன் அருகில் இருந்தால் தன்னால் எந்தக் காரியத்தையும் சாதிக்கமுடியும் என்றொரு எண்ணம் அமின்மீது ஒபாடேவுக்கு ஏற்பட்டது. ஒரு சரியான அரசியல்வாதி, ஒரு சரியான தாதாவைத் தேர்ந்தெடுத்துத் தன் பக்கத்தில் வைத்துக்கொள்வது மாதிரி இது. அதற்கடுத்து நடந்த சம்பவங்கள் ஒபாடேவின் கணிப்பை உறுதி செய்தன.

உகாண்டா காலனி நாடாவதற்கு முன்னால் புகாண்டா மன்னருடன் சேர்ந்து பன்யோரோ பகுதியை வளைத்தது பிரிட்டன். பிறகு புகாண்டாவின் ஒத்துழைப்புக்குப் பரிசாக பன்யோரோவை புகாண்டா அரசருக்கே கொடுத்துவிட்டது. உகாண்டா சுதந்தரம் பெற்றபிறகு பன்யோரோ போன்ற சிறிய மாகாணங்களின் நிலைமை பற்றி ஒரு மசோதா நிறைவேறியது.

மக்கள் என்ன விருப்பப்படுகிறார்களோ அதன்படி ஆட்சி அமைய ஒபாடே முடிவு செய்தார். ஆனால் தங்கள் கையில்

இருந்து விலகும் பன்யோரோவை விட்டுத்தர இரண்டாம் மடேசா ஒப்புக்கொள்ளவில்லை. இதனால் ஒபாடேவுக்கும் மடேசாவுக்கும் இடையே விரிசல் விழ ஆரம்பித்தது.

உகாண்டாவின் அண்டை நாடான காங்கோவில் அப்போது உள்நாட்டுக் கலவரம் வெடித்தது. லங்கி மலைஜாதி மக்கள் காங்கோவின் அரசுக்கு எதிராகப் போர்க்கொடி உயர்த்தினார்கள். மலைஜாதி மக்கள், உகாண்டாவின் எல்லையில் வைத்து அடித்துக் கொல்லப்பட்டார்கள். தமது இன மக்கள் துன்புறுத்தப் படுவதைச் சகிக்க முடியாமல் அமினை அப்பகுதிக்கு அனுப்பி, லங்கி இன மக்களுக்கு ஆதரவாக இருக்கக் கட்டளையிட்டார் ஒபாடே.

அப்போது அமினுக்கும் ஒபாடேவுக்கும் தனியே ரேடியா தொடர்பு ஏற்பாடு செய்யப்பட்டது. ஸ்பேரோ, கிசு என்கிற சந்தேக மொழிகளை அவர்கள் ஏற்படுத்திக்கொண்டார்கள். ஒபாடேவின் உத்தரவுகளை இம்மிபிசகாமல் முடித்துக் காண் பித்தார் அமின்.

ஒபாடேவின் ஆதரவு, மலைவாழ் மக்களுக்குக் குஷியைத் தந்தது. அவர்கள் உகாண்டாவுக்குள் நுழைந்து அடைக்கலம் தேடினார்கள். உகாண்டாவிலிருந்து கிளம்பிச் சென்று உகாண்டா ராணுவ உதவியுடன் காங்கோ அரசுடன் போரிட்டார்கள். மலைவாழ் மக்களுக்குத் தேவையான ஆயுதங்கள் மற்றும் படை பலத்தைத் தந்து அவர்களை மேலும் உற்சாகமூட்டினார் ஒபாடே.

இந்த நேரத்தில்தான் அந்த ஆதிவாசி மக்களோடு பேரம் பேசத் தொடங்கினார் அமின்.

ஒபாடே சொல்லிவிட்டார் என்பது சரிதான். உங்களுக்குத் தருகிற ஆயுதங்களுக்குப் பதிலாக என்ன தருகிறீர்கள்? ஒபாடே வாய்திறந்து கேட்கமாட்டார் என்பதற்காக நீங்கள் சும்மா இருப்பதா? இவ்வளவு பெரிய உதவியைப் பைசா செலவில்லா மல் எதிர்பார்ப்பது நியாயமா? என்று தூண்டில் போட்டார்.

அவர்கள் படிப்பறிவற்ற மக்கள். ‘எங்களிடம் தங்கமும், யானைத் தந்தங்களும்தான் இருக்கின்றன. அதை வைத்து எங்களுக்குத் தேவையான ஆயுதத்தைக் கொடுங்கள்’ என்று அமினிடம் கெஞ்ச ஆரம்பித்தார்கள்.

மக்கள் வெள்ளத்தில் இடி அமின்

கிலோ கணக்கில் அமினிடம் தங்கமும் தந்தமும் சேர ஆரம்பித்தன. அமினே எதிர்பார்க்காத விலைக்கு அவற்றை விற்க முடிந்தது. அமின் வாழ்நாள் முழுக்க ராணுவத்தில் சம்பாதித்தாலும் கிடைக்காத பணம், காங்கோ பிரச்னை மூலமாக வர ஆரம்பித்தது. ஒரு பாதுகாப்பு கருதி, இதில் ஒரு சிறிய பங்கை ஒபாடேவுக்கும் அளித்தார் அமின்.

தன்னால்தான் எல்லா ஏற்பாடுகளும் நடந்தது என்பதால், தன் அதிகாரத்தைப் பயன்படுத்தித் தினமும் மலைவாழ் மக்களிடமிருந்து தங்கம், தந்தங்களைப் பெற ஆரம்பித்தார். ஒருசமயம் அமினின் ஒட்டோமேன் வங்கிக் கணக்கு *3,00,000* ஷில்லிங்குக்கு (உகாண்டாவின் நாணயம், ஷில்லிங்) எகிற ஆரம்பித்தது.

வங்கியில் சேமித்தால் குட்டு வெளிப்பட்டுவிடும் என்று தன் வீட்டில் குழி தோண்டு கிடைக்கும் பணத்தைப் புதைக்க ஆரம்பித்தார் அமின். அதுவரை சிறந்த ராணுவ வீரராக ஆங்கிலேயராலும் உகாண்டா ராணுவ அதிகாரிகளாலும் பேசப்பட்ட அமின், பணம் பணம் என்று திசைமாறிப்போய், தன் தேவைக்காக எந்த அட்டூழியத்தையும் செய்யலாம் என்று மாறிப்போனது அப்போதிலிருந்துதான்.

மாறிப்போனது என்று சொல்வது ஒரு வசதிக்காகவே. உண்மையில் அதுதான் இடி அமினின் இயல்பாக இருந்தது. சரியான

தருணத்துக்காக அவர் அத்தனை நாள் காத்திருந்திருக்கிறார். அந்தக் காங்கோ மலைவாசி மக்களின் பிரச்னை வகையாகக் கைக்குக் கிடைத்ததும் தனது சுய ரூபத்தைக் காட்டத் தொடங்கி/ விட்டார்.

ஆனால் அந்தப் பகல் கொள்ளை நீண்டநாள் நீடிக்கவில்லை. அமினின் செல்வம் பற்றி அறிந்த டவுடி ஒச்செங் என்னும் உறுப்பினர், ஒட்டோமேன் வங்கியிலிருந்து அமினின் வங்கிக் கணக்கை ஜெராக்ஸ் எடுத்துவந்து நாடாளுமன்றத்தில் சமர்ப் பித்தார். ஒபாடே பதவியேற்று நாடாளுமன்றத்தில் கிளப்பப்படும் முதல் பிரச்னை என்பதால் விசாரணைக்கு ஏற்பாடு செய்தார் அவர்.

ஆனால் அமின், ஒபாடேவின் வாயைப் பணத்தால் அடைத்து விட்டார். பதவி இல்லாவிட்டால் அதிகாரம் இல்லை, அட்டூழி யம் இல்லை, பணம் இல்லை, பொருள் இல்லை, புகழ் இல்லை என்பதால் ஒபாடேவைத் தந்திரமாகச் சமாளித்தார்.

'எல்லாம் முடிந்தவுடன் உங்களுக்குப் பங்கு பிரிக்கலாம் என்று இருந்தேன். அதற்குள் விசாரணை அதுஇது என்று ஏன் அசிங்கப் படுத்துகிறீர்கள்' என்கிற அமினின் சொல்லுக்கும் அவர் காட்டிய செல்வத்துக்கும் மயங்கினார் ஒபாடே. அடுத்தநாள் அமினுக்கு எதிராக விசாரணைக்குக் கோரிய ஐந்து அமைச்சர்களைப் பதவியிலிருந்து தூக்கினார் ஒபாடே.

அந்தப் புத்திசாலித்தனம் இடி அமினின் உடன் பிறந்த சொத்து. எந்த நெருக்கடி சூழலிலும் பதறாத நிதானம். அல்லது தன் பதற்றத்தை வெளிக்காட்டிக்கொள்ளாத சாமர்த்தியம். எப்பேர்ப் பட்ட பிரச்னையாக இருக்கட்டும், தன்னால் சமாளித்துக் கொள்ள முடியும் என்கிற தைரியம். இவைதான் அமினை ஒவ்வொரு சிக்கலிலிருந்தும் மீட்டுக் கொண்டு வந்தது.

மறுபுறம் ஒபாடேவுக்கும் உகாண்டாவின் ஜனாதிபதியாக அப் போது இருந்த முடேசாவுக்கும் சில பிரச்னைகள் ஏற்பட்டு இருந்தன. இருவருக்கும் ஒத்துப்போகவில்லை. முடேசாவை ஒழித்தால்தான் தன்னால் நிம்மதியாக ஆட்சி செய்ய முடியும் என்று ஒபாடே நினைத்தார். எனவே, அதிரடியாகச் சில காரியங்களைச் செய்தார்.

அரசியலமைப்புச் சட்டத்தை நீக்கினார். முடேசாவை ஜனாதிபதி பொறுப்பிலிருந்து நீக்கினார். அரசை எதிர்த்துப் பேசுபவர்

களுக்குக் கடுமையான தண்டனை உறுதி என்பதுபோல ஒபாடே நடந்துகொண்டார். இதற்கு இன்னொரு பெயர், சர்வாதிகாரம்.

தங்கள் மன்னர் முடேசாவை அதிகாரத்திலிருந்து இறக்கியதால் புகாண்டா மக்கள் சீற்றமடைந்தனர். மாநிலத் தலைநகர் கம்பாலாவில் வன்முறை வெடித்தது. அரசு வாகனங்கள்மீது கல்வீச்சு நடந்தது. ஆயிரக்கணக்கான பேர் கம்பாலாவில் ஒன்றுகூடி ஒபாடேவுக்கும் அமினுக்கும் எதிராகக் கோஷம் எழுப்பினார்கள்.

நாடு முழுக்கப் போராட்டம் நடப்பதால் புகாண்டா மக்களை அடக்க ஒரே வழி, முடேசாவைக் கைது செய்வதுதான் என்கிற முடிவுக்கு வந்தார் ஒபாடே. அதன்பிறகு புகாண்டா மக்களை அடக்குவது சுலபமாக இருக்கும் என்று திட்டமிட்டார். அதன்படி அமினை ராணுவ வீரர்களின் குழுவோடு முடேசா தங்கியிருக்கும் ஜனாதிபதி மாளிகைக்குச் செல்ல உத்தரவிட்டார் ஒபாடே.

ஆனால் அங்கு முடேசாவைக் காப்பாற்றும் பொருட்டுப் பல ஆயிரம் மக்கள் பாதுகாப்புக்கு அரணாக நின்றுகொண்டிருந் தார்கள். அயல்நாட்டுடன் போரிடுவதுபோல மொத்த ராணுவப் படையையும் ஜனாதிபதி மாளிகை முன்பு நிறுத்தினார் அமின்.

இரு தரப்பிலும் சேர்த்துப் பத்தாயிரம் பேர் ஜனாதிபதி மாளிகை யைச் சுற்றி இருந்தார்கள். புகாண்டா மலைவாழ் மக்களிடம் உலோக ஆயுதங்கள் தவிர வேறு எதுவும் இல்லை. ஆனால் அமின் அத்தனை வலிமையான ஆயுதங்களையும் கொண்டு வந்திருந்தார். அத்தனை பேரையும் சுட்டு வீழ்த்தி ஜனாதிபதி மாளிகை உள்ளே செல்வது சுலபமான விஷயம். 'அத்தனை பேரையும் தாக்கிவிட்டு உள்ளே நுழைந்துவிடலாமா?' என்று ஒபாடேவிடம் யோசனை கேட்டார் அமின். 'இதில் என்ன தயக்கம்?' என்று பதிலளித்தார் ஒபாடே.

கண்மூடித்தனமாகத் தாக்கினார்கள். ராணுவப் பலத்தின் தாக்குதலைப் பொறுக்கமுடியாமல் மலைவாழ் மக்கள் சிதறி ஓடினார்கள். பல மணி நேரம் துப்பாக்கிச் சூடு நடந்தது. முடேசாவுக்குப் பாதுகாப்பாக நின்றிருந்த அத்தனை பேரையும் சுட்டு வீழ்த்திய பிறகு ஜனாதிபதி மாளிகையின் கதவை உடைத்/ தார் அமின்.

ஆனால் அத்தனை பிரயத்தனங்களும் வீணாகப் போனது. மன்னர் முடேசா அங்கிருந்து தப்பிச் சென்றிருந்தார். கிட்டத்தட்ட பாதி நாள் தாமதம் செய்தபிறகே அமினால் உள்ளே செல்ல முடிந்த தால் முடேசா தப்பிச் செல்வதற்குச் சுலபமாக அமைந்துவிட் டது (தப்பித்துச் சென்ற முடேசா பிரிட்டனில் தஞ்சமடைந்தார்).

ஆனாலும் அமின் வெறுங்கையோடு திரும்பவில்லை. ஜனாதி பதி மாளிகையை முழுவதுமாகச் சூறையாடினார். அங்கிருந்த விலைமிகுந்த பொருள்கள், அதிக விலையுள்ள டேபிள்கள், நாற் காலிகள் எனக் கட்டடத்தை மட்டும் விட்டுவைத்து அங்கிருந்த மொத்தப் பொருள்களையும் ஒரு வண்டியில் ஏற்றிக்கொண்டார்.

இதன் விளைவு, உகாண்டா முழுக்க ஒபாடேவுக்கு எதிராகத் திரும்பியது. ஒவ்வொரு தெருவிலும் குறைந்தது நாலு பேராவது ஒபாடேவுக்கு எதிராகக் கொடி பிடிக்கத் தொடங்கினார்கள். லங்கி இன மக்கள் மட்டும் ஒபாடேவின் இந்த அழிச்சாட்டி யத்தைப் பொறுத்துக்கொண்டார்கள். மற்றபடி ஒட்டுமொத்த மலைவாழ் மக்களும் ஒபாடேவின் இந்த அரசியல் முடிவுக்குக் கடும் எதிர்ப்புத் தெரிவித்தார்கள்.

மக்கள் ஆதரவை முழுமையாக இழந்துவிட்ட நிலையில் ஒபாடேவின் ஒரே பாதுகாப்பு, ராணுவம். மேலும் தன் தாய், மனைவியை விடவும் ஒபாடே அமினை பரிபூரணமாக நம்பினார்.

அமினை ஒபாடே நம்பக் காரணம்? அமின் பலம்வாய்ந்த ஆளுமை கொண்ட ராணுவ வீரராக இருந்தாலும் சரியான படிப்பறிவில்லாதவர். பதவி ஆசை இல்லாதவர். மேலும் சூரியனை அழித்துவிட்டு வா என்றாலும் மறுபேச்சில்லாமல் செய்துவிட்டு வந்து நிற்கக்கூடியவர். ஒபாடே நினைத்ததுதான். சரியான அடியாள்.

உகாண்டா ராணுவத்துக்கு அதுவரைப் பயிற்சி அளித்தவர்கள் ஆங்கிலேயர்களும் இஸ்ரேலியர்களும். அமினுக்கும் அவர்கள் தான் பயிற்சி கொடுத்தார்கள். ஆனால் இப்போது ராணுவத்தில் நிறையப் புதியவர்கள் இருக்கிறார்கள். அவர்களுக்குத் தகுந்த பயிற்சியளித்து ராணுவத்தை மேலும் பலப்படுத்த அமினால் மட்டுமே முடியும் என்று ஒபாடே நினைத்தார். ஆனால் அடியாளுக்கும் அவ்வப்போது சந்தோஷம் வேண்டியிருக் குமே? விசுவாசம் அதிகரிக்க சிறப்பு பிஸ்கட்டுகள் போட்டாக வேண்டுமே? என்ன செய்யலாம்?

அமினை ராணுவத்தின் தலைமைத் தளபதியாக நியமித்தார் ஒபாடே.

உகாண்டாவில் அறிவிக்கப்படாத மிலிட்டரி அரசாங்கம்தான் அப்போது நடந்து கொண்டிருந்தது. புகாண்டா மன்னரும் ஆட்சி அதிகாரத்தில் இல்லை. புகாண்டா மக்களும் குண்டடிபட்டு ஒடுங்கிப் போயிருக்கிறார்கள். இதனால் சட்டம், நீதி எல்லாம் ஒதுக்கப்பட்டு ராணுவம் என்ன நினைக்கிறதோ அதைச் செய்ய உரிமை அளித்திருந்தார் ஒபாடே. அரசுக்குப் பாதிப்பு ஏற்படுத்து பவர்கள் உடனடியாகச் சிறையில் அடைக்கப்பட்டார்கள். எதிர்க்கட்சியில் யாராவது வாய் திறந்தால் அடுத்த நிமிடமே அவர்கள் வீட்டு வாசலில் ஜீப் நின்றது.

ஒபாடேபுரிந்துகொண்ட முதல் விஷயம், ஜனநாயகத்தைக் கட்டி ஆள்கிறேன், உகாண்டாவை ஜப்பான், சிங்கப்பூராக மாற்றிக் காட்டுகிறேன் என்றெல்லாம் சொல்லி ஆட்சி செய்தால் அவ்வளவுதான். பொட்டி கட்ட வேண்டியதுதான். தொடர்ந்து ஆட்சியில் அமர, ஜனநாயக ஆட்சி உதவாது என்பதை அவர் மனப்பூர்வமாக நம்பினார்.

அமினின் நட்பும் அவ்வப்போதையப் போதனைகளும் அவரை ஒரு பாதி சர்வாதிகாரியாக மாற்றியிருந்தது. முன்பு உகாண்டா மக்களின் உரிமைக்காக நடுரோட்டில் நின்று போராடியவர், இன்று உகாண்டா மக்களைத் தன் அடிமைகள் என்று எண்ணும் அளவுக்கு மாறிப் போயிருந்தார்.

ஆங்கிலேயர்கள் இந்தியர்களை வண்டிவண்டியாகக் கொண்டு வந்தது போலச் சூடானிலிருந்தும் ஏராளமானவர்களை அழைத்து வந்து கூலி வேலைகளுக்கும் காவல்துறையின் சிறிய வேலைகளுக்கும் பயன்படுத்திக்கொண்டார்கள். இந்தப் பழக்கத்தில் சூடானிலிருந்து நிறைய இளைஞர்களை வர வழைத்து அவர்களுக்கு ராணுவத்தில் வேலை வாங்கிக் கொடுத் தார் அமின். நுபியர்கள் என்று அழைக்கப்பட்ட இவர்கள்தான் பின்னாளில் அமினுக்கும் எல்லாமுமாக இருந்தார்கள்.

வேலையும் மூன்று வேளை சோறும் கொடுத்த நன்றிக்கடனுக் காக சூடான் வீரர்கள் அமினிடம் நூறு சதவிகித விசுவாசத்தைக் காட்டினார்கள். அமின் சொன்ன அத்தனை வேலைகளையும் செய்தார்கள்.

சூடானிலிருந்து நிறைய ஆயுதங்களையும் கொண்டுவந்து அமினுக்கு அளித்தார்கள். உளவு வேலைகளிலும் நுபியர்களை அமின் ஈடுபடுத்தினார். குறிப்பாக ஒபாடேவுக்குப் பாது காப்புக் கொடுக்கும் பணிகளில் சூடான் வீரர்கள் ஈடுபடுத்தப் பட்டனர்.

ராணுவத்தின் முழுப் பொறுப்பையும் அமினுக்கு வழங்கி விட்டதால் ஒபாடே எதிலும் தலையிடவில்லை. தன்னிடம் வேலை பார்ப்பவர்களே அமினுக்கு உளவு சொல்வார்கள் என்றெல்லாம் அவர் கனவிலும் எண்ணாததுதான் அவர் செய்த பெரிய தவறாக அமைந்தது.

ஒபாடேவின் முதன்மைச் செயலாளராக கியேம்பா என்பவர் பணியில் அமர்த்தப்பட்டார். இவர் மட்டும் அமினின் வலைக் குள் விழவில்லை. தன் வேலை உண்டு, வீடு உண்டு என்று எந்தச் சர்ச்சையிலும் சிக்கிக்கொள்ளாமல் வேலை பார்த்ததால், அமினும் கியேம்பாவை ஒரு பொருட்டாக எண்ணவில்லை.

1967ல் பிரிட்டன் புதிய சட்டம் ஒன்றைக் கொண்டு வந்தது. அதன் காலனி நாடுகளில் உள்ள மக்கள் பிரிட்டிஷ் பாஸ்போர்ட் வைத்திருந்தால் அது செல்லுபடியாகாது என்றும், பிரிட்டன் மண்ணில் வசிப்பவர்களுக்கு மட்டுமே பாஸ்போர்ட் உரிமம் வழங்கப்படும், புதுப்பிக்கப்படும் என்றும் அதிரடியாக அறி வித்தது.

இதனால் உகாண்டாவில் வாழும் இந்தியர்களும் பிற ஆசியர் களும் பெரும்குழப்பம் அடைந்தார்கள். இதைக் கவனத்தில் கொண்ட பிரிட்டன், உகாண்டா இந்தியர்களுக்கு உடனடியாக பாஸ்போர்ட் வழங்குமாறு ஒபாடேவுக்குப் பரிந்துரை செய்தது,

உகாண்டாவில் வசித்த பல இந்தியர்கள் இரட்டைக் குடியுரிமை வைத்திருந்தனர். அல்லது பிரிட்டன் பாஸ்போர்ட்டில் உகாண்டாவில் வேலை பார்த்து வந்தனர். உகாண்டா மக்களாக இருந்தால் தனிக்குடியுரிமை வழங்க அப்போதைய பிரிட்டன் அரசு மறுக்கவில்லை.

இந்த நிலையில் குடியுரிமை இல்லாத அத்தனை ஆசிய மக்க ளுக்கும் குடியுரிமை வழங்க முன்வந்தார் ஒபாடே. சீக்கிரத்தில் தங்கள் பிரச்னையைத் தீர்த்ததால் ஆசியர்களின் மனத்துக்கு நெருக்கமானார் ஒபாடே.

அதுவரை மாபெரும் பிரச்னை என்று எதிலும் மாட்டிக் கொள்ளாத சமர்த்து அரசாங்கமாக இருந்த ஒபாடேவின் ஆட்சியில் முதல் கல்லை வீசிக் குட்டையைக் குழப்பினார் அமின்.

1969. டிசம்பர் 19 அன்று தன் கட்சியின் மீட்டிங் ஒன்றை முடித்துவிட்டு ஒபாடே வெளியே வந்தபோது மறைந்திருந்து அவரை நோக்கித் துப்பாக்கியால் சுட்டான் ஒருவன். அவ்வளவுதான். அந்த வளாகமே ஸ்தம்பித்துப்போனது. அத்தனை பேரும் கீழே படுத்துக்கொண்டார்கள். மாறி மாறிச் சுட்ட அவன் கடையில் கிரானேட் குண்டுகளை வீசி விட்டுச் சென்றான்.

நல்லவேளையாக ஒபாடே மீட்டிங் முடித்து வெளியே வந்தபோது அவரது தொண்டர்கள் அவரைச் சூழ்ந்து கொண்டதால் ஒபாடேவைக் கொல்ல வந்தவனின் குறி தவறிப்போனது. இருந்தபோதும் ஒபாடேவின் தாடையில் குண்டு பாய்ந்தது. வாயைக் கிழித்து இரண்டு பற்களையும் பெயர்த்தது அந்தக் குண்டு. ஒபாடேவின் கூடவே வந்த கியேம்பாவும் இந்தச் சம்பவத்தில் காயமடைந்தார்.

ஒபாடேவுக்கு அமினைத் தவிர வேறு யாரையும் தவறாக எண்ணமுடியவில்லை. அமினைத் தாண்டித் தன்னை ஒருவன் கொல்ல வரமுடியாது. அதனால் அமினே குற்றவாளி என்கிற முடிவுக்கு வந்தார். மேலும் அந்த மீட்டிங்கின் பாதுகாப்புக்காக அமினும் வரவேண்டியிருந்தது. ஆனால் எந்தக் காரணமும் சொல்லாமல் அமின் வராதது சந்தேகத்தை மேலும் உறுதி செய்தது.

தேசத்தின் எல்லாப் பகுதிகளிலும் விஷயம் ஒருவாறு பரவியது. எங்கும் ராணுவம். எதிலும் ராணுவம். திடீரென நாடு முழுக்க ராணுவக் கட்டுப்பாட்டுக்குள் வந்ததால் மக்கள் குழம்பிப் போனார்கள்.

மக்களிடம் பேசினார் ஒபாடே. ‘சட்டம் ஒழுங்கை நிலைநாட்ட முடியாமல் சாத்தான்கள் சதி செய்கின்றன. இறையாண்மைக்குப் பங்கம் விளைவிக்கும் விதத்தில் திரைமறைவுக் காரியங்கள் நடக்கின்றன. நாட்டின் பாதுகாப்பைப் பலப்படுத்தியிருக்கிறேன். இந்தத் தொல்லை சில நாள்களுக்குத்தான். அதற்குள் என்னைக் கொல்ல வந்த மூட்டைப் பூச்சியை நசுக்கி விடுகிறேன். கொஞ்சம் பொறுத்துக்கொள்ளுங்கள், எல்லாம் சரியாகிவிடும்.’

ஒபாடே தாக்கப்பட்ட பிறகு அருகே இருந்த அமினின் வீட்டுக்கு ராணுவ வீரர்கள் விரைந்தார்கள். அவர்களைக் கண்டதும் என்ன ஏது என்றுகூட விசாரிக்காமல் காம்பவுண்டு சுவர் ஏறிக் குதித்துத் தப்பித்துப்போனார் அமின். அங்கிருந்து 20 மைல் தள்ளியிருந்த பாம்போ என்கிற பகுதியில் சில நாள்கள் தங்கிக்கொண்டார்.

அந்த இடத்தில் சூடான் ராணுவ வீரர்கள் குடியிருப்பதால் தனக்கு அந்த இடம் பாதுகாப்பாக அமையும் என்று நம்பினார் அமின். பிறகு தன் ஜூனியர் ஆபிசர்களிடம் நடந்ததைக் கேட்டுக்கொண்டார். தன் திடீர் மறைவுக்குக் காரணம் சொன்னார் அமின். 'ஒபாடே என்னைக் கொல்ல ராணுவ வீரர்களை அனுப்பியிருக்கிறாரோ என்று சந்தேகப்பட்டேன். நாளை நான் ஆபிஸ் வந்துவிடுவேன்.'

எதுவும் நடக்காததுபோல அலுவலகத்துக்கு வந்த அமினிடம் ஒபாடே எதுவும் கேட்டுக்கொள்ளவில்லை. அமினும் ஒபாடேவிடம் கொலை முயற்சி பற்றி ஒன்றும் விசாரிக்கவில்லை. இதனால் ஒபாடேவுக்கு அமினின் நோக்கம் தெளிவாகப் புரிந்துபோனது. இதனால் உடனே அமினுக்கு அடுத்த நிலையில் இருக்கும் பிரிகேடியர் ஒகோயோவிடம் பேசினார் ஒபாடே. அமின் முன்புபோல் இல்லை. கர்வம் தலைக்கேறிவிட்டது. எப்போதும் அவர்மீது ஒரு கண் வைக்கவும்.

ஒபாடேவின் ஆதரவு இருந்ததால் ஒகோயோ, அமினிடம் கொலை முயற்சி தொடர்பான விவரங்களைக் கேட்டார். அந்த நாளில் அமின் காணாமல் போனது பற்றியும் விசாரிக்க அமின் கோபமாகி ஒகோயோவுடன் கடுமையாகச் சண்டை போட்டார். என்னைவிட ஜூனியராக இருக்கும் ஒருவனிடம் தான் விளக்கம் அளிக்கவேண்டியதில்லை என்று அந்தக் கூட்டத்திலிருந்து பாதியில் விலகினார் அமின்.

சிலநாள்கள் கழித்து, அதாவது 1970, ஜனவரி 25 அன்று ஒகோயோவும் அவர் மனைவியும் அவர்கள் வீட்டில் கொடூரமான முறையில் கொலை செய்யப்பட்டிருந்தார்கள். தன்னுடன் நெருக்கமாக இருந்த ஒரே காரணத்துக்காக ஒகோயோவை அமின் கொன்றிருக்கிறார் என்று ஒபாடேவுக்குப் புரிந்து, திகிலானார். உடனே விசாரணைக்கு உத்தரவிட்டார்.

ஒகோயோவைக் கொலை செய்தது சூடான் ராணுவ வீரர்கள் என்பதால் அமின் அவர்களைக் காப்பாற்ற எல்லா வகையிலும்

முயற்சி செய்தார். விசாரணைக் குழு அவர்களை நெருங்காமல் பார்த்துக்கொண்டார்.

இந்தச் சமயத்தில்தான் ஒபாடேவின் கொடூரமான முகத்தைப் பார்க்க ஒரு சந்தப்பம் கிடைத்தது. எதிர்க்கட்சிகளின் துணை யோடுதான் அமின் இத்தனை உள்ளடி வேலைகளையும் செய் கிறார் என்று சந்தேகப்பட்ட ஒபாடே, அனைத்துக் கட்சிகளை யும் தடை செய்தார். எதிர்க்கட்சிகள் நாட்டின் ஒற்றுமைக்குக் குந்தகம் விளைவிக்கின்றன என்று காரணம் சொன்னார்.

இதைத் தட்டிக் கேட்ட ஜனநாயகக் கட்சியின் முன்னாள் தலைவ ரான பெனிடிக்ட் கிவானுகாவைச் சிறையில் அடைத்தார் ஒபாடே. கேள்வி கேட்க யாரும் இல்லாததால் அல்லது யாரை யும் கேள்வி கேட்க அனுமதிக்காததால் உகாண்டாவில் பல அட்டூழியங்கள் நடப்பதற்கு அதுவே காரணமாகவே அமைந்து விட்டது.

இன்றுவரை ஊழல்கள்தாம் உகாண்டாவின் பெரிய பிரச்னை. இதைத் தொடங்கி வைத்தவர் ஒபாடே. அதிகாரத்தைக் கையில் வைத்துக்கொண்டு பல ஊழல்களைச் செய்யத் தொடங்கினார். அரசு டெண்டர்களில் சில சதவிகிதங்கள் ஒபாடேவுக்குச் கப்பம் கட்டப்பட்டன. அரசு செலவிடும் ஒவ்வொரு தொகையிலும் ஒரு பங்கு தனக்கு வந்து சேரும்படிப் பார்த்துக்கொண்டார். ஆசியர்களின் நிறுவனங்கள் மாதம் தவறாமல் குறிப்பிட்ட தொகையை லஞ்சமாக செலுத்தும்படி வாய்மொழி உத்தரவு போடப்பட்டது.

ராணுவத்திற்கான ஆயுதங்கள் வாங்குவதில் லஞ்சம் கொடி கட்டிப் பறந்தது. இதற்கெல்லாம் தொடக்கமாகக் காங்கோ பழங்குடி மக்களிடம் அமினும் ஒபாடேவும் அடித்தக் கூட்டுக் கொள்ளையைச் சொல்லலாம். இதனால் அதிகாரத்தை வைத்துக் கொண்டு எப்படியெல்லாம் பணம் செய்யலாம் என்று இடி அமின் காட்டிய வழியில் ஜோராகச் சென்றுகொண்டிருந்தார் ஒபாடே.

உகாண்டாவில் ஆசியர்களின் ஆதிக்கம் அதிகமாக இருந்த காலம் அது. குறிப்பாகச் சில இந்தியர்கள் சக்கைப்போடு போட்டார்கள். பல தொழில் நிறுவனங்களைக் கட்டி, கோடி கோடியாகச் சம்பாதித்தார்கள். தொழில் வளர்ச்சியில் அவர்

களின் பங்களிப்பினால்தான் உகாண்டா ஏற்றுமதி, இறக்குமதி யில் முக்கிய இடம் வகிக்கிறது என்பதை ஏற்க மறுத்தார் ஒபாடே.

‘எங்கள் மண்ணில் பிழைக்க வந்த நீ எங்களுக்குச் சலாம் போடுவதே சரியானது. அதைவிட்டு எங்களை ஏய்த்துப் பிழைக்க உனக்கு அருகதை இல்லை’ என்று ஆசிய முதலாளி களிடம் எச்சரிக்கை செய்யச் செய்ய ஆரம்பித்தார். என்ன மிரட்டினாலும் எவ்வளவு லஞ்சம் வாங்கினாலும் இந்தியர்களின் வளர்ச்சி ஜேஜேயென்று இருப்பதைப் பார்த்து அதைத் தடுப் பதற்காகவே ஒரு புதிய சட்டத்தை உருவாக்கினார் ஒபாடே.

மக்களின் நல்வாழ்வுக்காக ‘காமன்மேன்ஸ் கேரக்டர்’ என்கிற திட்டம் ஒன்றைக் கொண்டுவந்தார் ஒபாடே. பக்கத்து நாடான தான்சானியாவின் கொள்கையின் காப்பி வடிவம்தான் அது. தான்சானியாவில் இந்தியர்களின் ஆதிக்கத்தை ஒடுக்க இந்திய நிறுவனங்கள் அனைத்தையும் தேசியமயமாக்கினார் அதன் பிரதமர் நையிரெரே. அதேபோல உகாண்டாவில் உள்ள ஆசியர் களின் அத்தனை நிறுவனங்களும் அறுபது சதவிகிதம் தேசிய மயமாக்கப்படுவதாக அறிவித்தார் ஒபாடே.

இது தொடர்பாக அனைத்து ஆசியர்களையும் அழைத்துப் பேசிய ஒபாடே இந்தியர்களைக் கடுமையாகத் தாக்கினார். உகாண்டா வின் பணத்தை எடுத்துக்கொண்டு போய் வெளிநாடுகளில் முதலீடு செய்வதால் உகாண்டாவுக்குப் பலத்த இழப்பு ஏற்படுகிறது என்று நேரிடையாகக் குற்றம் சாட்டி, தன் புதிய சட்டத்துக்கு நியாயம் தெரிவித்தார்.

குறிப்பாக இந்தியாவின் பாட்டா (ஷூக்கள், செருப்புகள் தயாரிக்கும் நிறுவனம்) கம்பெனிமீதுதான் ஒபாடேவின் கோபம் அதிகமாக இருந்தது. அவர்கள் உகாண்டாவில் லாபம் சம்பா தித்து, கென்யாவில் முதலீடு செய்கிறார்கள். இது ஏற்புடைய தல்ல, என் சட்டத்தை யாராவது உதாசீனப்படுத்தினால் அவர்கள் யாராக இருந்தாலும் உகாண்டாவை விட்டு வெளியேற்றப் படுவார்கள் என்று காட்டமாகத் தெரிவித்தார்.

பின்னாளில் உகாண்டாவை விட்டு ஆசியர்கள் ஒட்டு மொத்த மாக வெளியேறுவதற்கு இச்சட்டம் அடித்தளமாக அமைந்தது என்று சொல்லலாம்.

பொதுவாக இந்தியத் தொழில் நிறுவனங்கள்மீது அவர் தாக்குதல் தொடுத்தாலும், அவரது குறிப்பான கவனம் என்பது, குஜராத்திய தொழிலதிபர் மனுபாய் என்பவர் மீது இருந்தது. ககிராவில் மனுபாய் குடும்பத்தின் சர்க்கரை ஆலை நடத்தி வந்தார்கள். மிகப்பெரிய ஆலை. அந்த நிறுவனத்தின் பங்கு களை வாங்க விருப்பம் தெரிவித்தது ஒபாடேவின் அரசு.

இந்த இந்தியத் தொழில் குடும்பங்கள் பற்றி விரிவாக அடுத்து வரும் அத்தியாயத்தில் பார்க்கப் போகிறோம். அதற்குமுன் ஒபாடே மீதான இன்னொரு கொலை முயற்சியைக் கவனித்து விட வேண்டியது முக்கியம்!

ஜூலை மாதம் ஒபாடே மீதான இரண்டாவது கொலை முயற்சி நடந்தது. லூசிரா சிறைச்சாலைக்கு விசிட் அடித்துவிட்டுத் தலை நகர் கம்பாலாவிலிருந்து எண்டபிக்குச் சென்றுகொண்டிருந்தார் ஒபாடே. அவருடன் கியேம்பாவும் கூட இருந்தார்.

அப்போது நன்கு இருட்டிவிட்டதால் ஒபாடே மற்றும் அவரது பாதுகாப்பு அதிகாரிகளின் கார்களில் எரிந்துகொண்டிருந்த சைரன் விளக்கை அணைத்துவிடுமாறு சொன்னார் கியேம்பா. ஆனால் ஒபாடே காரின் பின்னால் வந்துகொண்டிருந்த துணை ஜனாதிபதி காரில் மட்டும் விளக்கு எரிந்துகொண்டிருந்தது.

பாதி வழியில் ஒபாடேவின் காருக்குப் பின்னால் பெரிய சத்தம் கேட்டது. துணை ஜனாதிபதியின் காரை ஒபாடேவின் கார் என்று நினைத்துக் குண்டுகள் வீசப்பட்டன. சரமாரியாகத் துப்பாக்கிச் சூடும் நடந்தது. நல்லவேளையாக முதல் குண்டு தவறி விழுந்த போது காரின் வேகம் அதிகமானதால், துணை ஜனாதிபதி உயிர் தப்பினார்.

இரண்டு முறை கொல்ல முயற்சி. இருந்தும்கூடத் தான் உயி ரோடு இருப்பது ஒபாடேவுக்கு ஆச்சரியமாகத்தான் இருந்தது. அமின்மீது குற்றம் சுமத்த நேரடிச் சாட்சியங்கள் கிடையாது.

அதேசமயம், இந்த வேலையை அமினைத் தவிர வேறு யாரும் செய்யமுடியாது. பகாண்டா மக்கள்மீது சந்தேகப்படுவதே பாவம். மன்னர் பிரிட்டனுக்கு ஓடிப்போனதில் இருந்து அவர்கள் ஒடுங்கிப் போயிருக்கிறார்கள். ஒடோயோவின் மரணமே அமினின் பழி வாங்கும் குணத்துக்கு ஓர் உதாரணம்.

வேறு வழியில்லை. தன் பாதுகாப்பை மேலும் அதிகரிக்க முடிவு செய்தார் ஒபாடே. ஜெனரல் சர்வீஸ் யூனிட் என்கிற பிரத்தியேகப் பாதுகாப்புப்படை உருவாக்கப்பட்டது. அமினைக் கலந்தாலோசிக்காமல் ஒபாடே எடுத்த முடிவு இது. அகென அடோாகோ என்கிற ராணுவ அதிகாரி இதன் தலைமைப் பொறுப்பை ஏற்றார்.

அமின் இதையெல்லாம் கவனித்துக்கொண்டுதான் இருந்தார். ஆனால் கருத்து ஏதும் சொல்லவில்லை. எப்போதும்போல் தானுண்டு தன் பணிகள் உண்டு என்றே காட்டிக்கொண்டார். ஒபாடேவேதான் அவரை ராணுவத் தளபதியாக நியமித்தார். எனவே, குற்றம் சாட்டுவதானாலும் வேறென்ன செய்வதானாலும் அதற்கான காரணத்தை அவரேதான் விளக்கியாக வேண்டும்.

என்றைக்காவது நேருக்கு நேர் மோத நேர்ந்தால் அப்போது பார்த்துக்கொள்ளலாம், அதுவரைக் கர்மவீரனாக மட்டும் இருக்கலாம் என்று அவர் முடிவு செய்திருந்தார். ஆனால் ஒபாடே இன்னும் வெகு காலத்துக்கு அதிபராகத் தொடரக் கூடாது என்று மட்டும் அமினுக்கு உறுதியாகத் தோன்றிவிட்டது.

ராணுவத் தளபதி என்கிற முறையில் அவருக்கு அப்போது எகிப்து அரசிடமிருந்து ஓர் அழைப்பு வந்திருந்தது. அரசுமுறைச் சுற்றுப்பயணமாக எகிப்து செல்ல இருந்தார் அமின். இதையெல்லாம் தவிர்க்க முடியாது. அதே சமயம், ஒபாடேவைத் தன் இஷ்டத்துக்கு ஆடவிட்டுவிட்டு வெளிநாடு சென்று நல்லுறவு வளர்க்கிற ரகமும் அல்ல அவர்.

எனவே தனது நம்பிக்கைக்குரிய இரண்டாம் நிலை ராணுவத் தளபதிகள் சிலரை அழைத்து, 'நான் ஊரில் இல்லாத சமயத்தில் ஒபாடேவின் ஆட்டம் அதிகரிக்கும். என்ன நடந்தாலும் உடனுக்குடன் எனக்குத் தெரிவிக்கவேண்டும்' என்று சொல்லிவிட்டே கெய்ரோவுக்கு விமானம் ஏறினார்.

ஒபாடே ஒரு தத்தி. அமினை அவர் சரியாக எடை போடவில்லை. அவர் நினைத்ததுபோலவே, எப்போது இந்த ஆள் கிளம்புவார் என்று காத்திருந்த மாதிரி, உடனே உடனே ராணுவத்தில் நிறைய மாற்றங்களைக் கொண்டுவந்தார். ஏகப்பட்ட பேருக்குப் பதவி உயர்வுகள். வேண்டாதவர்கள், அமின் ஆள்

களுக்கு இடமாற்றங்கள். சிலருக்கு எச்சரிக்கைகள், மிரட்டல்கள். வெளிப்படையாக அமினின் ஆள்கள் என்று தெரிய வந்தவர்களைக் காரணமே இல்லாமல் பதவி இறக்கம் அல்லது பதவி நீக்கமும் செய்தார்.

தனக்கு விசுவாசமான நபர்களாகப் பார்த்து அந்தப் பொறுப்புகளில் நியமித்தார். இதோடு நிறுத்தாமல் இடி அமினின் பொறுப்புகள் அனைத்தையும் தனது நேரடிக் கட்டுப்பாட்டுக்குள் கொண்டுவரும்படி அவசரச் சட்டம் இயற்றினார்.

உகாண்டா ராணுவத்தில் பரபரப்புத் தொற்றிக்கொண்டது. என்னவோ நடக்கப் போகிறது. என்ன அது?

மறுபுறம், ஒடோயோ கொலை வழக்குத் தொடர்பாகப் புதிய விசாரணைக் குழுவை ஏற்படுத்தினார் ஒபாடே. இதனால் அமின் கெய்ரோவிலிருந்து திரும்பும்போது நிச்சயம் கைது செய்யப்படுவார் என்றே பலமாக எதிர்பார்க்கப்பட்டது. ஒடோயோ கொலை தொடர்பாகச் சாட்சியங்கள் திரட்டுவதற்காக அமினை இன்னும் சில நாள்கள் கெய்ரோவில் இருக்கும்படி ராணுவ அதிகாரிகள் வழியாக உத்தரவிட்டார் ஒபாடே.

அமினுக்கு விஷயம் புரிந்தது. அவரது சகாக்களும் உகாண்டாவில் நடந்துகொண்டிருக்கும் ராணுவ கலாட்டாக்கள் பற்றி அவ்வப்போது அவருக்கு அறிவித்துக்கொண்டுதான் இருந்தார்கள்.

அமின், படிக்காத ஆளே தவிர, ராணுவப் புத்தி என்பது அவர் பிறவிச் சொத்து. அவர் சாதாரண சிப்பாய் அல்ல. கமாண்டோ பயிற்சி பெற்றவர். மிகக் கடுமையான நெருக்கடிகளை அநாயாசமாக எதிர்கொள்வதில் தீவிர வேட்கை கொண்டவர். பல களங்களில், அபாயகரமான சூழ்நிலைகளை முன்னதாகச் சந்தித்தவர். அதற்கெல்லாம் முன்னால் ஒபாடேவின் இந்தச் சிறு நெருக்கடி ஒரு தூசு. என்ன பிரச்னை? அவர் கையில் அதிகாரம் இருக்கிறது. அவ்வளவுதானே? சரி, பிடுங்கிவிடலாம்!

அமினின் உளவுத்துறை சரியாக வேலை செய்தது. ஒபாடேவின் ஒவ்வொரு நடவடிக்கையும் உடனுக்குடன் அவருக்குத் தெரிவிக்கப்பட்டது. தான் இல்லாத நேரத்தில் ராணுவத்தை வளைத்துப்போடும் ஒபாடேவின் தந்திரத்தைத் தடுத்து

நிறுத்துவதற்காக உடனே கெய்ரோவிலிருந்து கிளம்பி வந்தார் அமின்.

ஒபாடே இதை சத்தியமாக எதிர்பார்க்கவில்லை. அமின் இல்லாத நேரத்தில் ராணுவம் முழுவதையும் தனது ஆள்களால் நிரப்பிவிடலாம், அமினைப் பதவி நீக்கம் செய்துவிடலாம் என்று தீவிரமாக வேலை செய்துகொண்டிருந்தார் அவர். ஒரு பாதுகாப்புக் கருதித்தான் அமினை இன்னும் சில நாள்கள் கெய்ரோவிலேயே இருக்கவும் சொல்லியிருந்தார்.

ஆனால் நடந்தது வேறு. அமின் திடீரென்று புறப்பட்டு வந்து விட்டார். எகிப்து அதிகாரிகளிடம்கூட அவர் சொல்லிக்கொள்ள வில்லை. ஒரு தனியார் விமானத்தைப் பிடித்து, சாதாரணப் பயணி மாதிரி வந்து கம்பாலா விமான நிலையத்தில் அவர் இறங்கிவிட்டார்.

தற்செயலாக விமான நிலையத்துக்கு யாரையோ வரவேற்கச் சென்றிருந்த கியேம்பா, இடி அமின் இறங்கி வருவதைப் பார்த்துப் பேச்சற்றுப் போனார். பதறி ஓடி ஒபாடேவுக்கு போன் செய்தார். ஐயா, விபரீதம். அமின் வந்துவிட்டார்.

அந்தக் கணம் ஒபாடேவுக்கு நெஞ்சு வலி வராதது ஆச்சரியம். குலை நடுங்கிப் போய்விட்டார். ஆனாலும் சமாளித்து ஒரு செயற்கையான பதற்றச் சூழலை உருவாக்கத் திட்டமிட்டார்.

'வாருங்கள் அமின். ஒரு பெரிய பிரச்னை. நீங்கள் உடனே புகாண்டாவுக்கு ஒரு படையைக் கொண்டு போகவேண்டும். அங்கே என்னவோ கலகக் குரல் ஓங்கிக் கேட்கிறது. தேசத்துக்கு ஆபத்து உருவாகும் சூழல் உண்டாகியிருக்கிறது. வெகு அவ சரம். மற்ற அனைத்தையும் அப்புறம் பார்த்துக்கொள்ளலாம். பேசக்கூட நேரமில்லை.'

அமின் சிரித்தார். அவரிடம் ஒரு பதற்றமும் இல்லை. அவர் அதிபரைச் சந்திக்கச் சென்றபோது தன்னுடன் கூடானிய வீரர்கள் அடங்கிய படை ஒன்றை அழைத்துச் சென்றிருந்தார்.

'என்ன பேசாதிருக்கிறீர்கள்? என் உத்தரவு காதில் விழுந்ததா இல்லையா?'

அமின் அப்போதும் பேசவில்லை.

இதை எதிர்பார்க்காத ஒபாடே, கோபமுற்று பிரிகேடியர் மரில்லா என்பவரை உடனே அழைத்து அதே உத்தரவை அவரிடம் சொன்னார்.

'மன்னிக்க வேண்டும் பிரசிடெண்ட். ராணுவத் தளபதி அமின் சொன்னால் மட்டுமே நான் எதையும் செய்ய முடியும்' என்று சொல்லிவிட்டார் மரில்லா.

இது ஒபாடேவுக்குப் பெருத்த அவமானத்தை ஏற்படுத்தியது. கூடவே வரப்போகிற அபாயத்தையும் புரியவைத்தது.

அன்றைக்கே ராணுவத்தில் பல அதிரடி மாற்றங்களைக் கொண்டுவந்தார் அமின். ஒபாடேவின் தந்திரங்களைச் சமாளிக்க ராணுவத்தின் அனைத்துப் பிரிவுகளிலும் சூடானிய வீரர்களை முக்கியப் பணியில் அமர்த்தினார்.

இந்த இரண்டு பேருடைய ஈகோவினால் உகாண்டா ராணுவத்தின் நிர்வாகம் மோசமான பாதையைநோக்கிச் சென்றுகொண்டு இருந்தது. ராணுவத்துக்குள்ளேயே பல குழுக்கள் அமினுக்கு ஆதரவாகவும் எதிராகவும் பிரிந்து இருந்தது. குறிப்பாக ஒபாடேவின் லங்கி இனத்தைச் சேர்ந்த ராணுவ வீரர்கள் ஒபாடேவுக்கு விசுவாசமாக இருப்பதையே விரும்பினார்கள்.

1971 ஜனவரியில் சிங்கப்பூரில் காமன்வெல்த் மாநாடு நடந்தது. அதில் கிழக்கு ஆப்பிரிக்க நாடுகளின் சார்பாகக் கட்டாயமாக ஒபாடே கலந்துகொள்ள வேண்டியிருந்தது. கிளம்புகிற சில மணி நேரங்களுக்கு முன்பு அமினைத் தவிர்த்துவிட்டு இதர ராணுவத் தளபதிகளை மட்டும் அழைத்துப் பேசினார் ஒபாடே.

தான் ஊரில் இல்லாத நாள்களில் தன்மீது கொஞ்சம் பயம் இருக்கும்படியாகச் சில உத்தரவுகளைத் தெரிவித்தார். சட்டத்துக்குப் புறம்பாக யார் நடந்தாலும் அவர்களை இந்த அரசு வேடிக்கைப் பார்க்காது என்று பொத்தாம் பொதுவாகச் சொல்லிவிட்டுக் கிளம்பினார் ஒபாடே.

தனியாக அமினை சந்தித்த கியேம்பா, ஒபாடே நடத்திய மீட்டிங் குறித்துப் பேசினார். அதெல்லாம் இருக்கட்டும். எனக்குச் சிங்கப்பூரிலிருந்து ஏதாவது வாங்கி வாருங்கள் என்று மட்டும் கியேம்பாவிடம் சிரித்துக்கொண்டே சொன்னார் அமின்.

அப்போது கியேம்பாவுக்குப் புரிந்துவிட்டது. என்னமோ திட்டம் இருக்கு!

ஒபாடே கிளம்பியதும் நாள் முழுக்க மீட்டிங் மீட்டிங் என்று ராணுவ அதிகாரிகளைத் தாளித்தார் அமின். ராணுவத் தலைமைப் பொறுப்பில் இருக்கும் அமின் ஒரு தீர்மானத்துக்கு வந்துவிட்டார் என்பது அவர்களுக்குப் புரிந்தது. அவரது பேச்சும் ஆவேசமும் அவர் ஒரு ராணுவப் புரட்சிக்குத் தயாராகி விட்டதையே எடுத்துக்காட்டின.

விஷயம் சிங்கப்பூரில் இருந்த ஒபாடேவின் காதுக்கு எட்டியது. உண்மையில் அமின் கெய்ரோவில் இருந்தபோது இங்கே பல குழிகளைப் பறிக்க முயற்சி செய்தார் ஒபாடே. ஆனால் அனைத்திலும் மண்ணைப் போட்டு மூடி ஒபாடேவின் தந்திரங் களைச் செல்லாக்காசு ஆக்கினார் அமின். ஆனால் இப்போது தான் ஊரில் இல்லாதபோது யானையைக் கவிழ்க்க வெட்டுவது போல ஒரு பள்ளத்தை அமின் தோண்டி வருவது அறிந்து துடித்துப்போனார் ஒபாடே.

உள்நாட்டு விவகாரங்களுக்கான அமைச்சரான பசில் படாரிங் கயாவிடம் அமினைக் கைது செய்வதற்கான வேலைகளை முடுக்கிவிடச் சொன்னார்.ஆனால் இந்தச் செய்தியையும் அது பாதி வழியில் வருகிறபோதே அறிந்துகொண்டார் அமின். யார் யாரைக் கைது செய்யப்போகிறார் என்கிற பதற்றம் கம்பாலா வில் நீடித்தது.

ஒபாடேவுக்கு எதிரான இடி அமினின் ஆட்டம் என்ன மாதிரியான விளைவுகளை ஏற்படுத்தப்போகிறது என்று சரியாகப் புரியாத ராணுவ வீரர்கள் கொஞ்சம் பதற்றமும் கொஞ்சம் சாகச உணர்வும் கொஞ்சம் பயமுமாகத் தத்தளித்துக்கொண்டிருந் தார்கள்.

ஜனவரி 24ம் தேதி காலையிலேயே ராணுவ அதிகாரிகளுக்கு உத்தரவு பறந்தது. ஆயுதக்கிடங்கு முழுவதும் நம் கட்டுப் பாட்டுக்குள் வரவேண்டும். அனைத்து அரசு அலுவலகங்கள், வானொலி நிலையம், தொலைபேசித் தலைமையகம், காவல் துறை எல்லாம், எல்லாம் ராணுவத்தின் கீழ். விமான நிலையங்களும் விலக்கல்ல. நீங்கள் என்று ஆக்கிரமிக்கவும். யார் எதிர்த்தாலும் சுட்டுவிடவும்.

உகாண்டா அன்றைக்கு ஒரு பெரிய ராணுவப் புரட்சிக்குத் தயாரானது! சாலைகள் எங்கும் ராணுவ வீரர்கள் அணி வகுத்துச் சென்றார்கள். மக்கள் யாரும் அநாவசியமாக வெளியே வர வேண்டாம். நிலைமை சரியில்லை. வானொலியில் ராணுவக் குரல் கரகரத்து ஒலித்தது.

உள்துறை அமைச்சரின் செயலாளர் நெடெண்டே ரகசியமாகப் புறப்பட்டு சிங்கப்பூருக்கு விரைந்தார். ஒபாடேவிடம் உகாண்டா நிலவரங்களை நேரில் சொல்ல வேண்டியது அவருக்கு இடப் பட்ட கட்டளை. பாவம், அவருக்கும் யாராவது சொல்லித் தானே ஆகவேண்டும்? சரி போகட்டும் என்று பார்த்துக் கொண்டிருந்தார் அமின்!

சிங்கப்பூர் சென்று சேர்ந்த அந்தச் செயலாளர், ஒபாடேவிடம் பதறியடித்துப் பேசிய முதல் வரி: ' உங்களுடைய திட்டங்கள் அனைத்தும் கியேம்பா வழியாக அமினுக்கு செல்கிறது. அவர் மீது ஒரு கண் வைக்கவும். உகாண்டாவில் அவசரநிலை பிரகடனப்படுத்தப்பட்டதுபோல இருக்கிறது. எதுவும் சரியாக இல்லை. என்னவோ நடக்கிறது.'

உடனே ஒபாடே உள்துறை விவகார அமைச்சருக்கு போன் செய்து அமினின் கைது தொடர்பான நடவடிக்கைகளின் முன்னேற்றத்தைக் கேட்டார். ஆனால் எதிர்முனையில் இருந்து வந்த சொதப்பலான பதிலைக் கேட்டு ஒபாடேவின் ரத்தக்கொதிப்பு அதிகமானது. கைதா? அமினையா? எப்போது, யார் சொன்னார்கள்? என்று பிறப்பிக்கப்பட்ட உத்தரவு அது? அப்படியொன்றும் சொல்லப்பட்டதாக நினைவில்லையே?

அடுத்தநாள் சிங்கப்பூர் அரசு அதிகாரிகள் ஒபாடேவைத் தனியாக அழைத்து விஷயத்தைச் சொன்னார்கள். கம்பாலாவில் கலவரம் உச்சமடைந்திருக்கிறது. ராணுவத்தின் கட்டுப்பாடும் மூர்க்கத் தனமும் அதிகமாக இருப்பதாகத் தகவல்கள் கிடைக்கின்றன. நிலைமை சரியில்லாததால் அங்கு செல்வதைத் தவிர்க்கவும்.

ஒபாடே உடனே டெலிபோன் மூலம் தன் ஆதரவாளர்களுக்குப் பேச முயற்சி செய்தார். யாரும் ஒபாடேவிடம் பேச விருப்பப்படவில்லை. இறுதியில் கம்பாலாவில் உள்ள ஒரு போலீஸ் ஸ்டேஷனுக்கு போன் செய்த ஒபாடேவிடம், அந்த ஸ்டேஷன் இன்ஸ்பெக்டர், உகாண்டா நிலவரத்தை ஒப்பித்தார்.

‘நாடு முழுக்க ராணுவத்தின் கட்டுப்பாட்டுக்குள் கொண்டுவரப் பட்டுள்ளது. ராணுவத்துக்கு எதிராகப் போர்க்கொடி தூக்கு பவர்கள் சுட்டு வீழ்த்தப்படுகிறார்கள். காவல்துறையின் இயக்கம் தற்போதைக்கு நிறுத்தி வைக்கப்பட்டுள்ளது. இதனால் ராணுவத்தின் நடவடிக்கைக்கு எதிராக எதுவுமே செய்ய முடியாத சூழ்நிலை.’

உடனடியாகப் புறப்பட்டார் ஒபாடே. சிங்கப்பூரிலிருந்து பம்பாய் வந்து அங்கிருந்து கம்பாலாவுக்குச் செல்லும் திட்டம். பம்பாயிலிருந்து நைரோபி செல்லும் விமானத்தில் ஏறி உட்கார்ந்தார் ஒபாடே. உடன் வந்த கியேம்பா, ரேடியோவில் பிபிசி செய்தி கேட்டுவிட்டு வரப் போனார். திரும்பி வந்தவரின் முகம் பரிதாபகரமாக இருந்தது.

‘என்ன?’ என்றார் ஒபாடே.

‘நமக்குச் சாதகமான செய்தி ஏதும் இல்லை யுவர் எக்ஸலன்ஸி’ என்றார் கியேம்பா.

‘அப்படியென்றால்?’ என்று அவசரப்படுத்தினார் ஒபாடே.

‘நீங்கள் பதவியிலிருந்து விலக்கப்பட்டுள்ளீர்கள். அமின் ராணுவ ஆட்சியை நிறுவியுள்ளார்.’

ஒபாடே எதுவும் பேசவில்லை. அமைதியாக சீட்டில் சாய்ந்து கொண்டார்.

விமானம் கென்யாவுக்குச் சென்றது. நைரோபியில் வழக்கமான வரவேற்பு இல்லை. முன்னாள் ஜனாதிபதி என்கிற அளவுக்கே ஒபாடேவுக்கு மரியாதை இருந்தது. அங்குள்ள ஒரு ஹோட்டலில் ஒருநாள் தங்கினார், ஒபாடே. இருக்கிற சூழலில் இப்போது கம்பாலா செல்வதற்குச் சாத்தியமில்லை. போனால் இரண்டிலொன்று. சிறை அல்லது மரணம்.

வேறுவழியில்லாமல் கியேம்பாவிடம் சொல்லி தான்சானியாவிலுள்ள தர் ஏ சலாமுக்கு டிக்கெட் எடுத்தார் ஒபாடே. முந்தைய நல்லுறவுகளின் அடிப்படையில் தான்சானியா தனக்கு ஆதரவளிக்கும் என்று அவர் நினைத்தார்.

அவமானம். பேரவமானம். உலகம் முழுக்க உகாண்டாவின் ராணுவ ஆட்சி பற்றிப் பக்கம் பக்கமாக எழுதினார்கள். இப்

போது ஒபாடே என்ன செய்துகொண்டிருக்கிறார், எங்கு செல்கிறார் என்று ஒபாடேவைத் துரத்தித் துரத்திக் கவனித்தார்கள்.

லைவ் கமெண்டரி மாதிரி அவரது ஒவ்வொரு நடவடிக்கையையும் பற்றிச் செய்தி நிறுவனங்கள் ஒலிபரப்பிக்கொண்டே இருந்தன. அமினுக்கு உளவு ஆள்களே வேண்டாம் என்பதுபோல ஒபாடேவின் நடவடிக்கைகள் அனைத்தும் மீடியாவினால் கண்காணிக்கப்பட்டன.

கொஞ்ச நாளைக்காவது இந்தத் தலைவலிகள் இல்லாமல் அமைதியாக, தனியாக இருக்க விரும்பினார் ஒபாடே. தான்சானியாதான் அதற்குச் சரி.

கென்யாவில் மவ் மவ் புரட்சி ஏற்பட்டபோது அதன் நீட்டிப்பாக தான்சானியாவிலும் கலவரம் வெடிக்கும் என்று அப்போது தான்சானியா அரசு அஞ்சியது. உகாண்டாவிடம் அப்போது உதவி கோரியது. நல்லுறவு அடிப்படையில் அப்போது ஒபாடே அனுப்பிய படையின் உதவியால் தான்சானியக் கலவரம் ஒடுக்கப்பட்டது. அந்த விசுவாசம் தான்சானியா அரசுக்கு மிச்சமிருக்கும் என்பது ஒபாடேவின் கணக்கு.

தான்சானியாவின் ஜனாதிபதி அப்போது இந்தியச் சுற்றுப் பயணத்தில் இருந்ததால் துணை ஜனாதிபதி ஒபாடேவை வரவேற்றார்.

உகாண்டாவின் கொடியை ஏந்திய காரை ஒபாடேவுக்குத் தந்தது தான்சானியா அரசு. 'கம்பாலாவில் அமைதி திரும்பும்வரை இங்கேயே இருக்கலாம்' என்று ஒபாடே கியேம்பாவிடம் சொன்னார்.

ஆனால் கியேம்பா மனத்தில் வேறு திட்டம் இருந்தது. இனிமேல் ஒபாடேவிடம் ஒட்டிக்கொண்டிருப்பதில் எந்த லாபமும் இல்லை. மேலும் அது முற்றிலும் ஆபத்தானதும்கூட. அதனால் தைரியமாக அமினுடன் போனில் பேசினார் கியேம்பா.

'யுவர் எக்ஸலன்ஸி, நான் அங்கு வரலாமா? உங்கள் உத்தரவின் படிச் செய்கிறேன்.'

சத்தம்போட்டுச் சிரித்தார் இடி அமின். பட்சி வலையில் விழுந்துவிட்டது. 'என்ன கியேம்பா, இன்னுமா கிளம்பவில்லை. அந்த யூஸ்லெஸ் மனிதனுடன் இருந்துகொண்டு ஏன் ஈ ஓட்டிக்

கொண்டிருக்கிறீர்கள். வந்து கொண்டாட்டங்களில் கலந்து கொள்ளுங்கள்' என்றார் அமின்.

உண்மைதான். ஒபாடேவின் ஆட்சியை உகாண்டாவில் யாருமே விரும்பவில்லை என்பதுதான் உண்மை. மக்களைப் பற்றி யோசிக்காமல் தன்னிச்சையாக எடுத்த பல முடிவுகள் ஒபாடேவுக்கு எதிராக அமைந்தன. ஒபாடேவின் ஆட்சி ஒழிந்தால் தேவலை என்று ஒட்டுமொத்த உகாண்டாவும் எண்ணியிருந்த சமயத்தில்தான் மக்களின் நாடித்துடிப்பை அறிந்து சரியான சமயத்தில் ஒபாடேவை நாற்காலியிருந்து அப்புறப்படுத்தினார் அமின்.

கியேம்பாவுக்கு இது தெரியும். ஒரு பிறவி அரசியல் எடுபிடியான அவர், காற்றடிக்கும் திசையில் பறப்பதையே விரும்பினார். எனவே தன்னை மட்டுமே நம்பியிருந்த ஒபாடேவைக் கைவிட்டுவிட்டு உகாண்டாவுக்கு விமானம் ஏறிவிட்டார்.

கம்பாலா விமான நிலையத்தில் கியேம்பாவை வரவேற்க பிளம்டபிள்யூ கார் அனுப்பப்பட்டிருந்தது. விமான நிலையத்துக்கு கியேம்பாவுக்குத் தெரிந்த கார் டிரைவரையே அனுப்பியிருந்தார் அமின். ஒபாடேவிடம் சொல்லாமல் கொள்ளாமல் கிளம்பிய கியேம்பா சற்று உதறலுடன்தான் உகாண்டாவில் கால் வைத்தார். ஆனால் ஆரம்ப வரவேற்புகள் அனைத்தும் கியேம்பாவுக்குத் தெம்பைத் தந்தன.

அமினை அவர் இல்லத்தில் சந்தித்தார் கியேம்பா.

'வாங்க..வாங்க.. சிங்கப்பூரிலிருந்து எனக்கு என்ன வாங்கிட்டு வந்திருக்கீங்க' என்று சகஜமாகப் பேசி கியேம்பாவை வரவேற்றார் அமின். அடப்பாவி மனுஷா! இந்த நாலு நாளுக்குள் நாட்டையே தலைகீழாக மாற்றிவிட்டாய். ஆனால் என்னைப் பார்த்து என்ன கேள்வி கேட்கிறாய் என்று மனத்துக்குள் நினைத்தார் கியேம்பா.

'உங்களுக்கும் உங்கள் மனைவிக்கும் நான் சில பொருள்களை வாங்கி வந்தேன். ஆனால் அவை நைரோபியில் மாட்டிக் கொண்டு விட்டன. என்னால் எடுக்கமுடியவில்லை' என்று வருத்தம் தெரிவித்தார் கியேம்பா.

'பரவாயில்லை. வீட்டுக்குச் செல்லுங்கள். இரண்டு நாள் ஓய்வு எடுங்கள். திங்கள்கிழமை முதல் உங்களுக்கு நிறைய வேலைகள்

இருக்கின்றன' என்று சொல்லி கியேம்பாவை சந்தோஷமாக அனுப்பி வைத்தார் அமின்.

உகாண்டாவில் ராணுவ ஆட்சி அமல்படுத்தப்பட்டபோது அதைத் தீபாவளிபோலக் கொண்டாடி மகிழ்ந்தார்கள் மக்கள். ராணுவ ஆட்சியின் குணாதிசயத்தை அவர்கள் கேள்விப்பட்ட தில்லை. இதனால் ஒபாடேவின் கொடுங்கரங்களில் இருந்து தங்களைக் காக்க வந்த ரட்சகன் என்று அமினை எண்ணிப் போற்றிப் புகழ்ந்தார்கள்.

ஒபாடேவின் கட்டுப்பாட்டால் தெருவுக்குச் சுதந்தரமாக வர முடியாத மக்கள் ராணுவ ஆட்சி அறிவிக்கப்பட்ட தினத்தில் வீதிக்கு வந்து நடனமாடினார்கள். ஆயிரம் வாலா பட்டாசுகளை நாள் முழுக்க வெடித்து மகிழ்ந்தார்கள். அமினுக்கு ஆதரவாகக் கோஷம் போட்டார்கள். அமினின் படத்தைத் தங்கள் இல்லத்தில் மாட்டினார்கள். இனி எங்கள் நாட்டில் தேனும் பாலும் ஓடப்போகிறது என்று ஆடிப் பாடி மகிழ்ந்தார்கள். ஆனால் நாள் செல்லச் செல்லத்தான் ராணுவ ஆட்சியின் கோர முகத்தை அவர்கள் காண நேர்ந்தது.

3

ஆரம்ப ஜோர்!

ஒபாடேவைத் துரத்தியடித்தபிறகு முதல்வேலையாக ஒரு காரியம் செய்தார் அமின். 'சீச்சீ, நீயும் ஒரு மனுஷனா' என்று இதற்கு முன்னால் யார் யாரெல்லாம் தன்னைப் பார்த்துக் காறித்துப்பியிருக்கிறார்கள்? ஒபாடேவை ஒழித்துக் கட்டியபோது யார் யாரெல்லாம் கருவியிருப்பார்கள்? பிடி அவர்களை.

இடி அமின் அகோலி இனத்தைச் சேர்ந்தவர். ஒபாடே லங்கி இனத்துக்காரர். இதனால் லங்கி இனத்தைச் சேர்ந்த பல ஆயிரம் பேரை ராணுவத்தில் சேர்த்திருந்தார். உகாண்டாவில் அரசின் சிபாரிசு இருந்தால் போதும், ராணுவத்தில் சேர்ந்துவிடலாம் என்று இருந்த நிலை அப்போது.

800 பேர். அவர்கள் ராணுவ வீரர்களாகவும் இருக்கலாம். காவலர்கள், உளவுத்துறை அதிகாரிகள், அரசுக்கு ஆயுதங்கள் சப்ளை செய்தவர்கள் யாராகவும் இருக்கலாம். ஆனால் அவர்கள் லங்கி இனத்தைச் சேர்ந்தவர்களாக மட்டுமே இருக்கவேண்டும்.

பல ஆயிரம் பேரிலிருந்து எண்ணூறு பேரைக் கொத்தாக அள்ளி லுசிரா சிறையில் அடைத்தார் அமின். (ஒரு வருடம் கழித்து அத்தனை பேரும் மர்மமான முறையில் காணாமல் போனார்கள். அவர்கள் எரிக்கப்பட்டார்கள் என்று அமினின் சுகாதார அமைச்சராக இருந்த கியேம்பா தன் நூலில் குறிப்பிடுகிறார்.)

நாற்காலியில் அமர்ந்தபிறகு அமின் சில காலம் சுகவாசியாக வாழ ஆரம்பித்தார். மக்களின் வாழ்க்கை, அவர்கள் படும் சிரமம் பற்றியெல்லாம் கிஞ்சித்தும் எண்ணவில்லை. மக்கள் தன்னைத் தேவதூதராக எண்ணவேண்டும் என்று மிகவும் ஆசைப்பட்டார்.

உகாண்டா அரசு வானொலி அதிகாரிகளைக் கூப்பிட்டார்.

'நான் தினமும் சுற்றுப் பயணம் செல்லவிருக்கிறேன். ஏராளமான புதிய அறிவிப்புகள் வரவிருக்கின்றன. செய்தித்தாளில் அறிவிப்பு வெளியிட்டால் அது அடுத்தநாள்தான் மக்களைச் சென்றடையும்.

நான் வழங்குகிற ஒவ்வொரு செய்தியையும் உடனுக்குடன் மக்களுக்கு வானொலிச் செய்திகளில் ஒளிபரப்பவேண்டும். என் அலுவலகத்திலிருந்து உங்களுக்குத் தகவல் எப்போது கிடைத்தாலும் ஃப்ளாஸ் நியூஸ் ஆக அதை மதித்து வானொலி வழியே மக்களுக்கு அறிவிப்புக் கொடுக்கவேண்டும்.'

இங்கே உகாண்டா வானொலி பற்றி ஒரு சிறு அறிமுகம்.

உகாண்டாவில் அரசு மொழியாக ஆங்கிலம் (முன்னாள் காலனி நாடு அல்லவா!) என்றாலும் அங்கு அதிகமாகப் பேசப்படுபவை லுகாண்டா, ஸ்வாஹிலி என இரு ஆதி மொழிகள். இப்போது ஆங்கிலத்தோடு ஸ்வாஹிலியும் அரசு மொழியாகியிருக்கிறது. இதுதவிர சில ஆயிரம்பேர் பேசக்கூடிய மொழிகளும் அங்கு உண்டு.

அகில இந்திய வானொலி போலவே உகாண்டா வானொலியும் பல மொழிகளில் - துல்லியமாகச் சொல்லவேண்டும் என்றால் 24 மொழிகளில் தன் நிகழ்ச்சிகளையும் செய்திகளையும் ஒலிபரப்பு செய்கிறது. (புகடி மாகாணத்தில் மொத்த 14 இனக் குழுக்கள் உள்ளன. அத்தனை பேருக்கும் தனித்தனி மொழி உண்டு).

பெரிய திட்டமெல்லாம் கிடையாது. நாளை மசாகா செல்கிறேன் என்பார். அன்றிரவே மசாகாவில் உள்ள பெரிய மைதானத்தில் பந்தல் இறக்கப்படும். நல்ல பெரிய டாம்பீகமான மேடை இரவோடு இரவாக உருவாக்கப்படும். காலை 8 மணிக்குக் காம்பாலாவில் இருந்து மசாகாவுக்குப் புறப்பட்டுவிடுவார் அமின்.

உயிரைக் கையில் பிடித்துக்கொண்டு அரசு அதிகாரிகள் எல்லா ஏற்பாடுகளையும் செய்து முடித்திருப்பார்கள். பிரியாணி பொட்டலமோ கைக்காசோ ஏதாவது கொடுத்து ஆயிரக் கணக்கான மக்களையும் திரட்டியிருப்பார்கள்.

மேடை அருகே ஹெலிபேடும் தயாராக இருக்கும். ஹெலி காப்டரில் இருந்து ஜம் என்று இறங்குவார் அமின். அரசு அதிகாரி கண்ணைக் காட்டுவார். ஹோ என்று மக்கள் அமினைக் கண்ட பரவசத்தில் காட்டுக் கத்து கத்துவார்கள்.

எத்தனை நூறு வருடங்கள் அரசியலில் இருந்தாலும் இப்படி யொரு மகத்தான மக்கள் ஆதரவை யாராலும் அடையமுடியாது. அடேயப்பா! எத்தனை உற்சாகம், எத்தனை பெருமிதம், எத்தனை உணர்ச்சிக் கொந்தளிப்புகள். கவனித்துக்கொள்ளுங் கள் என் சகாக்களே! நானே மக்கள் தலைவன். ஒரே தலைவன். ஆயிரத்தில் என்ன, கோடியில் ஒருவன்.

மக்களின் அபரிமிதமான அன்பைப் பார்த்து அமினின் உதட்டி லிருந்து புன்னகை தோன்றும். அந்தப் புன்னகை வெளிப்படும் வரைக்கும் நிகழ்ச்சியை ஏற்பாடு செய்த அரசு அதிகாரிக்கு உதறலாகவே இருக்கும். கூட்டம் குறைவாகவோ, ஏற்பாடு களில் பிசிறு இருந்தாலோ அந்த அதிகாரி செத்தார் என்று எண்ணிக்கொள்ள வேண்டியதுதான்.

மேடைக்கு மக்களை அழைப்பார் அமின். ஏற்கெனவே செட் அப் செய்து வைத்திருந்தவர் முதல் ஆளாக திபுதிபுவென மேடை மேலே ஏறுவார்கள். ஒவ்வொருவர் கையிலும் விதவிதமான மாலைகள் இருக்கும்.

அவர்களிடம் இருந்து மாலையை வாங்கிக்கொண்டு, அடுத்து அவர்கள் கையைப் பிடித்துக்கொண்டு உற்சாகமாக நடனமாடு வார் அமின். மேடைக்குச் செல்லமுடியாதவர்கள் இதில்

குஷியாகி கோரஸ் பாட ஆரம்பிக்க, ஓர் அரை மணி நேரம் அங்கு மானாட மயிலாட நடந்துகொண்டிருக்கும்.

அமின் எங்கு சென்றாலும் தனியே செல்லமாட்டார். தன் அமைச்சர் பட்டாளத்தையே கூடவே அழைத்துச் செல்வார். 'பார், நான் எத்தனை பெரிய ஆள்! நான் ஒபாடேவிடம் வாலாட்டியதுபோல என்னிடம் எதுவும் வைத்துக்கொள்ளாதே' என்று சொல்வதற்கும் தன் பலத்தை வெளிப்படுத்துவதற்கும் அவருக்கு எப்போதும் அமைச்சர்கள் அவசியமாக இருந்தார்கள். அமினின் காருக்கு முன்னால் பத்து கார்களும், பின்னால் பத்து கார்களும் பாதுகாப்புக்குச் செல்லும். வரும் வழியெல்லாம் கார் கண்ணாடிக் கதவைத் திறந்து வைத்துக்கொண்டு மக்களுக்கு டாட்டா காண்பித்தபடியே செல்வார் அமின்.

தலைநகர் கம்பாலாவில் நிர்வாகம் காற்று வாங்கும். அமின் சுற்றுப்பயணத்தின்போது ஒரு அமைச்சரும் அங்கே இருக்க அனுமதி கிடையாது. அதேசமயம் அமின் கலந்துகொள்ளும் விழாக்களில் யாருக்கும் ஒரு வேலையும் இருக்காது. அமின்தான் முழுக்க முழுக்க விழா நாயகனாக இருப்பார்.

மேடையில் அமினுக்கு மட்டுமே நாற்காலி. மற்ற முக்கியஸ்தர்கள் அத்தனை பேரும் பார்வையாளர்கள் வரிசையில்தான் அமரவேண்டும்.

இடி அமினுடைய மேடைப்பேச்சுகளின் உரை அதிகாரிகளால் தயாரிக்கப்பட்டவை. ஆனால் மேடையில் அரசின் திட்டங்கள் எதையும் விரிவாகப் பேசமாட்டார். அதற்குத்தான் வானொலி இருக்கிறதே! மேடைப்பேச்சில் சதா சுயதம்பட்டம் அடித்துக் கொள்வார்.

அமின் பேசும் ஆங்கிலம் தான் எல்லோருடைய பொறுமையையும் சோதிக்கும். உடைந்த ஆங்கிலத்தில் மெல்லப் பேசுவார் அமின். மக்கள் அமைதியாகப் கேட்டுக்கொள்வார்கள். அமினின் குரல் உயரும்போது படபடவென கைத்தட்டுவார்கள்.

அமின் பள்ளிப்படிப்பை முடிக்காதவர். பிரிட்டன் ராணுவப் படையில் இருந்ததால் ஓரளவு ஆங்கிலம் கற்றுக்கொண்டார். அதுவும் பேச மட்டும்தான். அவர் ஆங்கிலத்தில் எழுத ஆரம்பித்தால் நாலு பேர் நகைப்பார்கள் என்பதால் அந்த ரிஸ்க்கை மட்டும் எடுக்கவே மாட்டார்.

எந்த ஆங்கிலக் குறிப்பையும் படிக்க மாட்டார். அவருடைய செயலாளர்கள்தான் படித்துக் காட்ட வேண்டும். ஆங்கிலத்தில் தன் பெயர் எழுதவே அமினுக்குப் பல நாள்கள் ஆயின. ஐந்து வருடம் இதற்காக டியூஷன் எடுத்துக்கொண்டார். ஆனால் ஆங்கிலத்தில் சரளமாக எழுதுவது சாவதற்குச் சமம் என்று அந்த ஆசையை ஒதுக்கிவிட்டார்.

அமினின் டேபிளில் எந்தக் கோப்புகளும் இருக்காது. எல்லாமே வாய்மொழி உத்தரவுதான். சில சமயங்களில் மட்டும் கையெழுத்துப்போட பேனாவை எடுப்பார். மற்றபடி அவர் வாழ்க்கையில் கத்தி, துப்பாக்கிகளுக்கு இருந்த வேலைகள் கூடப் பேனாவுக்கு இருந்தது கிடையாது. வானொலியில் வாசிக்கப்படும் அமின் தொடர்பான அறிவிப்புகள் அனைத்தும் அவர் செயலாளர்களால் எழுதித் தரப்படுபவைதான்.

ராணுவ ஆட்சியில் அமர்ந்தவுடன் அமின் செய்ய நினைத்த முதல் வேலை - ஒபாடேவின் ஆட்சியில் சிறைவைக்கப்பட்ட அதிகாரிகளை வெளியே கொண்டு வருவது. வேறொன்றுமில்லை. எப்படியும் இந்தச் செய்தி ஒபாடேவின் காதுக்குப் போய்ச் சேரும். நிச்சயம் அவருடைய ரத்தக் கொதிப்பு அதிகமாகும். அதற்காகவே பார்த்துப் பார்த்து சில காரியங்கள் செய்தார் அமின்.

முன்னாள் ஜனநாயகக் கட்சியின் தலைவர் பெனிடிக்டோ கிவானுகா, பிரிகேடியர் ஷபான் ஒபோலாட் போன்ற ஒபாடேவின் கைதிகளை விடுதலை செய்தது மட்டுமில்லாமல் அவர்களுக்குப் பெரிய பதவியையும் அளித்தார். பெனிடிக்டோ, உகாண்டா உச்சநீதிமன்ற நீதிபதி பதவியில் அமர்ந்தார்.

அதே சமயம் பின்னாளில் அமினின் அமைச்சரவையில் இடம் பிடித்துப் பத்திரிகைகளால் 'அமினின் வெள்ளை எலி' என்று குறிப்பிடப்பட்ட, ஒபாடேவுக்கு நெருக்கமாக இருந்த பாப் ஆஸ்லேவை உடனே மெகிண்டை சிறையில் அடைத்தார் அமின்.

மேஜர் பாப் என்று அதிகார வட்டத்தில் அழைக்கப்படும் ஆஸ்லே இங்கிலாந்துக்காரர். ஆனால் காலனி ஆட்சியில் புகாண்டாவுக்கான அதிகாரியாகப் பணியாற்றியபோது புகாண்டா மன்னனின் வீரம் கண்டு ஆங்கிலேயப் படையில் இருந்து விலகித் தன்னை ஆப்பிரிக்க மைந்தனாகவே மாற்றிக்கொண்டார்.

விமானம் ஓட்டுவதில் திறமை பெற்றிருந்ததால் ஒபாடேவுக்கு நெருக்கமானார். 1964ல் காங்கோவுக்கு அமின் செல்லும் போதெல்லாம் ஆஸ்லே விமானம் ஓட்டினால் மட்டுமே செல்வார். ஆனால் ஒபாடேவின் ஆள் என்று மட்டுமே ஆஸ்லேவைக் கருதிய அமின் பழைய நட்பைத் தூர எறிந்துவிட்டு உடனடியாக ஆஸ்லேவை மெகிண்டை சிறைச்சாலைக்கு அனுப்பினார்.

அங்கு கழுத்துவரைச் சாணம் நிரம்பிய அறையில் அடைக்கப் பட்டுப் பலவித சித்திரவதைகளை அனுபவித்தார் ஆஸ்லே. (பின்னால் மீண்டும் அமினுடன் நெருக்கமான ஆஸ்லே, அமினின் நம்பிக்கைக்குரியவர்களில் ஒருவராக இருந்தார். அமின் உகாண்டாவிலிருந்து துரத்தப்பட்ட பிறகு கென்யாவில் தஞ்சமடைந்தார் ஆஸ்லே).

ஒரு விஷயத்தில் அமின் உஷாராக இருந்தார். கன்னாபின்னாவென்று தன் சுற்றம் நட்புகளை அமைச்சர் நாற்காலியில் அமர வைக்கவில்லை. உகாண்டாவின் பெரிய மனிதர்கள் என்று அறியப்படும் மனிதர்களைத் தன் அலுவலகத்துக்கு அழைத்து வந்து அவர்களின் ஆலோசனைகளைக் காதுகொடுத்துக் கேட்டார். விஷயம் தெரிந்தவர்களை மட்டுமே அமைச்சராக்கினார்.

வெறும் அதிகாரத்துக்கு ஆசைப்படும் ஆள்களை அமைச்சரவையில் கொண்டுவந்தால் ஒபாடேவுக்கும் நேர்ந்ததுபோல ஒரு நிலைமை தனக்கும் வந்துவிடும் என்பதில் மிகவும் உஷாராக இருந்தார் அமின்.

பொறியாளரான நியோன்யியுக்குப் பொதுப்பணித்துறை, தலைமை அரசு வழக்கறிஞராகப் பணியாற்றி இருந்த நுக்காம்போ முகேர்வாவைக்கு நிதித்துறை, உயிரியல் பேராசிரியரான வில்லியம் பனாஜுக்கு விலங்கியல் துறை. அமைச்சரவையில் நிறைய கிறிஸ்தவ, முஸ்லீம்களும் இடம்பெற்றனர். முக்கியமாக, பழங்குடியினரின் எண்ணிக்கையும் கணிசமாகவே இருந்தது.

யாரையும் அமின் வருத்தவில்லை. நான் மக்களின் பாதுகாவலன் என்பதைத் தன் முதல் காய் நகர்த்தலில் நிரூபித்தார் அமின். உனக்கு என்ன வேண்டும்? அதிகாரம். ஆட்சியில் பங்கேற்பு. அவ்வளவுதானே. இந்தா வைத்துக்கொள். வாயை மூடிக்கொள்.

கப்சிப் என்று வாயைப் பொத்திக்கொண்டார்கள்.

தன் அந்தரங்கக் காரியதரிசியாக ஹென்றி கியேம்பாவை நியமித்தார். அமைச்சர்களுக்கு சீருடை வழங்கப்பட்டன. ராணுவப் பாணியில் அமைச்சரவை பதவியேற்றது. அமைச்சர் களுக்கும் சட்டையில் மெடல்கள் குத்தப்பட்டன.

முதல் அமைச்சரவையைக் கூட்டினார் அமின். ஆரம்ப ஜோர். அதை அவர் பேச்சிலிருந்தே தெரிந்துகொள்ளலாம்.

'நண்பர்களே, கியேம்பா வழங்கிய கோப்புகளைப் பார்த்திருப் பீர்கள். அவை அனைத்தும் உங்களுக்கான பணிகள். நான் ராணுவ ஆள். முரட்டு மனிதன். எனக்கு அரசியல் தெரியாது. நீங்கள்தான் என்னை வழிநடத்தவேண்டும்.

உங்களுக்குத் தேவையான அத்தனை வசதிகளும் உங்கள் வீட்டு வாசல்முன் நிற்கும். 'ராணுவ அரசாங்கம்' என்று பொறிக்கப் பட்ட எழுத்துகளில் இந்நேரம் மெர்சிடஸ் பென்ஸ் கார் உங்கள் அலுவலகத்தில் நிற்கும். என்ன நண்பரே, என்னிடம் ஏதோ பேச எண்ணுகிறீர். சொல்லுங்கள்?'

அன்று எல்லா அமைச்சர்களும் மனம் விட்டுப் பேசினார்கள். அமின் குறைவாகவே பேசினார். கண்களிலேயே ஒவ்வொரு வரையும் அளவெடுத்தார். உகாண்டாவை அமெரிக்க பொருளா தாரத்துக்கு நிகராக, உலகம் மெச்சும் நாடாகக் கொண்டுவர வேண்டும் என்று உணர்ச்சிவசப்பட்டவர்களைத் தடுக்க வில்லை.

அமின் ஆட்சிக் காலத்தில் அமைச்சர்கள் மிகவும் மகிழ்ச்சியோடு வெளியேறிய அமைச்சரவை கூட்டம் அது.

ஆனால் சில நாள்களில் அமின் தன் வேலையை மெல்ல மெல்லக் காண்பிக்க ஆரம்பித்தார். அரசு வானொலிக்கு அளித்த பேட்டியில் அடுத்த ஐந்து வருடங்கள் உகாண்டாவைச் சீருடை அரசாங்கம்தான் ஆட்சி செய்யும் என்று சொன்னார்.

அவ்வளவுதான். அமைச்சர்கள் அலறினார்கள். ஜனநாயகம் தழைக்கவேண்டும் என்று எல்லோருடன் சேர்ந்து கோரஸ் பாடிய அமின், இப்போது திடீரென்று ராணுவ லாவணி பாடுவது யாருக்கும் ஏற்புடையதாக இல்லை. கியேம்பா காதில் தங்கள் ஏக்கத்தைச் சொன்னார்கள்.

'அட, என்னப்பா! இப்படி முறுக்கிக்கொள்கிறார்கள்! நான் என்ன சட்டமா போட்டுவிட்டேன். காற்றில் பேசிய வார்த்தை அது. காற்றோடு போகப்போகிறது. மக்கள் ஆட்சியை எதிர்பார்ப்பவர்களில் நானும் ஒருவன்' என்று கியேம்பாவிடம் தகவல் சொல்லி அனுப்பினார் அமின்.

மக்களைக் கவரச் சில உத்திகளைக் கையாண்டார் அமின்.

மேடையில் பேசும்போது திடீரென்று உள்ளூர் பிரச்னையைக் கையில் எடுப்பார்.

'வருகிற வழியில் பார்த்தேன். சாலைகள் எல்லாம் மோசமாக இருந்தன. இங்கே நம் நெடுஞ்சாலைத் துறை அமைச்சர் இருக்கிறார். அவர் மனம் வைத்தால் உங்களுக்கு நல்ல சாலை கிடைக்கும். என்ன அமைச்சரே, புதிய சாலைகளை அமைத்து விடலாம் அல்லவா!' என்பார்.

இதைக் கேட்கும் மக்களுக்கு ஏதோ அமைச்சர்தான் நாட்டு வளர்ச்சிக்கு முட்டுக்கட்டையாக இருக்கிறார் என்று தோன்றும். எல்லோரும் அமைச்சரின் வாயையே பார்ப்பார்கள். 'அமினே சொல்லிவிட்டார், உனக்கு என்னய்யா?' என்று பின்னால் வரிசையிலிருந்து குரல் வரும். அதைக் கேட்கும் அமின் சத்தம்போட்டுச் சிரிப்பார். மக்களும் கூட சேர்ந்து அமைச்சரை எள்ளி நகையாடுவார்கள்.

மருத்துவமனைகளில் திடீர் ஆய்வுகள் மேற்கொள்வார். சுகாதாரத்துறை அமைச்சரும் கூடவே செல்லவேண்டும். பாருங்கள், மருத்துவமனை எவ்வளவு மோசமாக இருக்கிறது! அமைச்சர் மனம் வைத்தால் இங்கே புதிய மருத்துவமனையைக் கட்டிக் கொள்ளலாம்' என்பார். அருகே இருந்த அத்தனை பேரும் சுகாதாரத்துறை அமைச்சரை ஒரு முறை முறைப்பார்கள்.

இயற்கையான அரசியல்வாதிக்கான தகுதிகள் இல்லாததால் ஆட்சி நிர்வாகத்தைத் தன் மனம் போன போக்கில் செலுத்த ஆரம்பித்தார் அமின். இனி இந்த ஆட்சி இப்படித்தான் இருக்கும் என்பதற்கு உதாரணமாக இருந்தது அமினுடைய நலத்திட்டங்கள். வழக்கமாக ஓர் அரசு எப்படி தன் நலத்திட்டத்தை அறிவிக்கும்?

அறிக்கை வெளியிடலாம். இன்னொரு நலத்திட்ட விழாவில் அடுத்து தான் மேற்கொள்ளவிருக்கும் திட்டங்களை அறிவிக்

கலாம். அமைச்சரவையைக் கூட்டிப் பின்னர் அறிவிக்கலாம். பத்திரிகைப் பேட்டிகளில்கூட அறிவிக்கலாம்.

ஆனால் அமின் தன் குரலாகப் பயன்படுத்தியது வானொலியை. அரசு நிர்வாகம் வானொலி நிலையத்தில் இயங்குவதுபோன்ற ஒரு பிரமை எல்லோருக்கும் ஏற்பட்டது. காரணம், அரசின் அத்தனை அறிவிப்புகளும் வானொலி வழியாகவே நாட்டு மக்களுக்குத் தெரியவந்தன. அட, அமைச்சர்களே வானொலி கேட்டுத்தான் அமினின் நடவடிக்கைகளை அறிந்து கொண்டார்கள்.

நலத்திட்டங்கள் தொடர்பான முடிவுகளில் அமைச்சர்களைப் பங்கேற்கவிடமாட்டார் அமின். அதிகாரிகள் இன்னென்ன தேவை என்றொரு பட்டியல்கள் அனுப்புவார். உடனே அடுத்த நாள், வானொலியில் அறிவிப்பு வந்துவிடும். இதனால் போலீஸ்காரர் கையில் வாக்கிடாக்கி வைத்துக்கொண்டு அலைவது போல உகாண்டா அமைச்சர்கள் அத்தனை பேரும் பாத்ரூம் போனால்கூட வானொலியோடுதான் சென்றார்கள்.

அமினின் குரூரம் பிடிபட ரொம்ப நாள்கள் எல்லாம் ஆகவில்லை. ஒபாடே லங்கி இனத்தைச் சேர்ந்தவர். அதனால் அந்த இனத்தைச் சேர்ந்தவர்கள் தம்மை எப்போது வேண்டுமானாலும் தாக்கக்கூடும் என்று உஷாராக இருந்தார்.

காவலர்களுக்குத் தனியே கட்டளை பிறப்பிக்கப்பட்டன. ஊருக்குள் ஒருவர் சந்தேகப்படும்படி இருந்தாலும் அழைத்து விசாரித்து நேரத்தைப் போக்காதே. சுட்டு வீழ்த்து. கடமையை முடித்துவிட்டு என்னிடம் தகவல் சொல்.

அமின் ராணுவத்தில் மூன்று பாதுகாப்புப் படைகள் உண்டு.

1. மிலிட்டரி போலீஸ் (Military Police)
2. உளவுத்துறையான பப்ளிக் சேஃப்டி யூனிட் (Public Safety Unit)
3. ஸ்டேட் ரிசர்ச் பீரோ (State Research Bureau).

இந்த மூன்று அமைப்புகளிலும் அமினுக்கு மிகவும் விசுவாசமான நுபியர்களே தலைவர்களாக நியமிக்கப்பட்டனர். இந்த மூன்றுக்கும் தனித்தனி வேலைகள் என்றாலும் அமினைப் பொறுத்தவரைப் பெயர்கள்தான் வேறே தவிர மற்றபடி மூன்றும் ஒன்றுதான். மூன்றிலும் தனக்குத் தேவையான குண்டர்களை வைத்திருந்தார்.

அவர்களைக் குண்டர்கள் என்று குறிப்பிடக் காரணம்? மக்கள் பாதுகாப்புக்காகப் பணியில் அமர்த்தப்பட்டவர்கள், பணியின் அடிப்படையையே மாற்றி மக்களின் உயிரைப் பறிப்பவர்களாக மாறும்போது அவர்களுக்கும் சாதாரண மக்களைக் கொல்லும் குண்டர்களுக்கும் எவ்வித வேறுபாடும் இல்லாமல் போய் விடுகிறது.

மிலிட்டரி போலீஸின் தலைமையகம், மெகிண்டை சிறைச் சாலை. இந்த அமைப்பு ஒரு புராதன ராணுவ அமைப்பு. மெகிண்டை சிறைச்சாலை, கம்பாலாவிலிருந்து எண்டபிக்குச் செல்லும் பாதையில் இருக்கும்.

பப்ளிக் சேஃப்டி யூனிட் என்பது மிகவும் பலம்வாய்ந்த ஒரு பாதுகாப்புப் படை. அவர்களிடம் எப்போதும் ஆயுதம் இருக் கும். ஆயுதம் வைத்திருப்பவர்களுடன் போராடவே இந்த அமைப்பு விசேஷமாக அமினால் உருவாக்கப்பட்டது.

இதன் தலைமையகம், கம்பாலாவுக்கு மிக அருகில் இருந்தது. தவறு செய்கிறவர்கள் யாராக இருந்தாலும் இவர்கள் கண்டதும் சுடுவார்கள். அப்படிப்பட்ட ஒரு சுதந்தரத்தையும் அதிகாரத்தை யும் வழங்கியிருந்தார் அமின்.

ஸ்டேட் ரிசர்ச் பீரோ அமைப்பைச் சேர்ந்த காவலர்களைக் கண்டால்தான் உகாண்டா மக்கள் அலறி ஓடுவார்கள். இவர் களுக்கு மாதச் சம்பளம் என்பது கிடையாது. எவ்வளவு கொலை செய்கிறார்களோ, எத்தனை கொள்ளை அடிக்கிறார்களோ அந்தளவுக்கு அமினிடமிருந்து ஸ்டைபண்ட் கிடைக்கும்.

செய்வது கொலை, கொள்ளையாக இருந்ததால் இவர்களுக்கு யூனிஃபார்ம் கிடையாது. பூப்போட்ட சட்டைதான் அணிவார் கள். இவர்களின் சம்பளத்துக்குக் கணக்கு வழக்கு எதுவும் இல்லாததால் அமினின் ஊழியர்களிலேயே அதிகம் சம்பாதிப் பவர்களாக இவர்கள் இருந்தார்கள்.

இந்த மூன்று குழுவுக்கும் ஓர் அடிப்படை உண்டு. அமின் ஆட்சியில் இவர்களுக்கு சர்வ அதிகாரமும் தரப்பட்டிருந்தது. இவர்கள் யாரை வேண்டுமானாலும் எந்த நேரத்தில் வேண்டு மானாலும் கைது செய்யலாம், துன்புறுத்தலாம் ஏன் கொலை கூடச் செய்யலாம். இவர்களுக்குக் கலர் கலராக கார்கள்

வழங்கப்பட்டிருந்தன. குற்றவாளிகளை இவர்கள் காரில்தான் பிடித்துக்கொண்டு வருவார்கள்.

நாற்காலியில் அமர்ந்தபிறகு முதலில் ஒபாடேவின் எதிரிகளை வரிசையாகத் தீர்த்துக்கொண்டு வந்த அமினுக்கு அடுத்த உறுத்தல் - சிறைகளில் இருந்த கைதிகள். அவர்களை நீதிமன்றம் வெளியே விட்டுவிட்டால் பிறகு அவர்கள் மீண்டும் பழைய பாதைக்கேதான் செல்வார்கள். எப்படி இருந்தாலும் அவர்கள் மூட்டைப்பூச்சி போல நசுக்கப்படவேண்டியவர்கள்.

அமைச்சர் ஜோசுவா வகோலியை கம்பாலாவில் உள்ள மெகிண்டை சிறைக்கு அனுப்பினார் அமின். சிறையின் நிலைமை பற்றி ஓர் அறிக்கை வெளியிடக் கட்டளை அவருக்கு. சிறையை நாள் முழுக்கச் சுற்றிவிட்டு அதிகாரிகள் அத்தனை பேரிடமும் பேசிவிட்டு அமினுக்கு அறிக்கை எழுதினார்.

சிறை நிலவரம் மோசம். சிறை மொத்தமும் கைதிகள் கைகளில்தான் இருக்கிறது. நிறைய தடவை கைதிகளுக்கும் அதிகாரிகளுக்கும் மோதல் நடந்திருக்கிறது. இதில் நான்கு கைதிகள் மரணம் அடைந்திருக்கிறார்கள். 36 காவல் அதிகாரிகள் கொல்லப்பட்டிருக்கிறார்கள்.

அறிக்கையை விசிறி எறிந்தார் அமின். ஜோசுவா வகோலியை உடனே அழைத்தார்.

'இதை அனுமதிக்கமுடியாது. அவர்கள்மீது புதிதாகப் புகார் சுமத்தி நீதிமன்றம் வழியாகத் தண்டனை கொடுப்பதெல்லாம் இந்த ஜென்மத்தில் நடக்கக்கூடிய காரியமல்ல. மீண்டும் அங்கே செல்லுங்கள்.'

வரலாற்றில் மெகிண்டை சிறைக்கு அந்த நொடிமுதல் முக்கியத் துவம் கிடைக்க ஆரம்பித்தது. கம்பாலாவின் தெற்குப் பகுதியில் அமைந்துள்ள மெகிண்டை சிறைச்சாலை கம்பாலாவின் ஏழு மலைகளில் ஒன்றான நெசம்ப்யா மலையின் உச்சியில் அமைந் துள்ளது.

சினிமா பாணியில் சொன்னால் க்ளைமாக்ஸ் சண்டைக் காட்சிக்கான நல்ல லொகேஷன். 1960 களில் புகாண்டா மன்ன ராட்சியில் மெகிண்டை குற்றவாளிகளை அடைக்கும் சிறையாக மட்டுமே இருந்தது. ஒபாடேஆட்சியில்தான் அது பயங்கரங்கள் செய்வதற்கான களமாக மாறியது.

அங்குள்ள சிங்கப்பூர் என்கிற செல்தான் சிறைக் கைதிகளின் வயிற்றில் அமிலத்தைப் பாய்ச்சக்கூடியது. 'வா, சிங்கப்பூருக்குப் போகலாம்' என்று வார்டன் ஒரு கைதியை அழைத்துச் சென்றால் அது உல்லாசப் பயணமாக இருக்காது.

அங்குதான் கைதிகளை வரிசையாக நிற்கவைத்து, முகத்தைக் கறுப்புத் துணியால் மூடி, கைகால்களைக் கயிறுகளால் இறுக்கக்கட்டி 1..2..3.. சொல்லி மளமளவென அத்தனை பேரையும் துப்பாக்கியால் சுட்டுக் கொல்வார்கள். கேட்க நாதி கிடையாது. மீறித் தலையிட்டால் அவர்களுக்கும் சங்குதான்.

சிறை முழுக்க இரும்பு வேலியால் பாதுகாக்கப்பட்டிருக்கும். குற்றவாளிகளின் சிறையாக இருந்த மெகிண்டை அமின் ஆட்சியில் இருந்துதான் ராணுவச் சிறையாக மாறியது. மெகிண்டை சிறையில் அடைக்கப்பட்டால் உயிரோடு திரும்பு வது சாத்தியமில்லை என்று முடிவு செய்துகொண்டுதான் கைதிகள் உள்ளே நுழைவார்கள்.

அதிகாரிகளைக் கொன்ற கைதிகளின் பெயர்ப்பட்டியல் அமைச்சர் கையில் இருந்தது. அதிகாரிகளுக்கு உத்தரவு பிறப்பிக்கப்பட்டது.

கொலை செய்வதில் மெகிண்டை சிறைக்காவலர்கள் நிறைய வெரைட்டி வைத்திருந்தார்கள். 20 பவுண்டு எடை கொண்ட சுத்தியால் தலையில் ஒரே போடு. டங் என்று ஒரு சத்தம்தான் கேட்கும். அடுத்தநொடி தாக்கப்பட்டவரின் தலை துண்டு துண்டாகியிருக்கும்.

அமினுக்கு போன் வந்தது. காரியம் முடித்துவிட்டோம்.

'சூப்பர்' என்றார் அமின்.

ரத்தவாடை அமினுக்குப் பிடித்துப்போனது. இந்தக் கொலை களினால் தன்மீது எல்லோரும் ஒருவிதப் பயத்தோடு இருப்பதை அமின் மிகவும் ரசிக்க ஆரம்பித்தார்.

ராணுவ வீரனுக்கு உயிர் போவது பற்றி இரக்கமோ வருத்தமோ ஏன் அபிப்பிராயமோ இருக்கக்கூடாது. தன் இருப்பை உறுதி செய்ய, தன் பாதுகாப்புக்காக யாரை வேண்டுமானாலும் எப்படி வேண்டுமானாலும் கொல்லலாம் என்று கொலைகள் செய்வதில் அவர் தயவுதாட்சண்யம் பார்க்கவில்லை. ஆனால் தான் ஊரில்

இருக்கும்போது தண்டனைகள் வேண்டாம் என்று மட்டும் சொல்லிவைத்தார். அப்படித்தான் அவர் ஒருமுறை பிரிட்டனுக்குச் சென்றபோது ஆபத்தானவர்கள் என்று எண்ணப்பட்ட அகோலி மற்றும் லங்கி இன ஆள்கள் நிறையபேர் துப்பாக்கியால் சுட்டுக்கொல்லப்பட்டார்கள்.

அமின் கொலை தொடர்பான பேச்சுகளில் எப்போதும் உஷாராக இருப்பார். போன் பேச்சை யாராவது பதிவு செய்துவிட்டால்? கொலை செய்யவேண்டுமா? போனை எடுப்பார். எதிரே பேசிய பணிவான குரலிடம், 'இன்னார், இப்படியெல்லாம் செய்திருக்கிறார். அவருக்கு வி.ஐ.பி. ட்ரீட்மெண்ட் கொடுத்துவிடுவும். நல்லது.' அவ்வளவுதான்.

இதில் பெரிய சௌகரியம் இருக்கிறது. யாராவது ஒரு துரோகி நீதிமன்றத்துக்குச் சென்று, அமின் இப்படி ஒரு ஆர்டர் போட்டிருக்கிறார் என்று யாரும் ஆதாரம் காண்பிக்கமுடியாது. ஏனெனில், எதையும் எழுத்துப்பூர்வமாக பதிவு செய்யமாட்டார் அமின்.

எந்தக் கட்டளையையும் அவர் கோப்பில் பதிவு செய்யமாட்டார். அமினின் கையெழுத்து எப்படியிருக்கும் என்று உகாண்டாவில் ஒருவருக்கும் தெரியாது என்பதுதான் நிஜம். இதனால் ராணுவ வீரர்கள் எந்தத் தகவலையும் செவிவழிச் சேதியாகவே கேட்டுக்கொண்டனர்.

எனில், அமினின் மரணத் தண்டனைகள் மெல்ல மெல்ல வெளி உலகுக்குத் தெரிய வந்தது எப்போது? வழக்கம்போலப் பத்திரிகையாளர்கள்மீது கை வைத்தபோதுதான் வசமாகச் சிக்கிக் கொண்டார்.

நிகோலஸ் ஸ்டிரோ, ராபர்ட் சிடில் என்கிற இரு அமெரிக்கப் பத்திரிகையாளர்கள் அமினின் கொலைகள் பற்றி அரசல்புரசலாகக் கேள்விப்பட்டு உகாண்டாவுக்கு வந்து துப்பறியும் வேலை பார்த்தார்கள். அமினின் முகமூடியைக் கிழித்து உலகறியச் செய்கிறோம் என்று சவால் விட்டுக்கொண்டு அமினின் பிரதேசத்துக்குள் நுழைந்தார்கள்.

அப்போதுதான் சுடச்சுட மபாரரா மற்றும் ஜிஞ்சா பகுதிகளில் உள்ள பழங்குடி மக்கள் நிறைய பேரைச் சந்தேகம் என்கிற பெயரில் போலீஸ் சுட்டுக்கொண்டிருந்தது. வாய்வழியாகக்

கிடைத்த இத்தகவலைக் கையில் எடுத்துக்கொண்டு நேராக மாவட்ட கமிஷனரைச் சந்தித்தார்கள் அமெரிக்கப் பத்திரிகை யாளர்கள்.

‘அப்பாவி மக்களை ஏன் கொலை செய்கிறீர்கள். இதை வெளி உலகுக்குச் சொல்லப் போகிறோம்’ என்று போலீஸ் கமிஷன ரிடம் கைநீட்டிக் கேள்வி கேட்டார்கள். கமிஷனர் கண்ணைக் காட்டினார். நாலு பேர் வந்து பத்திரிகையாளர்களைப் பிடித்துக் கட்டினார்கள். சில மணி நேரங்களில் அநாதைப் பிணமானார்கள் இருவரும்.

ஆனால் பிரச்னை அத்தோடு முடியவில்லை. அமெரிக்க மீடியா உகாண்டாவிலுள்ள அமெரிக்க தூதரகத்தைத் தொடர்புகொண்டு இருவரைப் பற்றித் தகவல் திரட்டச் சொன்னது. பல நாள்களாக அவர்கள் பற்றிய செய்திகள் எதுவும் இல்லாததால் இரு நிருபர்களின் குடும்பமும் பதறியடித்துக்கொண்டு அமெரிக்க அரசிடம் உதவி கோரின.

இடி அமினுக்குப் பெரிய சிக்கலாகிவிட்டது. பொதுவாக இது வரை செய்த கொலைகளில் ஒரு பிரச்னையும் ஏற்படவில்லை. அமினை எதிர்த்து ஒன்று செய்யமுடியாத, யாரிடமும் சொல்லி அழமுடியாத கொலையாளிகளின் உறவினர்கள் விதியின் மீதும் பழியைப் போட்டு, கடவுளின்மீது பாரத்தைப் போட்டு மௌன மாக இருந்துவிட்டார்கள்.

ஆனால் இப்போது சிங்கத்தின் வாய்க்குள் தலையை நுழைத்தது போலப் பெரியச் சிக்கலாகிவிட்டது. அமெரிக்கா வாயைத் திறந்தாலே அகிலமே கேட்கும். ஆட்சியைக் கைப்பற்றி ஆறு மாதங்கள்கூட ஆகவில்லை. அதற்குள் கழுத்தைப் பிடித்துக் கேள்வி கேட்கிறது அமெரிக்கா. பெரிய தேசம். போய்யா உன் வேலையைப் பார்த்துக்கிட்டு, என்கிட்ட உன் வேலையைக் காமிக்காதே என்று சவடால் விடமுடியாத ஒரு தேசம் அது.

முதன்முதலாகத் தலையில் கையை வைத்துக்கொண்டு யோசிக்கத் தொடங்கினார் இடி அமின்.

புதைக்கப்பட்ட இரு பத்திரிகையாளர்களின் உடல்களும் சுடுகாட்டிலிருந்து வெளியே எடுக்கப்பட்டு ஒரு லோடு விறகி னால் நன்கு எரிக்கப்பட்டது. சாம்பல்களிலிருந்துகூட ஆதாரம் சிக்கிவிடக்கூடாது என்று சாம்பலை ஒரு மூட்டையில் கட்டி

ஆற்றில் வீசினார்கள். அமெரிக்கப் பத்திரிகையாளர்களின் வாகனமான ஜீப் மலை உச்சியிலிருந்து உருட்டப்பட்டது.

இப்போதுதான், 'அப்பாடா' என்று பெருமூச்சு விட்டார் அமின்.

சட்டரீதியாகவும் இந்தக் குற்றத்தை மறைத்தால்தான் பிரச்னை முழுமையாக ஓயும் என்று பிரிட்டனைச் சேர்ந்த ஒரு நீதிபதியை நியமித்தார் அமின். ஆனால் அந்த நீதிபதி உகாண்டா நீதி நிர்வாகத்தின் கண்ணில் விரலை விட்டு ஆட்டினார். பல பேரை விசாரித்து எப்படியோ மலையிலிருந்து உருட்டப்பட்ட காரைக் கண்டுபிடித்துக் கொண்டுவந்து கோர்ட்டின் முன்பு நிறுத்தினார்.

அமினின் ரத்தக்கொதிப்பு அதிகமானது. இரண்டு மாத முழு விசாரணையை முடித்துவிட்டு அமினிடம் ரிப்போர்ட்டை சமர்ப்பித்தார் நீதிபதி. வேலை முடிந்ததால் அடுத்த நாளே அவர் உகாண்டாவை விட்டு வெளியேறினார்.

இது அமினுக்கு மிகவும் வசதியாகிப் போய்விட்டது. 'பிரிட்டன் நீதிபதி ஒருதலைப்பட்சமான ரிப்போர்ட் எழுதியுள்ளார். உகாண்டா காவல்துறைமீது சேறு பூசுவதை அனுமதிக்க முடியாது' என்று அந்த ரிப்போர்ட்டை முழுவதுமாக நிராகரித்தார் அமின். பத்திரிகையாளர்களைக் கொன்ற போலீஸ் கமிஷனருக்கு ராணுவத்தில் பிரிகேடியர் பதவி உயர்வு அளிக்கப்பட்டது.

அகமத் ஒடுகா. ஒபாடேவுக்கு அமினின் ஆட்சி கைப்பற்றல் பற்றி முதன்முதலாகச் சொன்னவர். போலீஸ் பேண்ட் மாஸ்டர் (இன்ஸ்பெக்டர் ரேங்க்). அதேபோல ஒபாடேவை அமின் துரத்தியடித்தபோது உயிரைக் கையில் பிடித்துக்கொண்டு நாட்டை விட்டு ஓடிக் கென்யாவுக்குள் புகுந்தவர். நீண்டநாளாக அமின் ஒடுகாவை மறந்துவிட்டார். ஞாபகம் வந்தபோது அழைத்து வரச் சொன்னார்.

'அட, வாப்பா, நீயெல்லாம் இல்லாமல் எப்படி உகாண்டா ராணுவம் இயங்குவது, அமின் நம்ம தோஸ்து. எதுவும் செய்ய மாட்டார்' என்று ஆசை வார்த்தைகள் பேசி ஒடுகா வை உகாண்டாவுக்கு வரவழைத்தார்கள் அமினின் ஆள்கள். அமினைச் சந்தித்துப் பேசினார் ஒடுகா.

'சரிப்பா, வேலையைப் பார்..' என்று சொல்லி அனுப்பி வைத்தார் அமின். ஆனால் ஒடுகா அமினின் அறையை விட்டு

இடி அமின்

வெளியே வந்தவுடன் அவர் கழுத்தைப் பிடித்தார்கள் காவலர்கள். உடனே மெகிண்டை சிறைக்குக் கொண்டுசெல்லப் பட்டார். அங்கு ஒடுகாவுக்கு வடை, பாயசத்தோடு விருந்தா வைத்திருப்பார்கள்?

சேது படத்தில் விக்ரம் எப்படி தாக்கப்படுவார் என்று தெரியுமல்லவா! கிட்டத்தட்ட அப்படியொரு தாக்குதல்தான். ஒடுகாவின் தலை பிளந்து கபாலம் வெளியே வந்துவிட்டது என்று தகவல் வந்தது அமினுக்கு.

லெஃப்டிணண்ட் மல்யமுங்கு என்பவர்தான் அமினின் அத்தனை மூர்க்கமான உத்தரவுகளையும் சொன்னபடி நிறைவேற்றித் தந்தான். மனிதருக்கு ஈவு, இரக்கம், பாசம் எதுவும் கிடையாது. அமினின் ராணுவத்தில் சேர்வதற்கு முன் மல்யமுங்கு ஒரு துணிக்கடையின் செக்யூரிட்டியாக இருந்தவன். ஒபாடேவைத் துரத்தியடித்த சமயத்தில் அமினின் சிறந்த கூலிப்படையாகச் செயல்பட்டான். எண்டபி விமானநிலையத்தில் நடந்த தாக்குதலில் மல்யமுங்கின் வீரத்தை நேரில் கண்டார் அமின்.

துணிச்சல் என்று சொல்லக்கூடாது. மல்யமுங்குக்குக் கைதிகளைக் கொடுமை செய்வதென்றால் பாயசம் சாப்பிடுவது போல. கிட்டத்தட்ட அமினைப்போல சுபாவம் கொண்டவன். தன்னைக் கண்டால் கடவுளே எழுந்து நின்று சல்யூட் அடிக்க

வேண்டும். செய்யவில்லையா, யோசனையே தேவையில்லை. கடவுளைக் கொன்றுவிடவேண்டும்.

மசாகா மேயர் வலுகெம்பேவைக் கொல்ல அமின் ஆசைப் பட்டபோது மல்யமுங்குதான் அவர் ஞாபகத்துக்கு வந்தார். ‘சரி, தலைவா...’ என்று உத்தரவை வாங்கிக்கொண்டு புறப்பட்டவன் தான்... மேயரை முதலில் துகிலுரிப்பார், மண்டையைப் பிளப் பார் என்று சுற்றியிருந்தவர்கள் நினைத்துக் கொண்டிருந்தபோது வெண்டைக்காயை நறுக்குவதுபோன்ற மேயரின் பிறப்புறுப்பை அறுத்தெறிந்தான் மல்யமுங்கு. வண்டியிலிருந்து தள்ளிவிட்டு வீதியில் ஓடவைத்தான். அதை நேரில் பார்த்தவர்கள் பதறிப் போனார்கள்.

‘எசகுபிசகாக ஏதாவது பண்ணுவான்னு எனக்கே இவனைக் கண்டா பயமா இருக்கு’ என்று மல்யமுங்கைப் பற்றிக் குறிப் பிட்டார் அமின்.

தொடர்ந்து நடக்கிற கொலைகளை வைத்து அதிலும் சம்பாதிக் கிற வழியைக் கண்டுபிடித்தார்கள் அமினின் குண்டர்கள்.

உதாரணமாக அமின் ஒரு அதிகாரியைக் கொல்லச் சொல்கிறார். அந்த அதிகாரி அலுவலகத்துக்குச் செல்லும் வழியில் குண்டர்கள் மடக்குவார்கள். சில நொடிகளில் உயிரைக் காலி செய்துவிட்டு ஏதாவது ஒரு புதரிலோ அல்லது விக்டோரியா ஏரிக்கு அருகிலோ தூக்கி வீசிவிட்டுப் போய்க்கொண்டிருப் பார்கள்.

இது தெரியாத அதிகாரியின் குடும்பம் டார்ச் லைட் வைத்துக் கொண்டு சந்துபொந்தெல்லாம் தேடுவார்கள். ஒரு தடயமும் கிடைக்காது. இவர்களிடம் சில ஆள்கள் வருவார்கள். அதாவது குண்டர்களின் ஆள்கள். அதிகாரி கொலை செய்யப்பட்டிருக் கலாம். அதிகாரியின் உடலைக் கண்டுபிடித்துத் தருகிறோம் என்பார்கள்.

அதுவும் சரிதான். சொல்வதுபோலக் கொலை செய்யப்பட்டிருந் தாலும் அதிகாரியின் உடலை அநாதைப் பிணமாகக் கருத முடியாது அல்லவா! இறந்தவர்களுக்குச் செய்யவேண்டிய நடைமுறைகள் என்று சில சம்பிரதாயங்கள் இருக்கின்றனவே. எனவே இப்போது அதிகாரியின் உடலைக் கண்டுபிடித்துக்

கொடுப்பவருக்குப் பணம் கொடுத்து சடலத்தைத் தேடச் சொல்வார்கள்.

இதுதான் சாக்கு என்று அதிகாரியின் குடும்பத்திடமிருந்து 25,000 ஷில்லிங் (600 அமெரிக்க டாலர்கள்) பிடுங்கப்படும். இதிலிருந்து ஆயிரம், இரண்டாயிரம் ஷில்லிங்கை மட்டும் பிணத்தைத் தேடு எடுத்த கூலியாள்களுக்கு தந்துவிட்டு மிச்சத்தைப் பாக்கெட்டில் போட்டுக்கொள்வார்கள் குண்டர்கள். இவர்களைத்தான் ராணுவ வீரர்களாக நியமித்திருந்தார் அமின்.

ஆரம்பத்தில் ஒற்றைப்படையில் ஆள்களைக் காலி செய்த இடி அமின் நிர்வாகம் பிறகு மெகண்டை சிறையில் பலரையும் அடித்துத் துன்புறுத்திக் கொல்ல ஆரம்பித்தபிறகு சாகடிக்கப் பட்ட உடல்களை அப்புறப்படுத்துவதில் பெரிய சிக்கல் ஏற்பட்டது. ஒவ்வொரு பிணத்தையும் எரிப்பது சாத்தியமில்லை என்பதால் லாரியில் பிணங்களை ஏற்றிக்கொண்டு நைல் நதியிலும் விக்டோரியா ஏரியிலும் கொட்ட ஆரம்பித்தார்கள்.

உகாண்டா நீர்நிலைகளில் முதலைகள் அதிகமாக இருக்கும். இதுபோன்ற பிணங்களை முதலைகள் தின்று சாட்சியங்களை முழுவதுமாக அழித்துவிடும் என்பதால் ஒருகட்டத்துக்குப் பிறகு பிணங்களை நைல் நதிக்குள் வீச ஆரம்பித்தார்கள். சரி, முதலைகளால்தான் எத்தனை பிணங்களைத் தின்று ஏப்பம் விடமுடியும்? பல பிணங்களில் நைல் நதிக் கரையோரங்களிலும் ஜிஞ்சா அணைகளிலும் மிதந்து வருவதைப் பலரும் கண்டிருக் கிறார்கள்.

இத்தனை அக்கிரமங்கள், அழிச்சாட்டியங்கள் நடந்தபோதும் உகாண்டா மக்கள் அமினை வாழும் தெய்வமாக எண்ணி வந்தனர். ஒபாடே ஆட்சி செய்தபோது அவர்கள் பல்லைக் கடித்துக்கொண்டு இருந்தார்கள். ஆனால் ஒபாடே செய்த தவறுகளை அமின் கனவில்கூடச் செய்யவில்லை. அத்தனை கொலைகளையும் அவர் மிக ரகசியமாகவே செய்து வந்தார்.

அமின் செய்யும் கொடுமைகளை பிரிட்டன் பத்திரிகைகள்தான் பக்கம் பக்கமாக எழுதின. ஆனால் உகாண்டா மீடியா அமினை எதிர்த்து எதுவும் செய்யவில்லை. அரசு தரும் அறிக்கைகள், அமினின் பேட்டிகள், கூட்டங்களைப் பற்றிய கட்டுரைகள் என்று சன்னமான பரபரப்பில் இயங்கி வந்தது. அமினைக் காட்டிக்

கொடுத்தால் அடுத்த நாள் வேலை இருக்காது, அதற்கடுத்த நாள் உயிர் இருக்காது என்கிற யதார்த்தத்தை அவர்கள் நன்கு புரிந்து வைத்திருந்தார்கள்.

நிறைய ராணுவ அதிகாரிகளையும் காவலர்களையும் கொன்று குவித்துவிட்டதால் பாதுகாப்பு ஏற்பாடுகளில் சுணக்கம் ஏற் பட்டது. ஆள் பத்தாது என்று அமினுக்குத் தகவல் வந்தது. அட, இதற்கெல்லாம் டிஎன்பிஎஸ்சி எக்ஸாம் வைத்தா ஆள் எடுப் பார்கள் என்று கண்ணில் பட்டவர்களைப் பாதுகாப்புப் படை யில் நுழைத்துவிட்டார் அமின்.

உலகில் வேறு எந்தப் பிரதேசத்திலும் ராணுவத்துக்கும் காவல் துறைக்கும் இப்படியொரு ஆள் எடுப்பு நடந்திருக்குமா என்பது சந்தேகமே. கான்ஸ்டபிள் லெவலில் வேலை பார்த்தவர்கள் எஸ்.பி வரைக்கும் பதவி உயர்வு கிடைத்தது. கார் டிரைவர், ஆயுதம் சப்ளை செய்தவர்களையெல்லாம் ராணுவத்தில் நுழைத்தார்.

உயரம், தகுதி எதுவும் வேண்டாம். எனக்குத் தெரிந்தவன். நம்பக மானவன். என்னைப் போல் ஒருநாள் ஆட்சியில் அமர்ந்திருப்ப வனின் சட்டைக் காலரைப் பிடிக்கமாட்டான். இந்தத் தகுதியை வைத்துத்தான் ராணுவத்துக்கும் காவல்துறைக்கும் ஆள்களை எடுத்தார் அமின். உளவுத்துறையிலும் பல படிப்பறிவில்லாத ஆள்களை நியமித்தார்.

அமினுக்கு நிறைய கூட்டம் வேண்டும். தான் அறையை விட்டு வெளியே வந்தால் தன்னைப் பார்த்து சல்யூட் அடிக்கவும் தன்னைப் பின்தொடரவும் ஒரு பெரிய கூட்டம் எப்போதும் வேண்டும். அதனால் அவர் ராணுவ வீரர் சேர்க்கைக்கான எந்த விதிமுறைகளையும் பின்பற்றவில்லை.

என்ன பெரிய பாதுகாப்பு உத்திகள்? இதற்கெதற்குப் படிக்க வேண்டும்? நான் என்ன ஐபிஎஸ்ஸா? முறையாகப் பயிற்சி கொடுத்தால் தவளையைக்கூட உளவுவேலைப் பார்க்க வைத்து விடலாம்.

மேலும் இதுபோன்ற பஞ்சத்தில் கிடந்தவர்கள்தான் மிகவும் விசுவாசமாக இருப்பார்கள்.

படித்தவன் நாலு கேள்வி கேட்பான். ஆள்களைத் திரட்டுவான். கோஷம் போடுவான். யூனியன் அமைப்பான். வேண்டாம்.

அவர்கள் சங்காத்தமே வேண்டாம். இப்படி எண்ணித்தான் பாதுகாப்புப்படை வீரர்களைத் தேர்வு செய்தார் அமின்.

சம்பளம் வழங்கும் நாளன்றுதான் வேடிக்கை நடக்கும். யாருக் கும் அப்பாயிண்ட்மெண்ட் லெட்டர், ப்ரமோஷன் லெட்டர் எதுவும் கிடையாது. எல்லாமே வாய்மொழி உத்தரவுதான்.

புதிய பதவி பெற்ற ராணுவ வீரர்கள் அக்கவுண்ட்ஸ் ஆபிசரிடம் சென்று, 'நான் மேஜர். எனக்குச் சம்பளம் கொடு' என்று கேட்க வேண்டும். 'எங்கே ஆதாரம்?' என்று அக்கவுண்டன்ட் கேட்க முடியாது. அமினிடம் இதுபற்றி யாரும் தீர விசாரிக்கமாட்டார் கள் என்கிற தைரியத்தில் நிறைய ஃப்ராடு வேலைகள் நடக்க ஆரம்பித்தன. டேபிள் துடைப்பவர், உதவியாளர் எல்லாம் தன்னை ஒரு ஹெட் கான்ஸ்டபிள் என்றும் எஸ்.ஐ என்றும் உதார்கள் விட்டு அதிகச் சம்பள வாங்கிச் சென்ற கதைகளும் நடந்தன.

அமினின் இந்தத் தீர்மானத்தின் பலன் பூஜ்ஜியம் என்றுதான் சொல்லவேண்டும். நாட்டின் பாதுகாப்புப் பணிக்குத் தேர்ந் தெடுக்கப்பட்ட புதிய காவலர்கள், ராணுவ வீரர்கள் யாருக்கும் ஆங்கிலம் தெரியவில்லை.

இதனால் பல பணிகள் அரையும் குறையுமாக நடந்தன. 'சே, என்னய்யா இது' என்று பிரிட்டனிலிருந்து பயிற்சி அதிகாரி களை அழைத்து வந்தார் அமின்.

பிரிட்டன் அதிகாரிகள் தலையில் அடித்துக்கொண்டார்கள். எப்படி இப்படியொரு மண்ணாங்கட்டிகளைக் காவல்துறைக்கும் முக்கியமாக உளவுத்துறைக்கும் அமின் தேர்ந்தெடுத்தார் என்று அவர்களுக்குள் பேசிக்கொண்டார்கள்.

ஒருவாரம் வகுப்பு நடத்திப் பார்த்தார்கள். பிறகு, 'எல்.கே.ஜி மாணவர்களுக்கு எல்லாம் உளவு பற்றிப் பாடம் எடுக்க முடியாது' என்று கிளம்பிவிட்டார்கள். 'இவர்களுக்கு வெளி நாட்டில் பயிற்சிகள் கொடுக்கலாம். சில காலம் கழித்து இது பற்றி விவாதிக்கலாம்' என்று அமினை ஒருவழியாகச் சமாளித்து உகாண்டாவை விட்டு வெளியேறினார்கள்.

இந்த நேரத்தில் அமின் தனக்குத்தானே பல பட்டங்கள் கொடுத்து தன் கௌரவத்தை உயர்த்திக்கொண்டார்.

ஃபீல்ட் மார்ஷல் என்கிற ராணுவ உயர்பதவியைத் தனக்குத் தானே சூட்டிக்கொண்டார்.

போர்க்காலங்களில் உச்சபட்ச வீரத்தை வெளிப்படுத்தும் வீரர் களுக்கு அளிக்கப்படும் உயரிய விருது, விக்டோரியா கிராஸ். இங்கிலாந்து ராணி விக்டோரியாவால் அறிமுகம் செய்து வைக்கப்பட்ட ஒரு நடைமுறை இது. பிரிட்டன் மற்றும் அதன் காலனி நாடுகளைச் சேர்ந்த மிகச் சிறந்த ராணுவ வீரர்களுக்கு இந்த மெடல் வழங்கப்படுவது உண்டு. ஆனால் யாரும் இதைத் தானே சூட்டிக்கொள்ள முடியாது. இதை பிரிட்டன் அரசாங்கம் தான் வழங்கவேண்டும். எத்தனை பேருக்கு வழங்கப்பட்டுள்ளது என்கிற கணக்கெல்லாம் அவர்களிடம்தான் உண்டு.

ஆனால் அமினுக்கு விக்டோரியா கிராஸின் மகத்துவம் மிகவும் பிடித்துப்போனதால் தன்னை விக்டோரியா கிராஸ் பெற்ற ராணுவ வீரர் என்றே வெளியே சொல்லிக்கொண்டார். அதற்கு வழங்கப்படும் மெடலைப் போலவே ஒன்றைச் செய்துகொண்டு சட்டையில் குத்திக்கொண்டார். யார் கேட்கமுடியும்?

தமிழ் சினிமா ஸ்டண்ட்மேன்கள் உடம்பு முழுக்க நகைகளால் அலங்கரித்துக்கொள்வதுபோல அமினின் சட்டை முழுக்கப் பத்துக்கும் மேற்பட்ட மெடல்கள் தொங்கிக் கொண்டிருக்கும். அனைத்தும் அமின் தனக்குதானே குத்திக்கொண்டு மெடல்கள். இதுபோலத் தனக்கு அமின் சூட்டிக்கொண்ட இன்னொரு பெயர் - Conqueror of the British Empire! அதாவது பிரிட்டனின் பேரரசை வெற்றி கண்டவர்! இதை மேடைதோறும் தவறாமல் முழங்குவார்.

கம்பாலாவிலிருந்து எங்கேயாவது செல்லவேண்டும் என்றால் எண்டபி விமான நிலையம்வரை முதலில் செல்லவேண்டும். தன் அலுவலகத்தின் வாசலில் கார் நிறுத்துவதுபோல விமானம் நிறுத்தினால் எவ்வளவு வசதியாக இருக்கும் என்று யோசித்தார் அமின். சொய்ங் என்று வீட்டு வாசலில் வந்து விமானத்தில் இறங்கினால் எவ்வளவு சௌகரியம்! பொதுப்பணித்துறையை உடனே அழைத்தார்.

'ஃபீல்ட் மார்ஷல் இடி அமின் ஏர் ஃபோர்ஸ் பேஸ்' என்றொரு விமானத் தளம் கம்பாலாவுக்கு அருகே அமைக்கப்பட்டது. இதுதவிர அமினின் வசதிகளுக்காக உகாண்டா முழுக்க நிறைய

கட்டட வேலைகள் நடந்தன. உகாண்டாவின் ஒவ்வொரு பெரிய நகரங்களிலும் அமினுக்குத் தனியாக மாளிகைகள் கட்டப்பட்டன.

இதனிடையே அமினின் மோசமான நிர்வாகத்தாலும் அதிகச் செலவுகளாலும் உகாண்டாவின் பொருளாதாரம் தொங்கலில் இருந்தது. எதற்கும் முறையான கணக்கு இல்லாததால் அரசு செலவுகள் அதிகரித்தன. ஏற்கெனவே ஒபாடே ஆட்சியில் 700 மில்லியன் ஷில்லிங்குக்கு (80 மில்லியன் டாலர்) பட்ஜெட்டில் துண்டு விழுந்தது.

அமினிடம் இதுபற்றிப் பேச வந்தார்கள் நிதித்துறை அதிகாரிகள்.

'யுவர் எக்ஸலன்ஸி, நாட்டின் பணவீக்கம் மிகவும் அதிகமாகி விட்டது. இதைச் சரிசெய்யச் சில வழிகள் உண்டு. இப்போது இருக்கும் அதிகப் பணப்புழக்கத்தைக் கட்டுப்படுத்தவேண்டும். அல்லது நாம் பொருள்களை அதிகமாக உற்பத்தி செய்ய வேண்டும்.

Cash Reserve Ratio என்கிற வங்கி வைப்பு நிதிக் கட்டுப் பாட்டைக் கடுமையாக்கவேண்டும். இன்னும் அதிகமாக்க வேண்டும். இதனால் வங்கிகள் குறைவாகக் கடன் கொடுக்கும். கடன் அளவு குறைந்தால் பணவரத்துக் குறைவாகும். செலவும் குறையும். இப்படிச் செய்தால் பணவீக்கத்தைக் குறைக்க முடியும் ஐயா.'

அமின் கடுப்பானார். 'யோவ், எனக்குப் பாடம் நடத்தாத. பணம் இல்லைன்னா என்ன? பிரிண்ட் பண்ணுய்யா. நாம தானே ஆட்சி செய்யறோம். எவ்வளவு வேணும்னாலும் பிரிண்ட் பண்ணிக்கோ. சும்மா பணம் இல்லை, பொணம் இல்லைனு தலையைச் சொறிஞ்சுட்டு வந்து நிக்காதீங்க' என்று கத்த ஆரம்பித்தார்.

'சார்,பணத்தை அதிக அளவில் அச்சிட்டு வெளியிட்டால் பண வீக்கம் இன்னும் அதிகமாகும்...' என்று மீண்டும் மீண்டும் பணவீக்கத்தைப் பற்றிப் பேசியபோது எழுந்துவிட்டார் அமின். வேறுவழியில்லை. லாட்டரிச் சீட்டுபோலப் பணத்தை அச்சிடவேண்டியதுதான். எவன் வீட்டு சொத்து வீணாகிறது என்று புலம்பிக்கொண்டே அங்கிருந்து அதிகாரிகள் கிளம்பி னார்கள்.

பணம் அதிகமாகப் புழங்கியதால் உகாண்டாவில் விலைவாசிகள் இஷ்டத்துக்கு ஏறத் தொடங்கின. அரசின் பெரும்பாலான நிதி அமினுக்குச் செலவு செய்வதிலேயே கரைந்துகொண்டு இருந்தது. அமினின் அத்தனைச் சொந்தச் செலவுகளுக்கும் அரசே பொறுப்பு எடுத்துக்கொண்டது.

தன் உளவு வேலைகளுக்காக வங்கிகளிடமிருந்து உகாண்டா அரசு எவ்வளவு பணம் வேண்டுமானாலும் பெற்றுக்கொள்ளலாம். இதற்குக் கணக்கு கிடையாது. இதைத் தனக்குச் சாதமாக மாற்றிக்கொண்டார் அமின்.

காலையில் வங்கி அதிகாரிக்குப் போன் பறக்கும். 'உளவு வேலைக்காக இத்தனை ஷில்லிங் பணம் வேண்டும்' என்று சொல்லிவிடுவார். கேள்வியே கேட்கமுடியாது. ஒரு பெரிய பெட்டியில் பணம் வந்து இறங்கும்.

இதனால் அமினின் பாக்கெட்டில் எப்போதும் பணம் இருக்கும். சூட்கேஸிலும் கத்தை கத்தையாக. பொதுமக்களைச் சந்திக்கும் போதெல்லாம் அப்படியே ஒரு நாடகத்தை நடத்திக்காட்டுவார். 'என் மக்களே, ஏற்றுக்கொள்ளுங்கள்' என்று பாக்கெட்டில் கையை விட்டு மேலே வீசுவார். அமினின் கைபட்ட பணத்தை எடுத்துக்கொள்ள பெரிய தள்ளுமுள்ளுவே நடக்கும்.

அமினின் சுகாதாரத் துறை அமைச்சரான கியேம்பாவுக்கு அமினின் அமைச்சரவையில் இடம் கிடைத்தது பெரிய காமெடி என்றுதான் சொல்லவேண்டும். எப்படி தன் கார் டிரைவரை ராணுவத்தில் உடனடியாக வேலை கொடுத்து ஆச்சரியம் கொடுத்தாரோ அதுபோலவே கியேம்பாவுக்கும் அமைச்சர் பதவியை அளித்தார் அமின்.

1972, நவம்பர். அப்போது கலாசாரத்துறை அமைச்சர் எங்கூரின் பிரதானச் செயலாளராக கியேம்பா பணியாற்றி வந்தார். எண்டபியில் நடக்கும் ஒரு விழாவுக்கு எங்கூர்தான் தலைமை.

ஆனால் அந்த விழா நடக்கச் சிறிது நேரத்துக்கு முன்புதான் அமின் வானொலியில் பேசினார். 'ஆமை வேகத்தில் வேலை செய்வதால் நான்கு அமைச்சர்களின் பதவி பறிக்கப்படுகிறது.'

இதில் உள்ள பிரச்னையே அந்த நான்கு பேரில் எங்கூரும் ஒருவர். ஆனால் இதுதெரியாத எங்கூர் விழாவுக்குச் சென்றுகொண்டிருந்

தார். மேடை அருகே நின்றுகொண்டிருந்த கியேம்பா வானொலி யில் செய்தி கேட்டுப் பதறியடித்துக்கொண்டே அமினிடம் பேசினார்.

'யுவர் எக்ஸலன்ஸி, எங்கூர் விழாவுக்கு வந்துகொண்டிருக்கிறார். இப்போது என்ன செய்யலாம்?'

'அவன்தான் வரவில்லையே, பிறகு என்ன? நீ தலைமை தாங்கு. இன்றுமுதல் நீதான் கலாசார அமைச்சர்.'

அமினின் அமைச்சரவையில் கியேம்பா போலப் புதுப்புது அமைச்சர்கள் நுழைவதற்கு முக்கியக் காரணம், அமினின் சந்தேகப் பார்வை. சிறு சந்தேகம் வந்தாலும் தன் அருகில் வைத்துக்கொள்ள மாட்டார் அமின். அந்த முடிவு தவறாக இருந்தாலும்கூட தன் மனசாந்திக்காகத் தயவு பார்க்காமல் சீட்டைக் கிழித்துவிடுவார்.

இது ஒருபக்கம். இன்னொரு பக்கம் நடக்கிற அழிச்சாட்டியங் களைக் காணமுடியாமல் பலபேர் 'துஷ்டனைக் கண்டால் தூர விலகு' பழமொழியைக் கடைபிடிக்க ஆரம்பித்தார்கள். கல்வித்துறை அமைச்சர் எட்வர்ட் ருகுமயோ மொம்பாசாவில் நடந்த ஒரு கூட்டத்துக்குச் சென்றவர் அப்படியே தலைமறை வானார்.

கனடாவிலிருந்து தந்தி அனுப்பினார். 'என்னால் உங்கள் குற்றங்களுக்கு துணை போகமுடியாது. உங்கள் அமைச்சரவை யில் பங்குவகிப்பதை விடவும் நான் சாதாரண மனிதனாக, கௌரவமானவனாக வாழ்ந்துவிட்டுப் போகிறேன்.'

கடுப்பான இடி அமின் அமைச்சரவையைக் கூட்டினார். 'என்னை விட்டு விலகிப்போக ஆசைப்படுபவர்கள் இப்போதே கிளம்பிச் செல்லலாம். எல்லை தாண்டி சென்றபிறகு யாரும் வீரத்தைக் காண்பிக்கத் தேவையில்லை' என்றார். அமைச்சர்கள் கப்சிப்.

அடுத்த பறத்தல் வேலையைச் செய்தவர் கிழக்கு ஆப்பிரிக்க ரெயில்வேயின் சேர்மன், டான் நபுர்டெரே. அதன்பின்பு அமினின் பிரதானச் செயலாளரான பிகிரிவெங்யா.

உகாண்டாவின் ஜெர்மனி தூதர் ஜான் பரிக்யேவும் விஷயம் கேள்விப்பட்டு அவரும் அதே பாதையைத் தேர்ந்தெடுத்தார்.

பெர்லினிலிருந்து அமினைக் கண்டபடித் திட்டி ஒரு கடிதமும் மறக்காமல் எழுதினார்.

வெளியுறவுத்துறை அமைச்சரான வணுமே கிபெடியும் கென்யா வுக்குப் பறந்து சென்று அமினுக்குக் காட்டமான கடிதம் ஒன்றை எழுதினார்.

அமின் ஆட்சியில் நடந்த சில நல்ல விஷயங்களில் ஒன்று, அவர் விளையாட்டுக்குப் பிரதானம் கொடுத்ததுதான்.

தான் ஒரு ஹெவி வெயிட் சாம்பியன் என்பதால் உகாண்டா குத்துச்சண்டையில் மட்டும் எப்போதும் பின்தங்கியிருக்கக் கூடாது என்று எண்ணினார் அமின். குத்துச்சண்டை விளை யாட்டைப் பிரபலப்படுத்துவதில் அமின் சிரத்தை எடுத்துக் கொண்டார். அமின் விருப்பப்படியே அமின் ஆட்சிக்காலத் தில் உகாண்டா குத்துச்சண்டையில் சவாலான நாடாக இருந்தது. உலகின் மூன்றாவது சிறந்த அணி என்கிற பெருமை யைப் பெற்றது.

1976ல் அப்போதைய உகாண்டா குத்துச்சண்டை சாம்பியன் அகாங்கிடம் மோதினார் அமின். நட்புப் போட்டிதான் அது. தன்னை ஜெயித்தால் 10,000 ஷில்லிங் தருவதாக வாக்குறுதி கொடுத்தார் அமின். சொன்னதுபோலவே அப்போட்டியில் தோற்ற அமின் அகாங்குக்கு பத்தாயிரம் ஷில்லிங்கைத் தந்துவிட்டார்.

1960,70களில் உகாண்டா குத்துச்சண்டை வீரர்கள் சர்வதேச அளவில் தனி மதிப்பு இருந்தது. உகாண்டாவின் முதல் ஒலிம்பிக் மெடல் (வெண்கலம்) 1968 மெக்ஸிகோ ஒலிம்பிக்கில் லியோ ரவப்வோகோ என்கிற குத்துச்சண்டை வீரரால் கிடைத்தது. 72ல் மியூனிக்கில் நடந்த ஒலிம்பிக்கிலும் லியோ வெண்கலம் பெற்று அமினை மிகவும் சந்தோஷப்படுத்தினார்.

அதே மியூனிக் ஒலிம்பிக்கில் உகாண்டாவின் அக்கி புவா 400மீ தடை ஓட்டப்பந்தயத்தில் உலக சாதனைப் படைத்து தங்கம் வென்றார். அவ்வளவுதான். அமின் மிகவும் குஷியாகிவிட்டார். உகாண்டாவின் தேசியக் கொடியை ஒலிம்பிக் ஸ்டேடியத்தில் ஏந்திக்கொண்டு சென்றது மிகப்பெரிய கௌரவம் என்று அக்கி புவாவின் சாதனையைக் கொண்டாடினார்.

அமின் பாதுகாப்புப் படையில் சாதாரண போலீஸ் ஆபிசராக இருந்த புவா அதன்பிறகு ராணுவ அதிகாரியாகப் பதவி உயர்வு பெற்றார். புவாவுக்கு கம்பாலாவில் இருந்த ஒரு அரசு பங்களாவைப் பரிசாக அளித்தார் அமின்.லிரா நகரில் உள்ள ஒரு ஸ்டேடியம் மற்றும் ஒரு தெருவின் பெயர் அக்கி புவா என்று மாற்றப்பட்டது.

ஒருமுறை கால்பந்து வீரர்களின் பயிற்சியைப் பார்க்கச் சென்ற அமின், வீரர்களோடு பேசிக்கொண்டே அவர்கள் குறைகளையும் கேட்டுக்கொண்டார். அப்போது ஒரு கால்பந்து வீரர், அரசு இதழான 'வாய்ஸ் ஆஃப் உகாண்டா' வில் கால்பந்து வீரர்களின் தேர்வு பற்றி மோசமாகச் செய்திகள் எழுதுகிறார்கள் என்று தெரிவித்த அடுத்த நிமிடமே அந்தப் பத்திரிகையின் ஸ்போர்ட்ஸ் எடிட்டரை வீட்டுக்கு அனுப்பினார் அமின்.

உகாண்டாவில் உள்ள அனைத்து விளையாட்டு அமைப்பு களிலும் தலைமைப் பதவி வகிப்பவரை பிரஸிடெண்ட் என்று தான் அழைப்பார்கள். அமின் உகாண்டாவின் 'பெர்மணன்ட் பிரஸிடெண்ட்' (அப்படித்தான் விழாக்களில் அமினைப் போற்றிப் புகழ்வார்கள்) ஆனபிறகு உகாண்டா விளையாட்டு அமைப்புகளில் இருந்த பிரஸிடெண்ட் என்கிற பதவி ரத்து செய்யப்பட்டது.

1972ல் அமினுக்கு இங்கிலாந்தும் அதைவிட முக்கியமாக இஸ்ரேலும் புளித்துப்போக ஆரம்பித்தன. அதுவரை அமின் கேட்டபோதெல்லாம் பணம் கிடைத்துக்கொண்டிருந்தது. ராணுவத்தைப் பலப்படுத்தவேண்டும் என்று சொல்லிக் கொண்டு இரு நாடுகளிலும் இருந்து அமின் கறந்த பணம் ஏராள மானவை. ஆனால் உகாண்டாவின் நிதிநிலைமை மோசமான பிறகு இரு நாடுகளும் சுதாகரித்துக் கொண்டன. கேள்விகள் கேட்க ஆரம்பித்தன. முக்கியமாக எழுத்துப்பூர்வமாக நிறையத் தகவல்கள் கேட்டன.

அமின் பிரிட்டனிடம் உரிமையோடு உதவி கேட்பதற்கு ஒரு காரணம் இருக்கிறது.

இங்கிலாந்தில் ஒருசமயம் தொழிற்சாலைகள் ஸ்டிரைக் செய்த போது இங்கிலாந்தின் பொருளாதாரம் வீழ்ச்சியைக் கண்டது. முக்கியமாக பெட்ரோல் விலை தாறுமாறாக ஏறியது. இதனால்

இங்கிலாந்திலுள்ள உணவுப்பொருள்கள் விலை நினைத்துப் பார்க்க முடியாத விலை ஏற்றத்தைக் கண்டது. இந்தச் சமயத்தில் பிரிட்டனுக்கு போன் செய்தார் அமின்.

எட்வர்ட் ஹீத்திடம் பேசிய அமின், ‘உகாண்டா கவலையோடு பிரிட்டனைப் பார்த்துக்கொண்டிருக்கிறது. உங்கள் கவலையில் நாங்களும் பங்கெடுத்துக் கொள்கிறோம். என் பணத்திலிருந்து (அதாவது அரசின் பணம்!) 10,000 உகாண்டா ஷில்லிங்கைத் தரச் சம்மதிக்கிறேன். உகாண்டா மக்களும் தங்களால் முடிந்த உதவியை அளிப்பார்கள்’ என்று சொன்னார். ஹீத் தலையைப் பிய்த்துக்கொண்டார். அமின் போனை வைத்தவுடன், யார் உகாண்டாவிடம் போய் உதவி கேட்டது என்று ஒரு பிடி பிடித்தார்.

கொஞ்சநாள் கழித்து மீண்டும் லைனுக்கு வந்தார் அமின்.

‘நண்பரே, உகாண்டாவில் ‘பிரிட்டனைக் காப்பாற்றுங்கள்’ என்றொரு தொண்டு அமைப்பு உருவாகியிருக்கிறது. அதற்கு உகாண்டா மக்கள் திரண்டு வந்து உதவி செய்கிறார்கள். எங்கள் நாட்டின் வளத்தை நீங்கள் அறிவீர்கள். எங்கள் மண்ணில் லாரி லாரியாகக் கொண்டுவந்து காய்கறிகளையும் கோதுமைகளை யும் கொட்டுகிறார்கள். பணத்தை வங்கி மூலமாகவும் மணி ஆர்டர் மூலமாகவும் அனுப்பிவிடலாம்.

முட்டைக்கோஸ்களையும் உருளைக் கிழங்குகளையும் எந்த போஸ்ட் ஆபிஸ் வழியாக அனுப்புவது? ஆகவே பிரிட்டனி லிருந்து ஒரு விமானத்தை அனுப்புங்கள். பார்சல் செய்து அனுப்புகிறேன்’ என்றுகூற ஹீத் மயக்கம் போட்டு விழாத குறைதான்.

உண்மைதான். நாட்டின் பொருளாதாரம் தள்ளாடிக்கொண்டிருப் பது உண்மைதான். ஆனால் ஏதோ சோமாலியா நாடுபோல் அல்லவா இவர் பிரிட்டனைக் கருதுகிறார் என்று கடுப்பான ஹீத், உகாண்டாவிலுள்ள பிரிட்டிஷ் ஹை கமிஷன் மூலமாக இடி அமினின் வெங்காய, உருளைக்கிழங்கு உதவிகளை நைச்சியமாக மறுத்துவிட்டார்.

பிறகுதான் எலி ஏன் அம்மணமாக ஓடியது என்பதை ஹீத் புரிந்துகொண்டார்.

பல விஷயங்களில் தலைகால் புரியாமல் ஆடினார் அமின். ஏன் தான் உகாண்டாவுக்குச் சுதந்தரம் கொடுத்தோமோ என்று பிரிட்டன் பலமுறை எண்ணியெண்ணி வருந்தும்படி ஆறு மாதத்துக்கு ஒருமுறை பிரிட்டனை நோண்ட ஆரம்பித்தார் அமின்.

'ஆப்பிரிக்க நாடுகளிலேயே உகாண்டாதான் பெரிய நாடு. இங்கு இல்லாத வளம் வேறு எந்த நாட்டில் உள்ளது? காமன்வெல்த் தலைமையகத்தை உகாண்டாவுக்கு மாற்றமுடியுமா? அதன் தலைவராக நான் இருக்கமுடியுமா? பிரபஞ்சத்தின் மிகச்சிறந்த தலைவனாக நான் ஆகவேண்டும்.'

இப்படி பிரிட்டனிடமே ஒரு கோரிக்கை வைத்தால் என்ன நடக்கும்? அந்தத் தேதியில் காமன்வெல்த் நாடுகளின் தலைவராக இருந்தவர் எலிசபெத் ராணி. இதனால் நாளுக்கு நாள் உகாண்டாக் கண்டாலே பிரிட்டனுக்கு எரிச்சல்தான் வந்தது. இதனால் உதவி என்று வந்து நிற்கும்போது, போய்யா.. நீயும் உன் நாடும் என்று கதவைப் படார் என்று சாத்திவிட்டது.

அமெரிக்க அதிபர் நிக்ஸன் அப்போது வாட்டர்கேட் ஊழலில் மாட்டிக்கொண்டிருந்தார். அவரிடம் பேசிய இடி அமின், என்ன சார் இது, எதிர்க்கட்சிகளையெல்லாம் இந்நேரத்துக்கு உள்ளே போட்டிருக்கவேண்டாமா என்று கேட்டார். அப்படியா என்று மட்டும் சொல்லி போனை வைத்துவிட்டார் நிக்ஸன்.

அமினுக்கு அவசரமாக ஒரு நட்புறவு நாடு தேவையாக இருந்தது. அந்தச் சமயத்தில் அமினுக்குக் கைகொடுத்த நாடு, லிபியா. ஆதி காலத்திலிருந்து யூதர்கள் வாழ்ந்த பாலைவன தேசம். முஸ்லிம் தேசம். பரப்பளவில் ஆப்பிரிக்காவின் நான்காவது பெரிய தேசம். இஸ்ரேலும் பிரிட்டனும் ஜிகிரி தோஸ்துகள். அதனால் இருவருக்கும் எதிராக லிபியாவைக்கைக்குள் போட்டுக் கொண்டார் அமின். இஸ்ரேலை ஆப்பிரிக்கக் கண்டத்திலிருந்து நட்புறவு ரீதியில் அப்புறப்படுத்த இதைவிட வேறு என்ன சுலபவழி இருக்கமுடியும்?

இதில் பெரிய கொடுமை என்னவென்றால் ஆரம்பத்தில் இஸ்ரேலுக்குச் சென்று நிதி கேட்டார் அமின். வழக்கம்போல ராணுவத் தடவாளங்கள் வாங்குவதற்கு என்று ஒரு பொய் சொன்னார். ஆனால் அவர்கள் ஆயிரம் கேள்விகள் அவர்கள்

கேட்கத் தொடங்கியதும் கோபத்துடன் அங்கிருந்து வெளியேறி விமான நிலையம் வந்தார். அங்கு அவருக்காக இஸ்ரேல் தனி விமானம் காத்திருந்தது.

இஸ்ரேல் விமானத்திலேயே லிபியா சென்றார் அமின். பிரதமர் கடாஃபியைச் சந்தித்து அழுத்தமாகக் கைகுலுக்கினார். இருவரும் தனி அறையில் அமர்ந்து சில மணி நேரம் பேசினார்கள். அந்த நிமிடங்களில் உகாண்டாவுக்கும் லிபியாவுக்கும் புதுப் பாலம் கட்டப்பட்டது. லிபியாவிடமிருந்து கை நிறையப் பணம் வாங்கிக்கொண்டு உகாண்டாவுக்குத் திரும்பினார் அமின்.

உடனே உகாண்டா பத்திரிகைகளுக்குப் பேட்டி கொடுத்த அமின் இஸ்ரேல் பற்றிக் கன்னாபின்னாவென்று பேச ஆரம்பித்தார். இந்த இடத்தில் ஒன்றைக் குறிப்பிட்டே ஆகவேண்டும். இதுவரைக்கும் படித்ததில் உங்களுக்கு நன்றாகவே புரிந்திருக்கும். அமின் ஒரு சரியான விளம்பரப் பிரியர். தென்கச்சி சுவாமிநாதன் போல தினமும் ரேடியோவில் பேசுவார். ஆனால் ஒரு வித்தியாசம், எல்லாமே அரசு அறிவிப்புகள் மற்றும் சுயதம்பட்டங்களாக இருக்கும்.

இல்லாவிட்டால் பத்திரிகைகளை அழைத்துவிடுவார். டிவி கேமராமேன்களையும் விட்டுவிட மாட்டார். ஒருநாள்கூட மீடியாவுடன் பேசாவிட்டால் அவருக்குத் தூக்கம் வராது. 'மக்கள் என்னைப் பற்றி எப்போதும் நினைத்துக்கொண்டிருக்க வேண்டும். அதற்கு மீடியாவின் துணை அவசியம்' என்று பல மீட்டிங்குகளில் இக்கருத்தை வலியுறுத்தியிருக்கிறார்.

'இஸ்ரேலியர்கள் கிரிமினல்கள். பாலஸ்தீனை தங்கள் நாடாக மாற்றியவர்கள் அவர்கள். தங்களுக்கு உதவி செய்தவர்களுக்குத் துரோகம் செய்தவர்கள். இஸ்ரேலை என்னால் பொடிப்பொடியாக தூளாகமுடியும். ஜியோனிசம் என்கிற இஸ்ரேலியர்கள் தங்கள் தாய் மண்ணுக்குத் திரும்புகிற அரசியல் இயக்கம் ஒரு மோசடி. இஸ்ரேலியர்கள், பாலஸ்தீனியர்களின் நிலத்தைப் பிடுங்கிக்கொண்ட துரோகிகள்' என்று பேசிய அடுத்தநாள் இஸ்ரேலிய தூதர் அமினை வந்து சந்தித்தார்.

'உன்னை யார் உள்ளே விட்டது? இன்றுமுதல் இஸ்ரேலியர்களில் ஒருவர்கூட என் நாட்டில் இருக்கக்கூடாது' என்று அவரிடம்

முழங்கினார் அமின். உகாண்டாவில் இருந்து சாரை சாரையாக வெளிநாட்டவர்களை வெளியேற்றுகிற வழக்கம் அன்றுமுதல் ஆரம்பமானது. இஸ்ரேலியர்கள் முதல் இலக்கானார்கள்.

அப்போது ஆசியர்கள்போல இஸ்ரேலியர்களும் உகாண்டாவில் கணிசமாக இருந்தார்கள். நிறைய கட்டட, சாலை வேலைகளில் அவர்கள் உழைப்புந்தான் பெரும்பான்மையாக இருந்தது. தங்கள் நாட்டை மிகக்கேவலமாகப் பேசியதற்கு எதிர்ப்புத் தெரிவிக்க உகாண்டா இஸ்ரேலியர்கள் விரும்பினார்கள். அவர்கள் ஒருவரை ஒருவர் கட்டி அழவில்லை. எதிர்காலம் பற்றிப் பயப்படவில்லை. அமின் வார்த்தையை விட்ட அடுத்த நாளிலிருந்தே உகாண்டாவிலிருந்து இஸ்ரேலியர்கள் வெளி யேற ஆரம்பித்தார்கள்.

விஷயம் கேள்விப்பட்ட அமின் ஆடிப்போனார். உகாண்டாவை விட்டு வெளியேறிய இஸ்ரேலியர்கள் சும்மா ஒன்றும் கிளம்பிச் செல்லவில்லை. தங்களோடு கொண்டுவந்த கட்டட உபகரணங் களையும் சேர்த்தே அவர்கள் கிளம்பினார்கள். இப்படி எல்லோரும் அவரவர் கட்டடவேலை இயந்திரங்களைக் கொண்டு சென்றால் பிறகு உகாண்டாவின் கட்டமைப்புப் பணிகளின் நிலை?

கென்யா எல்லையில் அத்தனை இஸ்ரேலியர்களையும் நிறுத்தி வைத்தார்கள். கிரேன்கள், புல்டோசர்கள், கலவை இயந்திரங் கள் என இஸ்ரேலியர்களின் கூட்டத்தைவிட அதிக எண்ணிக்கை யில் இருந்தன இயந்திரங்கள். இஸ்ரேலியர்களிடமிருந்து அத்தனை இயந்திரங்களும் பிடுங்கி வைக்கப்பட்டன. துப்பாக்கி களின் முன்னால் இஸ்ரேலியர்களின் எதிர்ப்புக் குரல் எடுபடவில்லை.

இரண்டே மாதத்துக்குள் அத்தனை இஸ்ரேலியர்களும் உகாண்டாவைக் காலி செய்தார்கள்.

இந்த ஒரு விஷயத்தில் தான் நினைத்தது உடனே நடந்ததில் அமின் மிகவும் சந்தோஷப்பட்டார். அடுத்தது அவரை நீண்ட நாளாக உறுத்திக்கொண்டிருந்தது ஆசியர்கள். அதாவது இந்தியர்கள், பாகிஸ்தானியர்கள் மற்றும் வங்காள தேசத்தவர்.

முடிவெடுத்தார். அடுத்த இலக்கு ஆசியர்கள்தான்.

1972, ஆகஸ்ட் 4ம் தேதி ஜிஞ்சா ராணுவக்குடியிருப்புக்கு வந்த அமின் வீரர்கள் முன்னால் பேசினார்கள்.

'நேற்று எனக்கு ஒரு கனவு வந்தது. அதில் கடவுள் தோன்றினார். உகாண்டாவில் உள்ள ஆசியர்களை உடனே வெளியேற்று என்று கட்டளையிட்டார். நான் கடவுளின் சொல்படி நடப்பவன். அடுத்த தொன்னூறு நாள்களில் உகாண்டாவில் உள்ள அத்தனை ஆசியர்களும் வெளியேறவேண்டும். அவர்கள் ஆதி காலத்தி லிருந்து உகாண்டாவில் வசித்தவர்களுக்கும் இதில் சலுகைகள் எதுவும் கிடையாது. நீ ஆப்பிரிக்கன் இல்லையா? உடனே வெளியேறு!'

அமினின் இந்த அறிவிப்பு சரித்திர முக்கியத்துவம் பெற்றது. ஆனால் அதுவே உகாண்டாவின் பொருளாதாரத்தைப் படு குழியில் தள்ளி அருகே இடி அமினுக்கும் ஒரு குழியைத் தோண்டி வைத்தது.

4

இந்தியனே வெளியேறு !

1893ம் ஆண்டு மத்தியில் கிழக்கு ஆப்பிரிக்காவில் வாழ்ந்துகொண்டிருந்த இந்தியர்களுக்கு ஓர் இன்ப அதிர்ச்சி காத்திருந்தது. தென் ஆப்பிரிக்காவுக்குக் கப்பல் மார்க்கமாகச் சென்றுகொண்டிருந்த காந்தி தான்சானியாவின் ஜான்ஸிபார் துறைமுகத்துக்கு வந்து இறங்கினார். ஜான்ஸிபாரில் பத்துநாள்கள் இருந்த காந்திக்கு ஒரே ஆச்சரியம், 'இதென்ன இத்தனை இந்தியர்கள் இருக்கிறீர்கள்?' என்று அவர்களிடம் தேச ஒற்றுமை பற்றிப் பேசினார். அங்கிருந்த சோலைவனங்களைப் பார்த்து, 'அடடா, இந்தப் பிரதேசம் மலையாள நகரம்போல இருக்கிறதே' என்று ஆச்சரியப்பட்டார் (அப்போது கேரளா என்றொரு மாநிலம் கிடையாது).

இனவேறுபாட்டை முன்னிறுத்தி இடி அமின் வெளியேற்றியது நேற்று வந்த ஆசியர்களை அல்ல. காலம்காலமாக ரத்தமும் சதையுமாக உகாண்டாவில் வாழ்ந்து வந்தவர்களைத்தான். வேர் இந்தியாவிலும் பாகிஸ்தானிலும் பங்களாதேஷிலும் இருந்தாலும்

கூட எங்கள் தாய்நாடு உகாண்டாதான் என்று பெருமையாகச் சொல்லித் திரிந்தவர்களைத்தான்.

கி.பி. முதல் நூற்றாண்டிலிருந்தே இந்தியாவுக்கும் ஆப்பிரிக்காவுக்கும் கடல்வழி வாணிபத் தொடர்பு உண்டு. முக்கியமாக குஜராத்தியர்கள் கடல்வழி மார்க்கமாக ஆப்பிரிக்காவுக்கு அடிக்கடி சென்றதாக வரலாற்றுக் குறிப்புகள் சொல்கின்றன.

இந்தியாவைத் தேடிக் கப்பலில் கிளம்பிய வாஸ் கோ டகாமா ஆப்பிரிக்காவில் இறங்கியபோது தான்சானியா, கென்யா போன்ற பகுதிகளில் ஏராளமான இந்தியர்களை வசிப்பதைக் கண்டு ஆச்சரியப்பட்டார். கடல் மார்க்கமாக அரபு நாடுகளுக்கு வந்து அப்படியே ஆப்பிரிக்காவும் செல்வதை ஆதி இந்தியர்கள் வழக்கமாக வைத்திருந்தார்கள்.

கட்ச், போர்பந்தர், சூரத் போன்ற நகரங்களிலிருந்து நிறைய வணிகர்கள் வளைகுடா நாடுகளுக்குச் சென்று வாணிபம் செய்ய ஆரம்பித்தார்கள். அரபு நாடுகளில் இருந்த வணிகர்களின் தேவை ஐரோப்பாவுக்கும் இருந்தது.

கிழக்கு ஆப்பிரிக்க கடற்கரை வழியாக வாணிபம் செய்து வந்தது பிரிட்டன் 1593ல் மொம்பாசாவைப் பிடித்தபிறகு தடுமாற ஆரம்பித்தது. அடுத்த இரு நூறு ஆண்டுகளுக்கு அராபியர்களும் ஆங்கிலேயர்களும் கடும் சண்டை நடந்தது. இதனால் சில காலம் இந்தியர்கள் ஆப்பிரிக்காப் பக்கம் செல்ல முடியாமல் போனது.

17-ம் நூற்றாண்டில் ஓமன் மன்னர் சுல்தான் இபின் சயிஃப் போர்ச்சுகீசியர்களை விரட்டியத்து விட்டு இயல்பு நிலைக்குத் தன் நாட்டைக் கொண்டுவந்தார். அதன்பிறகு மீண்டும் குஜராத்திகள் பாட்டுப் பாடிக்கொண்டு கப்பலில் செல்ல ஆரம்பித்தனர்.

இந்தியர்கள் வாணிபம் செய்ய வந்தால் நாட்டைக் கைப்பற்றும் அயோக்கியர்கள் இல்லை என்பதால் அவர்களால் சுலபமாக, அடிக்கடி அரபு நாடுகளுக்கும் ஆப்பிரிக்க நாடுகளுக்கும் செல்ல முடிந்தது.

தான்சானியாவின் ஒரு பகுதியும் தீவுமான ஜன்ஸிபார், இந்தியா-அரபு நாடுகள்-கிழக்கு ஆப்பிரிக்கா ஆகிய மூன்றுக்கும் பாலமாக அமைந்தது. சுல்தான் மன்னர் ஜன்ஸிபாரில் குடியேறினார்.

பொதுவாகவே இந்திய வணிகர்களை மிகவும் ஊக்கப்படுத்தும் அவர், ஜன்ஸிபாருக்கு இந்திய வணிகர்களை அழைத்துச் சென்றார். இதில் வணிகம் சென்ற பல இந்தியர்கள் அந்தப் பிரதேசத்தின் இயற்கை எழிலில் மயங்கி அங்கேயே வாழ ஆரம்பித்தார்கள். 1860-ல் அங்கு ஆறாயிரம் இந்தியர்கள் வசித்ததாகச் சொல்லப்படுகிறது.

துணிகள், உலோகங்கள், கண்ணாடிகள் வர்த்தகத்தில் இந்தியர்கள் முழுமையாக ஈடுபட்டார்கள். இந்தியர்கள் பருத்தி ஆடைகளை விற்றுப் பதிலுக்கு யானைத் தந்தங்கள், உலோகங்கள் போன்றவற்றைப் பண்டமாற்று முறையில் பெற்றுக் கொண்டார்கள்.

ஜன்ஸிபாரின் வளமையால் பிரிட்டன் கிழக்கு ஆப்பிரிக்காவுக்குள் வந்தது. காலனி நாடாக மாறியது உகாண்டா.

கிழக்கு ஆப்பிரிக்காவில் குறிப்பாக பிரிட்டனின் ஆளுகைக்கு உட்பட்ட உகாண்டா, கென்யாவில் இந்தியர்கள் வாணிபம் செய்வதில் முன்பிருந்த சிறு கெடுபிடிகள், சங்கடங்கள்கூட இல்லாமல் இருந்தது. இந்தியா, உகாண்டா இரண்டையும் ஆங்கிலேயர்கள் ஆண்டுவந்ததால் முன்பிருந்ததைக் காட்டிலும் இப்போது நிறைய வணிகர்கள் கிழக்கு ஆப்பிரிக்கா நோக்கிப் படையெடுத்தனர்.

கிழக்கு ஆப்பிரிக்க கம்பெனி நிர்வாகம், வணிகம் தவிர உகாண்டா, கென்யாவின் கட்டுமானப் பணிகளிலும் கவனம் செலுத்தியது.

உகாண்டாவில் அப்போது புதிய ரயில் நிலையங்கள் அமைத்து ஏராளமான புதிய ரயில் பாதைகளையும் ஏற்படுத்த பிரிட்டன் விரும்பியது. ‘உகாண்டா ரயில்வே’வுக்கான ஆரம்ப வேலைகள் அவை.

கென்யாவின் கடற்கரை நகரமான மொம்பாசாவிலிருந்து மற்றொரு கென்ய நகரமான கிசுமு வரை முதலில் ரயில் பாதை போடப்பட்டது. பிறகு ரயில்பாதை கம்பாலாவரை நீடிக்கப் பட்டது. சென்னை பறக்கும் ரயில் திட்டம்போல ஆமைவேகத் தில் செல்லாமல் அதேசமயம் நீண்டகாலம் எடுத்துக்கொண்டு 1896ல் தொடங்கப்பட்ட வேலையை 1903ல் முடித்தது பிரிட்டன்.

ஆனால் ரயில் வேலைகள் தொடர்பாக உள்ளூர் மக்களை வேலை வாங்குவதில் நிறைய சிரமங்கள் ஏற்பட்டன. இதனால் எழுத்து வேலைகளுக்கு மட்டும் ஆரம்பத்தில் உகாண்டாவுக்கு அனுப்பப்பட்ட இந்தியர்கள் பிறகு ரயில் வேலைகளுக்காக ஆயிரக்கணக்கில் கப்பல் வழியாக அனுப்பப்பட்டனர்.

அவர்கள் வெறும் ஜல்லி பொறுக்கிப் போடும் வேலையை மட்டும் செய்யவில்லை. சர்வேயர், டிராஃப்ட்ஸ்மேன், அக்கவுண்டண்ட் என்று தொழில்நுட்ப வேலைகள் செய்வதிலும் அதிகம் இந்தியர்களே ஈடுபட்டனர்.

இந்தியர்களின் வரவால் உகாண்டாவின் விவசாயமும் வளர்ச்சி கண்டது. இந்தியாவிலிருந்து பலரகக் காய்கறிகளைக் கொண்டு வந்து ஆப்பிரிக்க மண்ணில் பயிரிட்டார்கள். மாமரத்தை முதன் முதலாக ஆப்பிரிக்க மண்ணில் நட்ட பெருமை இந்தியர்களுக்கே உரியது.

வேலையை முடித்தபிறகு இந்தியர்களை வெளியே போய்விடு என்று பிரிட்டன் சொல்லவில்லை. இந்தியர்களுக்கும் உகாண்டாவில் தொடர்ந்து வேலை கிடைத்துக்கொண்டிருந்த தால் அவர்கள் உகாண்டாவிலேயே தங்கள் வாழ்க்கையை வாழ ஆரம்பித்தார்கள். ஆங்கிலேயர்களின் ராணுவப் படைகளிலும் இந்தியர்களுக்கு வேலை கிடைத்தது.

1887ல் 6,300-ஆக இருந்த இந்தியர்களின் மக்கள் தொகை கிழக்கு ஆப்பிரிக்க நாடுகளில் உள்ள சிறப்பான வேலை வாய்ப்பினாலும் வர்த்தகக் காரணங்களினாலும் குஜராத், பஞ்சாப், உத்தர பிரதேசம் போன்ற மாநிலங்களிலிருந்து நிறைய பேர் வர ஆரம்பித்தனர்.

1920ல் இந்தியர்களின் எண்ணிக்கை 30,000 ஆக எகிறியது. 1948ல் அதாவது உகாண்டாவின் சுதந்தரத்துக்கு முன்பு எடுக்கப்பட்ட மக்கள் தொகை கணக்கின்படி உகாண்டா பழங்குடி மக்கள் 50 லட்சம் பேரும் 50,000 இந்தியர்களும் 3,500 ஆங்கிலேயர்களும் இருந்திருக்கின்றனர்.

இந்தியா சுதந்தரம் அடைந்து அதிலிருந்து பாகிஸ்தான் உருவான போது ஏற்பட்ட கலவரங்களில் பாதிப்படைந்தவர்களில் பலர் உகாண்டா நோக்கி ஓடி வந்தார்கள். இதனால் வருடாவருடம் உகாண்டாவில் இந்தியர்களின் எண்ணிக்கை அதிகமாகிக்

கொண்டே இருந்தது. இந்தியர்களில் குஜராத்தியர்கள்தான் நிறைய பேர் இருந்தார்கள். நாளடைவில் பாகிஸ்தானிலிருந்தும் நிறைய பேர் உகாண்டாவில் தஞ்சம் புகுந்தார்கள்.

உகாண்டா மக்களுக்கும் ஆசியர்களுக்கும் இருந்த முக்கிய வேற்றுமை, கல்வி. ரயில்வேலைக்கு வந்தபோது வேண்டு மானால் கல்வியறிவில்லாத மக்கள் உகாண்டாவுக்குள் நுழைந் திருக்கலாம். ஆனால் அதன்பிறகு ஆசியர்கள் கல்வியிலும் வாழ்க்கை முறையிலும் தங்களை மிக அதிகமாக உயர்த்திக் கொண்டார்கள். அவர்கள் வாழ்க்கைக்கும் உகாண்டா பழங்குடி மக்களின் வாழ்க்கைக்கும் நிறைய வேற்றுமைகள் இருந்தன.

முக்கியமாக, தலைநகர் கம்பாலாவில் ஆசியர்கள் வாழ்வாங்கு வாழ்ந்தார்கள். பெரிய பெரிய பதவிகளில் அவர்கள்தான் அமர்ந்திருந்தார்கள். முக்கியமாக மேத்தா - மனுபாய் என்னும் இரண்டு குஜராத்தி பிஸினஸ் புள்ளிகள் உகாண்டாவுக்குள் நுழைந்தபிறகு ஆசியர்களின் வாழ்க்கைத்தரம் முற்றிலும் மாறிப் போனது. இருவர் கம்பெனிகளிலும் ஏராளமான ஆசியர்கள் நல்ல வேலை பெற்றார்கள். மேத்தா மற்றும் மனுபாய் இரு வரும் கோடிக்கணக்கில் வியாபாரம் செய்து தங்கள் வளத்தைப் பெருக்கிக்கொண்டார்கள்.

பேரம்பேசி வியாபாரம் செய்வதிலும் ஒரு பொருளை வாங்கு வதிலும் ஆசியர்கள் யாருக்கும் சளைத்தவர்கள் இல்லை என்பதை நிரூபித்தார்கள். உகாண்டாவின் வர்த்தகம் முழுக்க ஆசியர்களின் கைவசம் இருந்தது. வணிகக்கடைகளுக்கு அவர்கள்தான் முதலாளிகள். அவர்கள் வைத்ததுதான் விலை. வியாபாரம் செய்யாத இந்தியர்களும் பாகிஸ்தானியர்களும் படிப்பில் கவனம் செலுத்தினார்கள்.

நிறுவனங்கள், ஹோட்டல்கள், தொழிற்கூடங்கள் எல்லாமே ஆசியர்களின் சொந்தமாக இருந்தது. மருத்துவம், பொறியியல் படித்தார்கள். டை கட்டிக்கொண்டு வேலை செய்தார்கள். வியாபாரம், கல்வி, வருமானம், அந்தஸ்து அனைத்திலும் மும்முரமாக இருந்தார்கள்.

ஆரம்பத்தில் சர்க்கரை, காபி, டீ என்று சிறியதாக பிஸினஸ் செய்தவர்கள் இருபதாம் நூற்றாண்டில் மத்தியில் இரும்பு, மதுபானம் என்று கோடிக்கணக்கில் வியாபாரம் செய்யும் அளவுக்கு உயர்ந்தார்கள்.

இந்தச் சனியன்பிடித்த ஆசியர்களால்தான் உகாண்டா மக்கள் வாழ்வின் தரம் மிகமோசமாக இருக்கிறது என்கிற முடிவுக்கு வந்தார் அமின். ஆனால் ஆசிரியர்கள்மீதான இந்த அருவருப்பும் வெறுப்பும் இன்றுநேற்று வந்தது கிடையாது.

சிறுவயதிலிருந்தே இருந்து வந்த வெறுப்பு, அவர் ராணுவத்தில் சேர்ந்தபிறகு அதிகமான மனக்குமுறலாக மாறியது.

என்ன அபத்தம் இங்கே நடந்துகொண்டிருக்கிறது. நாம் யார்? இந்த மண்ணின் மக்கள். கல்தோன்றி மண் தோன்றா காலத்தி லிருந்தே இதே பிரதேசத்தில் வாழ்ந்து வந்தவர்கள். ஆனால் இங்கே என்ன நடக்கிறது? ஆசியர்கள் உகாண்டாவில் சக்கை போடு போட்டுக்கொண்டிருக்கிறார்கள். அவர்கள் ஏதோ நம் முதலாளிகள்போலவும் நாம் அவர்கள் அடிமைகள்போலவும் அல்லவா ஒரு வாழ்க்கை வாழ்கிறோம்.

பிரிட்டனிலும் அமெரிக்காவிலும் மனுபாய் மத்வனியை உகாண்டாவின் ராக்ஃபெல்லர் என்று ஆச்சரியத்துடன் அழைப் பார்கள். ஏன் அப்படியொரு கௌரவம் என் உகாண்டா மக்க ளுக்கு வாய்க்கவில்லை. பிழைக்க வந்தவர்கள் எப்படி முதலாளி யானார்கள். அவர்களுக்கு வாழ வழி செய்துகொடுத்த இம் மண்ணின் மக்கள் ஏன் அன்றுமுதல் இன்றுவரை அடிமை யாகவே வாழ்கிறார்கள். ஏன் தொழில் செய்வதில் உகாண்டா மக்கள் பின்தங்கியிருக்கிறார்கள்?

இந்த விஷயம் பற்றிப் பலபேரிடம் பேசியிருக்கிறார் அமின். ஒபாடேவிடமும் விவாதித்திருக்கிறார். ஆனால் அவர்களை இனி என்ன செய்யமுடியும்? உகாண்டாவின் வளர்ச்சியில் அவர்கள் பங்கு முக்கியம் என்றே பலபேர் அமினின் வாயை அடைத்துவிட்டார்கள். அதுதான் நான் கேட்கிறேன், ஏன் அந்நியர் திறமையில் உகாண்டா செழிப்பாக இருக்கவேண்டும்? அப்படியென்றால் உகாண்டா மக்கள் கையாலாகாதவர்களா?

இஸ்ரேலியர்களின் வெளியேற்றம் சுலபமாக நடந்த பிறகு ஆசியர்களையும் இதுபோல வெளியேற்றித் தன் நீண்ட நாள் கனவை நிறைவேற்றிக்கொள்ள முடியும் என்று முழுமையாக நம்பினார் அமின்.

முதல்வேலையாக உகாண்டா முழுக்கப் பேரும் புகழும் பெற்று வாழ்ந்துகொண்டிருந்த மனுபாயை அழைத்தார் அமின்.

மனுபாய் சுத்தமான உகாண்டா மைந்தன். அந்த மண்ணில்தான் பிறந்தவர். குஜராத்தி. அவர் பெரியப்பா வித்தால்தாஸ் ஹரிதாஸ் 1893ல் கம்பாலாவுக்கு வந்தார். பின்னாலேயே மனுபாயின் தந்தையும் நாற்பது ரூபாய் செலவில் மூன்று வாரங்கள் கடல்மார்க்கமாகப் பயணம் செய்து கென்யாவின் மொம்பாசா கடற்கரைக்கு வந்து இறங்கினார்.

அப்போது அல்லிதினா விஸ்ராம் என்கிற குஜராத் வியாபாரியின் கட்டுப்பாட்டுக்குள் கிழக்கு ஆப்பிரிக்காவின் வர்த்தகம் இருந்தது. அவர்தான் அதன்பிறகு வந்த எல்லா இந்தியர்களுக்கும் ஆதர்சம் என்றுகூடச் சொல்லலாம். உகாண்டா ரயில்வே உருவானபிறகு அல்லிதினாவின் கைதான் உகாண்டா முழுக்க ஓங்கியிருந்தது.

டிபார்ட்மெண்டல் ஸ்டோர் போல அவர் கடைகளில் இல்லாத பொருள்களே கிடையாது என்று சொல்லும் அளவுக்கு அவர் சில்லறை மற்றும் மொத்த வியாபாரத்தில் மக்களைக் கவர்ந்திழுத்தார். கிழக்கு ஆப்பிரிக்காவெங்கும் 60 கிளைகள் அமைத்து பெரியதொரு வியாபாரம் செய்து வந்தார்.

இவரிடம்தான் விதால்தாஸ் ஹரிதாஸ் பணியாற்றினார். அவரிடமிருந்து முல்ஜிபாய் மத்வனி. அவரிடமிருந்து அவர் மகனான மனுபாய் மத்வனி தன் தந்தையின் தொழில்களுக்குப் பொறுப்பு ஏற்றுக்கொண்டார்.

ககிராவில் 800 ஏக்கர் நிலம் வாங்கி அதில் வித்தை செய்ய ஆரம்பித்தார் மனுபாயின் தந்தை முல்ஜிபாய். ஆசியர்கள் நாட்டை விட்டே ஓடவேண்டும் என்று அமின் எவ்வளவுதான் நெஞ்சை நிமிர்த்தினாலும் அவரும் உகாண்டா மக்களும் டீக்கு சர்க்கரை சேர்க்கும்போது ஒரு நொடியாவது மனுபாயின் குடும்பத்தை நினைத்துப் பார்க்காவிட்டால் அவர்கள் நன்றி மறந்தவர்கள்.

23,000 ஏக்கர் நிலத்தில் இந்தியாவிலிருந்து கொண்டுவந்த கரும்புகளைப் பயிரிடும் வரைக்கும் உகாண்டாவில் கரும்பு என்கிற ஒரு பயிரை யாரும் பார்த்ததுகூடக் கிடையாது.

1930-ம் ஆண்டிலிருந்துதான் உகாண்டா மக்கள் முதல்முதலாக சர்க்கரையை ருசி பார்த்தார்கள். அதுவரை வெல்லம்தான் சர்க்கரைக்குப் பதிலாக பயன்பாட்டில் இருந்தது. முல்ஜிபாய்

பரிசோதனை முயற்சியாகத்தான் கரும்புகளை உகாண்டாவுக்குக் கொண்டு சென்றார். இத்தனைக்கும் முல்ஜிபாய்க்கு விவசாயத்திலும் அனுபவம் கிடையாது.

சர்க்கரை தொழிற்சாலையைத் திறந்து வைத்துப் பேசிய ஆங்கிலேய கவர்னர் வில்லியம் கோவர்ஸ், 'உகாண்டாவில் சர்க்கரை கிடைக்கும் என்பதை இத்தனைநாள் நம்பவில்லை' என்று உகாண்டாவின் வளர்ச்சிக்கு இந்தியர்களின் பங்களிப்பைப் பாராட்டிப் பேசினார்.

உகாண்டாவில் முதல்முறையாகப் பருத்தி மில் ஆரம்பிக்கப் பட்டதும் ஹரிதாஸ் என்கிற இந்தியரால்தான்.

23,000 ஏக்கரில் கரும்புத்தோட்டம் அமைத்துச் சொந்தமாக ககிரா கரும்பு ஆலையை உருவாக்கினார் மனுபாய். இந்த ஒரு காரணத்துக்காக ககிரா பகுதியை மனுபாய் தொழிற்சாலை நகர் என்றே மக்கள் அழைத்தனர்.

அவர் தினமும் 4,500 விவசாயிகளிடம் இருந்து கரும்புகளை வாங்கி ஆலைகளுக்குப் பயன்படுத்தினார். சுதந்தரத்துக்கு முன்பே உகாண்டாவில் ஆயில் மில் கட்டி பலபேருக்கு வேலை வாய்ப்பும் உகாண்டாவுக்குத் தொழில் வளர்ச்சியும் ஏற்படுத்திக் கொடுத்திய குடும்பம் அவருடையது. பிறகு டெக்ஸ்டைல் மில், பாட்டில் தொழிற்சாலை என்று வியாபார மற்றும் கனவு எல்லையை விரிவுபடுத்திக்கொண்டே சென்றார்.

ஆசியர்கள் பற்றிய தன் நிலைபாட்டை உறுதிப்படுத்த இடி அமின் அமைச்சரவையைக் கூட்டினார். கூடவே மனுபாயையும் அந்தக் கூட்டத்துக்கு அழைத்திருந்தார். அமைச்சர்கள் அத்தனை பேர் முன்பும் அமின் மனுபாயைக் கேவலமாக நடத்தினார் அமின்.

'வெளிநாட்டவர்களை அதாவது ஆசியர்களை உங்கள் தொழிற்சாலையில் சேர்க்கும்போது என்னவிதமான கொள்கைகளைக் கடைபிடிக்கிறீர்கள் மனுபாய்?' என்று உச்சஸ்தாயில் கேட்டார் அமின்.

ஆள்களை வேலைக்கு அமர்த்தும்போது ஒரு நிர்வாகம் என்ன எதிர்பார்க்கும்? திறமை. ஆனால் அமினின் நோக்கம் என்ன என்பது மனுபாய்க்குப் புரிந்துவிட்டது.

‘யுவர் எக்ஸ்லன்ஸி, அடுத்ததாக எங்கள் தொழிலை விரிவுபடுத்த உள்ளோம். அதனால் இன்னும் சில நாள்களில் இந்தியாவி லிருந்து நிறைய தொழிலாளர்களை வரவழைத்துப் பயிற்சி அளிக்கப்போகிறோம்’ என்றார் மனுபாய்.

மனுபாயின் தொழிற்சாலைகளில் எத்தனை ஆசியர்கள் வேலை செய்கிறார்கள், எவ்வளவு டர்ன் ஓவர் போன்ற தகவல்களை வாங்கி வைத்துக்கொண்டார் அமின்.

1972, ஆகஸ்ட் 4ம் தேதி வானொலி வழியாக அறிக்கை ஒன்றை வெளியிட்டார் அமின்.

‘நான் பிரிட்டனிடம் கேட்கப்போகிறேன். பிரிட்டன் பாஸ் போர்ட் வைத்திருக்கும் உகாண்டா ஆசியர்களை உங்கள் நாட்டுக்கே அழைத்துக்கொள்ளுங்கள்’ என்று சொல்லப் போகிறேன். இரண்டு நாட்டு பாஸ்போர்ட்டை வைத்துக் கொண்டு பலரும் உகாண்டாவை ஏமாற்றிக்கொண்டிருக் கிறார்கள். வெளிநாட்டவர்களால் உகாண்டா மக்களுக்கு வேலை வாய்ப்பில்லாமல் போகிறது. அவர்களால் நாட்டின் மதிப்பு குறைந்துகொண்டே போகிறது’

அஃபிஷியலாக அமினிடமிருந்து அந்த அறிவிப்பு வந்ததும் உகாண்டாவில் பெரிய பரபரப்பு ஏற்பட்டது.

90 நாள்களில் அதாவது நவம்பர் 8 அன்று உகாண்டாவில் உள்ள 73,000 இந்தியர்களும் வெளியேறியிருக்கவேண்டும். இதில் மனுபாய் மற்றும் மேத்தா என இரண்டு பேர் மட்டுமே பெரும் பணக்காரர்கள். மொத்தத் தட்டுமுட்டுச் சாமான்களையும் விமானத்தில் கொண்டு செல்லக்கூடிய வசதி படைத்தவர்கள். மற்றவர்கள்?

பெரும்பாலான ஆசியர்கள் அன்றாடங்காய்ச்சிகள்தான். மாதச் சம்பளத்தை எதிர்பார்த்து வேலைக்குச் செல்பவர்கள். அவர் களுக்கு உகாண்டாதான் சொந்த மண். தங்கள் தாய்நாடு என்று அவர்கள் இந்தியாவையோ பாகிஸ்தானையோ பங்களா தேஷையோ கை காண்பிக்க மாட்டார்கள். ஒபாடேவை அமின் வீழ்த்தியபோது அவர்களும்தான் குதூகலமிட்டார்கள். அமினின் கூட்டங்களில் அவர்களும்தான் கலந்துகொண்டு ஆடிப்பாடி மகிழ்ந்தார்கள். அமினை அவர்களும்தான் கடவுளாக ஏற்றுக் கொண்டார்கள்.

ஆனால் இந்தச் சமயத்தில் தன் மக்களுக்குக் கை கொடுக்க வேண்டிய இந்திய அரசாங்கம் (அப்போது இந்திரா காந்தி பிரதமர்) கைவிரித்துவிட்டது. இங்கிலாந்து குடியுரிமை பெற்றவர்களை இந்தியாவுக்குள் அனுமதிக்கமுடியாது என்று ஒரே வார்த்தையில் கதவை மூடிவிட்டது. அப்போதும் சிலருக்கு சில நம்பிக்கை இருந்தது. உகாண்டா பாஸ்போர்ட் வைத்திருப் பவர்களுக்கு அமின் எப்படியும் விதிவிலக்கு அளிப்பார் என்று மிகவும் எதிர்பார்த்தார்கள்.

ஆகஸ்ட் 9ம்தேதி இன்னொரு முடிவெடுத்தார் அமின்.

'பிரிட்டன் பாஸ்போர்ட் வைத்திருப்பவர்கள் மட்டுமல்லாமல் உகாண்டாவைச் சேராத, ஆப்பிரிக்கர் அல்லாத எந்தவொரு ஆசியரும் என் நாட்டில் இருக்கக்கூடாது.'

முடிந்தது கதை. இனி யாரும் அமினை எதிர்த்துப் பேசி முடிவை மாற்றமுடியாது. காரணம், ஆசியர்கள்மீதான அமினின் கோபம் நாளுக்கு நாள் அதிகமாகிக்கொண்டே போனது.

'ஆசியர்களால் தான் உகாண்டாவில் எண்ணெய் தட்டுப்பாடு. அவர்கள் அளவுக்கதிமாக எண்ணெய் பயன்படுத்துகிறார்கள். குறைந்த முதலீட்டில் அதிக லாபம் சம்பாதித்து அந்தப் பணத்தை யெல்லாம் அவர்கள் நாட்டுக்கு அனுப்பிவிடுகிறார்கள். இதனால் உகாண்டாவுக்கு என்ன லாபம்? மாடுகளிடம் இருந்து நன்றாகப் பால் கறக்கிறார்கள். ஆனால் அதற்கு வேண்டிய தீவனத்தைத் தருவது கிடையாது. என் மக்கள் தொழிலைக் கற்றுக்கொள்ள ஓர் உதவியும் செய்வது கிடையாது. இவர்களால் தான் நாடே கெட்டுப்போகிறது...'

பிரிட்டனை வம்புக்கு இழுத்ததால் அந்தப் பக்கமும் கொஞ்சம் கொதிப்பாக இருந்தது.

பிரிட்டன் என்றால் தேனொழுகப் பேசும் அமின் ஏன் திடீரென்று பிரிட்டனுக்கு எதிராகத் திரும்பவேண்டும்? இடி அமின் அவர் களிடமிருந்து நிறைய எதிர்பார்த்தார். இந்தக் குட்டி நாட்டுக்கு பிரிட்டன் உதவித்தொகை வாரி வழங்கும், ஆயுதத் தளவாடங் கள், கேட்ட பணத்தையெல்லாம் வாரி வழங்குவார் என்று சற்று மிகையாகவே எதிர்பார்த்துவிட்டார்.

ஆனால் ராணுவ ஆட்சி நுழைந்த பிறகு பல நாடுகள் உகாண்டாவை எரிக்கும் பார்வையில்தான் பார்க்க ஆரம்பித்தன.

இந்த நிலைமையில் நேசக்கரம் நீட்டினால் பெரிய சிக்கலாகி விடும் என்று பிரிட்டன் அமினைத் தவிக்கவிட்டு வேடிக்கைப் பார்த்தது.

ஆனால் இப்போது பிரிட்டனைக் குறிவைத்து ஆசிய மக்களைப் பழிவாங்கியதால் பிரிட்டன் பிரதமர் எட்வர்ட் ஹீத், நிலைமை யைத் தன் கட்டுப்பாட்டுக்குள் கொண்டுவர விரும்பினார். உகாண்டாவில் வசிக்கும் ஆசியர்களின் வயிற்றில் பாலை வார்ப்பதுபோல ஓர் அறிக்கை வெளியிட்டார்.

'எங்கள் நாட்டு பாஸ்போர்ட் வைத்திருப்பவர்களைக் காப்பாற்று வது எங்கள் கடமை. தாராளமாகப் பிரிட்டனுக்கு வாருங்கள்.'

இது போதாதா? உகாண்டா ஆசியர்களுக்கு இந்த அறிவிப்பு பெரிய ஆறுதலைக் கொடுத்தது. ஆனால் இது அமினுக்குத் தன் தலையில் கல்லைத் தூக்கிப்போட்டதுபோல இருந்தது. பிரிட் டன் பாஸ்போர்ட் வைத்திருக்கும் ஆசியர்களை அலைக்கழிக்க வேண்டும், அவர்கள் தவிப்பதைக் காணவேண்டும் என்கிற அவர் ஆசையில் ஒரு லோடு மண்.

உடனே நிருபர்களை அழைத்தார்.

'ஆசியர்களுக்கு இங்கே எதிர்காலம் இல்லை என்பதை அவர்கள் புரிந்துகொள்ள வேண்டும். நான் சொல்லிவிட்டேன். அவர்கள் கிளம்பவேண்டியதுதான் பாக்கி. ஒரு ஆள்கூட மிச்சம் இல்லா மல் சென்றால்தான் நான் மிகவும் சந்தோஷப்படுவேன். மேலும், இதை எங்களுக்கு உதவாத பிரிட்டனுக்கு எதிரான போர் என்றும் எண்ணிக்கொள்ளலாம்.'

ஆனால் கெடு வைத்தபிறகும் ஆசியர்கள் பெரிதாக அலட்டிக் கொள்ளாதது அமினுக்குப் பெரிய கௌரவப் பிரச்னையாக இருந்தது. 90 நாள்கள் கொடுத்தது ஒருசிலருக்காகத்தான். சொன்ன அடுத்த வாரத்தில் எல்லாப் பயல்களும் ஓடிவிடுவார்கள் என்று பார்த்தால் வீட்டுத்திண்ணையில் அமர்ந்துகொண்டு இந்த இந்தியர்கள் பல்லாங்குழி ஆடிக்கொண்டிருக்கிறார்களே என்று நறநறவென்று பல்லைக் கடித்தார்.

அடுத்த இரண்டு காரியங்களுக்கு திட்டமிட்டார்.

1. ஆசியர்களின் கடிதங்களை உடைப்பது
2. மனுபாயை சிறையில் அடைப்பது

இந்த இரண்டும் கச்சிதமாக நிறைவேறினால் அடுத்த பஸ் ஏறிக் கிளம்பிவிடுவார்கள் என்று உறுதியாக நம்பினார் அமின். மனுபாய்மீது மீது கை வைத்தால் இந்தியர்கள் அலறுவார்கள் என்று அமின் உறுதியாக நம்பினார். இரண்டையும் அடுத்தடுத்த நாள்களில் நிறைவேற்றினார் அமின்.

விசாரணைக்காக அழைத்துவரப்பட்ட மனுபாய் கைது செய்யப் பட்டு மெகிண்டை சிறைக்குள் அடைக்கப்பட்டார். மனுபாயின் சர்க்கரை ஆலையில் பணியாற்றிய ஆங்கிலேயரான டொனால்ட் ஸ்டீவர்டையும் கைது செய்தது காவல்துறை. டொனால்ட் ஸ்டீவர்ட் உகாண்டா பற்றி மோசமாக ஒரு கடிதம் எழுதி அதை இங்கிலாந்தில் உள்ள தன் மனைவிக்கு அனுப்பினார்.

ஸ்டீவர்டின் கடிதத்தை உடைத்த காவல்துறை பிரிட்டனின் ஒற்றன் என்று ஸ்டீவர்ட் மீது குற்றம் சுமத்திச் சிறையில் அடைத்தது.

ஆசியர்களிலேயே அமினுக்கு மிகவும் நெருக்கமாக இருந்த ஒரே நபர் மணி. அமின் ராணுவத்தில் ஜூனியராக இருக்கும்போது மணிதான் அவருக்கு ஜிகிரி தோஸ்து. ராணுவத்துத் தேவையான ஆயுதங்களை வாங்கி அனுப்பும் வேலையை அவர் நீண்டகால மாக செய்து வந்தார்.

மனுபாயைச் சிறை வைத்த செய்தி கிடைத்ததும் கோபம் தாங்காமல் அமினைச் சந்தித்தார் மணி. நல்லவேளை, அமின் மணியைச் சிரித்தபடி வரவேற்றார்.

'மணி, நீங்கள் சொல்வது எல்லாம் சரி. ஆனால் எனக்கு என் மக்கள் முக்கியம். ஆசியர்கள் என்ன செய்கிறார்கள். உகாண்டா, பிரிட்டன் என்று இரண்டு பாஸ்போர்ட் வைத்திருக்கிறார்கள். தன் மனைவிமீது இரண்டு ஆண்கள் கைபோட எந்தப் புருஷன் ஒப்புக்கொள்வான்? அவர்கள் என் நாட்டுக்கு நியாயமாக இருக்க வேண்டும். மனுபாயை அசைத்தால்தான் மற்ற எல்லோரும் நடுங்குவார்கள். நேற்று முதல் ஆசியர்கள் வெளியேறுவது அதிகமாக இருக்கிறதாம்...' என்று சொல்லிவிட்டுச் சத்தம் போட்டுச் சிரித்தார் அமின்.

மனுபாயைச் சிறையில் அடைத்த செய்தி வெளிவந்த பிறகு உகாண்டாமீது உலகில் உள்ள அத்தனை மீடியாவும் கவனம் வைக்க ஆரம்பித்தது. அந்த நாளில் இருந்துதான் அமினின்

ஜாதகங்கள் வெளிஉலகுக்குத் தெரிய ஆரம்பித்தன. உகாண்டா வரலாற்றின்படி எப்படியும் மனுபாயை அமின் கொன்று விடுவார் என்றே அனைவரும் எதிர்பார்த்தார்கள்.

'மனுபாயை மெகிண்டை சிறையில் அடைத்திருக்கிறீர்கள். அவர் உகாண்டாவின் அடையாளம் என்பதை மறந்து விட்டீர்கள். அவர்மீது கை வைத்தால் பிரச்னை பெரிதாகும் என்று உங்களுக்குத் தெரியாதா?' என்றார் மணி.

'தெரியும். மனுபாயை நான் கொல்லப்போவதில்லை. அவர் தான் தன் அத்தனை தொழிற்சாலைகளையும் எனக்கு விட்டுக் கொடுக்கப் போகிறாரே! நான் ஏன் அவரைக் கொல்லப் போகிறேன். அவர் விரைவில் வெளியேற்றப்படுவார்' என்று உறுதி கொடுத்தார் அமின்.

மணி மனுபாயை மெகிண்டையில் சந்தித்தார். பட்டுக்கம்பளத்தில் நடந்து பழகிய கால்கள் செருப்பு இல்லாமல் சாக்கடைக்குள் கால் விட்டதுபோல இருப்பது கண்டு பதறினார் மணி. தன்னிடமிருந்த செருப்பை மனுபாய்க்கு அளித்தார்.

மனுபாயின் மனைவி ஜோதிக்குத் தன் கணவர் உயிர்தான் முக்கியமாகப் பட்டது. தைரியமாக இடி அமினுக்குப் போன் செய்து பேசினார்.

'என் கணவரைக் கொல்லப்போகிறீர்களா? இதுதான் எங்கள் உழைப்புக்கு நீங்கள் செலுத்தும் நன்றிக்கடனா? அவர் கொல்லப் பட்டால் எங்கள் குடும்பமே தற்கொலை செய்துகொள்ளும்' என்று சத்தியவான் சாவித்ரியாகி அமினிடம் தாலிப்பிச்சை கேட்டார் ஜோதி.

அமின் கோபப்படவில்லை. மனுபாய்மீது ஜாக்கிரதையாக இருந்தார் அமின். அவருக்கு மனுபாய் உயிரோடு இருப்பதுதான் சௌகரியம். எலி உயிரோடு இருந்தால்தானே பொறியில் வடை வைக்கமுடியும்?

'மனுபாய் எனக்கு அண்ணன் மாதிரி. உங்கள் மக்களைப் பய முறுத்தவே சிறையில் அடைத்தேன். விரைவில் அவர் வீட்டுக்கு வருவார்' என்று ஜோதியிடமும் அதே பாட்டைப் பாடினார் அமின்.

சில நாள்கள் கழித்து மனுபாயின் சர்க்கரை ஆலைக்கு தன் சீக்ரெட் ஏஜெண்டை அனுப்பினார்.

மனுபாயின் தம்பி பிரதாப் சர்க்கரை ஆலையை நிர்வகித்துக் கொண்டிருந்தார். நேராக பிரதாப்பின் அறைக்குள் நுழைந்த அமினின் ஏஜெண்ட் மிரட்டும் தொனியில் பேச ஆரம்பித்தான்.

'என்ன இன்னும் இங்கே இருக்கிறாய்? நாங்கள்தான் இந்த ஆலையை நடத்தப்போகிறோம். கிளம்பு...கிளம்பு.. என்று துப்பாக்கியை எடுத்துக் காட்டினான்.

பிரதாப் அசரவில்லை. 'இங்கே பார். உன் துப்பாக்கியால் இந்த ஆலையை நடத்தமுடியாது. நாங்கள் இல்லாவிட்டால் இங்கே ஒரு மெஷின்கூட இயங்காது. மிரட்டலால் ஓர் ஆலையை நிர்வகிக்கமுடியாது. எங்களைத் துரத்தினால் உகாண்டாவுக்கு சர்க்கரை கிடைக்காது. ஏன் அமின் டீ சாப்பிட எத்தனை ஸ்பூன் சர்க்கரையை அள்ளிக் கொட்டுவார் என்று உனக்குத் தெரியும்? அவருக்குக்கூட சர்க்கரை மிச்சம் இருக்காது. இது உனக்குப் புரியவில்லை என்றால் என்ன வேண்டுமானாலும் செய்துகொள்' என்றார் துணிச்சலாக.

'சரி, வந்துவிட்டேன். உன் பப்பிகளையாவது கொடு. வெறுங் கையோடு போகமுடியாது' என்று குண்டன் சொல்லச் சிரித்துக் கொண்டே சில நாய்க்குட்டிகளைக் கொடுத்து அனுப்பினார் பிரதாப்.

ஆசியர்களை வெளியெற்றுவதில் அமினின் அரசாங்கம் வெகு மும்முரமாக இருந்தது. இன்னொரு முக்கியமான உத்தரவும் வந்தது.

'ஊரை விட்டுக் கிளம்புவதால் யாரும் யாருக்கும் தங்கள் சொந்த நிலத்தை விற்றுவிடக்கூடாது. இது உகாண்டா மண். யாரும் சொந்தம் கொண்டாட முடியாது. ஆனால் அந்த நிலத்தைப் பராமரித்ததற்காக ஊக்கத்தொகையை மட்டும் பெற்றுக் கொள்ளுங்கள். அவரவர் வங்கிக்கணக்கை எழுதிவிட்டுச் செல்லுங்கள். நில, சொத்து மதிப்புகளைக் கணக்கிட்டுப் பின்னர் ஒரு குறிப்பிட்ட தொகையை இந்த அரசாங்கம் வழங்கும்.'

என்னது, சொந்த நிலத்தையும் வீட்டையும் விற்கக்கூடாதா? சரி, எள்ளு என்று முடிவு செய்துகொண்டார்கள் ஆசியர்கள்.

இந்த நேரத்தில்தான் கடவுள் நம்மைக் கைவிடவில்லை என்று உகாண்டா ஆசியர்கள் எண்ணும்படி உகாண்டா உச்சநீதிமன்றத்தில் ஒரு தீர்ப்பு வெளியானது.

டொனால்ட் ஸ்டீவர்டுக்கு ஆதரவாக பிரிட்டன் களத்தில் குதித்தது. உகாண்டா உச்சநீதிமன்றத்தில் ஆட்கொணர்வு மனுவை (Habeas Corpus) சமர்பித்தது. வழக்கை பெனிடிக்டோ கிவானுகா விசாரித்தார். ஞாபகம் இருக்கும். இவர்தான் குடியரசுக் கட்சியின் முன்னாள் தலைவர், உகாண்டாவின் முன்னாள் பிரதமர்.

உகாண்டா இருக்கும் நிலைமையில் தானும் நீதி தவறினால் தான் சட்டம் படித்ததற்கே பயனில்லை என்று ஓர் அதிரடியான உத்தரவைப் பிறப்பித்தார்.

'ஸ்டீவர்டை விடுவிக்கவேண்டும்' என்று மட்டும் தீர்ப்பு எழுதியிருந்தால் அவர் தலை தப்பியிருக்கும். கீழ்கண்ட வாசகங்களை தன் தீர்ப்பில் எழுதினார்:

> உகாண்டாவின் நிலைமையை எண்ணி மிகவும் வருத்தப்படுகிறேன். என்ன காரணத்துக்காக இங்கிருந்த ஆயிரக்கணக்கான ஆசியர்கள் வெளியேற்றப்படுகிறார்கள் என்று புரியவில்லை. சட்டப்படி அவர்களை வெளியேறச் சொல்வது மிகவும் தவறு. மேலும் உகாண்டாவின் தொழில்வளத்தைப் பெருக்கிய மனுபாயைச் சிறையில் தள்ளுவது மாபெரும் குற்றம். உகாண்டாவின் அரசியல் நிலைமையும் அரசாங்கத்தின் போக்கும் எனக்குக் கவலை அளிக்கின்றன.

விவரம் புரிந்தவர்களுக்கு இந்தத் தீர்ப்பைப் படிக்கும்போதே நீதிபதியின் அடுத்த சில நாள்கள் எப்படி இருக்கப்போகிறது என்பது புரிந்துவிட்டது.

கம்பாலாவில் உள்ள கிழக்கு ஆப்பிரிக்க மேல்முறையீடு நீதிமன்றத்துக்கு பெனிடிகோ வந்தபோது அவருக்காகக் காத்திருந்த மெகிண்டை காவலர்கள் அவரைத் தனியே அழைத்துச் சென்றார்கள். முதலில் அவருடைய சட்டையை உருவினார்கள். பிறகு கால்சட்டை. அவர் கழுத்தை நெருக்கினார்கள். தரதரவென்று இழுத்துச் சென்றார்கள்.

உகாண்டா அரசு வங்கியின் தலைவரும் மனுபாய் கம்பெனிகளின் சேர்மனுமான ஜோ முபிரு என்கிற வயதானவரையும் திடீரென்று ஒருநாள் விசாரணைக்காக அழைத்துச் சென்றார்கள்.

ஜோ முபிருவையும் பெனிடிக்டோவையும் ஒன்றாகச் சேர்த்து வைத்து எரித்ததாக உகாண்டாவில் மக்கள் பரபரப்பாகப் பேசிக்கொண்டார்கள்.

செப்டெம்பர் 27 அன்று மனுபாயை அழைத்துப்போக வந்தார் மெகிண்டை சிறையின் கமாண்டர் மேஜர் மரேலா. அவர்தான் சிறையில் உள்ள கைதிகளைப் புன்னகையோடு அழைத்துச் செல்வார். ஆனால் அதன்பிறகு துணியால் தலையைக் கட்டி சுட்டுக் கொன்றுவிடுவார். இதுபோல மரேலாவின் தோட்டாக் களுக்கு உயிர் இழந்தவர்கள் ஆயிரக்கணக்கான பேர்.

ஆனால் மனுபாய் அதிர்ஷ்டம் பெற்றவர். 'மனுபாய், உங்களை அழைத்துவர ஜனாதிபதி உத்தரவு' என்றார்.

உயிர்பயத்தில் இருந்த மனுபாய்க்கு இது குழப்பத்தைக் கொடுத் தது. என்னை ஏன்? சாவதற்கு முன்னால் என் கம்பெனிகளை எழுதி வாங்கி வைத்துக்கொள்ளப் போகிறாரா?

கம்பாலாவில் உள்ள இடி அமினின் அலுவலகத்துக்கு அழைத்துச் செல்லப்பட்டார் மனுபாய். மனுபாயை இன்முகத் தோடு வரவேற்ற அமின் தேநீர் வரவழைத்தார். தேநீர் அருந்தும் முன் எப்போதும்போல ஐந்து ஸ்பூன் சர்க்கரைகளை அள்ளிக் கொட்டினார். அந்தச் சர்க்கரை மனுபாய் ஆலையின் சர்க்கரை.

மனுபாய் முதலில் பேசினார்.

'யுவர் எக்ஸலன்ஸி, என் பாஸ்போர்ட் விவாகரத்தைக் கொஞ்சம் பார்க்கமுடியுமா? உகாண்டாவிலுள்ள பல இந்தியர்கள்போல நானும் என் பிரிட்டன் பாஸ்போர்ட்டை புதுப்பிக்க மறந்து விட்டேன். அது அவசியப்படாது என்று எண்ணிவிட்டேன். இப்போது நான் என்ன செய்வது? என்னால் பிரிட்டனுக்குச் செல்லமுடியாதே?'

'ம்ம்...'

'நான் உகாண்டா மண்ணின் மைந்தன். என் ரத்தத்தில் உகாண்டா தான் கலந்திருக்கிறது. நான் இந்த நாட்டை மிகவும் நேசிக் கிறேன்.'

'சந்தோஷம். உகாண்டாவை விட்டு சீக்கிரம் கிளம்பினால் நான் இரு மடங்கு சந்தோஷப்படுவேன். மனுபாய் எனக்காக ஒரு காரியம் செய்வீர்களா?'

மனுபாய் அமினின் கண்களை உற்றுப் பார்த்தார். என்ன கேட்கப் போகிறார்?

'நீங்கள் உயிரோடு இருப்பதை உலகுக்கு உணர்த்திவிடுங்கள். சாவடிக்கிறார்கள். கேள்வி மேல் கேட்கிறார்கள். நான் உங்களை எவ்வளவு பத்திரமாக வைத்திருக்கிறேன். ஒரு டெலிவிஷன் பேட்டிக்கு ஏற்பாடு செய்கிறேன். போய்ப் பேசுங்கள்.'

கிளிப்பிள்ளைபோல அமின் சொல்லிக் கொடுத்ததைப்போலப் பேசிவிட்டு வீட்டுக்கு வந்துவிட்டார் மனுபாய். அவர் தன் தொழிற்சாலைக்குச் சென்றபோது அது வெறிச்சோடிப் போயிருந்தது. 50 ஆசியர்கள் மட்டுமே பணியில் இருந்தார்கள். அவர்களும் இன்னும் சில நாள்களில் தொழிற்சாலையை விட்டு மட்டுமல்ல, நாட்டை விட்டே கிளம்பப்போகிறார்கள்.

20,000 பேர் வேலை பார்த்த நிறுவனம். வருடத்துக்கு 83,000 டன் சர்க்கரையை உற்பத்தி செய்யும் கேந்திரம். 1972ல் 750 கோடி வருமானம். மனுபாய் சர்க்கரை ஆலை, நைல் மதுபானத் தொழிற்சாலைக் கூடம், கிழக்கு ஆப்பிரிக்க இரும்பு கம்பெனி, முல்கோ டெக்ஸ்டைல் மில்ஸ், அசோசியேட்டர் மேட்ச் ஃபேக்டரி, நகிகலாலா டீ எஸ்டேட் என்று உகாண்டாவை வளமாக்கிய அத்தனை பெரிய நிறுவனங்களுக்கும் சொந்தக் காரர் மனுபாய். 'வெளியே போ' என்கிறார் இடி அமின்.

'வா வா, என் மக்களே!' என்று ஆரம்பத்தில் பிரிட்டன் பிரதமர் ஆசியர்களை குஷியாக வரவேற்றாலும் வந்துகுவியும் மக்களைப் பார்த்து இங்கிலாந்து கொஞ்சம் தடுமாறித்தான் போனது. இங்கிலாந்தின் முக்கிய நகரங்களில் ஒன்றான லீசெஸ்டரில் நிலைமை முற்றிலும் தலைகீழாக மாறிப்போனது. நகர அமைப்பான லீசெஸ்டர் சிட்டி கவுன்சில், உகாண்டா செய்தித்தாள்களில் ஓர் அவசர அறிவிப்பை வெளியிட்டது. ஆசியர்களே, நீங்கள் எங்கள் ஊருக்கு வரவேண்டாம்.

பாவம் இந்தியர்கள். தத்தித் தடுமாறி பிரிட்டனில் 30,000 பேர் தஞ்சம் அடைந்தார்கள். ஐந்தாயிரம் பேர் கனடாவுக்கு ஓடினார்கள். இதர மக்களுக்கு மலேசியாவும் அமெரிக்காவும் ஆபத் பாந்தவனாகத் தெரிந்தார்கள்.

கென்யா கதவை இழுத்துச் சாத்திவிட்டது. உகாண்டாவில் இருந்து கென்யாவுக்கு வருகிற ரயில்களில் பஞ்சம் பிழைக்க

வருபவர்கள் யாரும் வரக்கூடாது. ஒருவர் தெரியாமல் உள்ளே நுழைந்தாலும் அதிகாரிகளுக்குக் கடுமையான தண்டனை உண்டு என்று கண்டிப்பான உத்தரவைப் போட்டது.

ஆனாலும் கெஞ்சிக் கூத்தாடி கென்யா வந்து அங்கிருந்து டெல்லிக்குத் தப்பிச் சென்றது மனுபாயின் குடும்பம்.

டெல்லி போய் சேர்ந்தபிறகு பிரதமர் இந்தியா காந்தி, மனு பாயை நேரில் அழைத்துப் பேசினார். உகாண்டா நிலவரங்கள் அனைத்தும் சொல்லுமாறு கேட்டுக்கொண்டார். இந்தியாவுக்கு ஆள் அனுப்பிக்கூட அமினால் தன்னைக் கொல்லமுடியும் என்பதால் பட்டும்படாமல் பேசி வெளியே வந்தார் மனுபாய்.

நவம்பர் 8.

எல்லாப் பரபரப்புகளும் ஓய்ந்து போயிருந்தன. அதிகாரிகள் முட்டுச்சந்து விடாமல் ஆசியர்களைத் தேடினார்கள். மிஞ்சி இருந்த சில ஆசியர்களைப் பிடித்துச் சிறைக்குள் அடைத்தனர்.

இதில் இன்னொரு கொடுமையும் நடந்தது. பிரிட்டனுக்கும் கனடாவுக்கும் விமானத்தில் சென்ற இந்தியர்கள் வழக்கம்போல அவர்களுடைய உடைமைகள் பத்திரமாக விமானத்தில் திரும்பும் என்று எதிர்பார்த்தார்கள். ஆனால் விமானநிலையத் திலிருந்து இந்தியர்களை ஏற்றிச் சென்ற விமானம் சென்றது. இந்தியர்களும் சென்றார்கள். ஆனால் அவர்களுடைய உடைமைகளை ராணுவத்தினர் பறிமுதல் செய்தனர்.

எண்டபி விமானநிலையத்தில் அவர்கள் வைத்ததுதான் சட்டம். யாரும் எதிர்க்கமுடியாத சூழ்நிலை. ஒருவழியாக உகாண்டாவை விட்டு வெளியேறிய இந்தியர்கள் விமானத்தில் தங்கள் உடைமைகள் வாராததைக் கண்டு கலங்கிப்போனார்கள். ஆனால் வேறு நாட்டில் கால் வைத்தபிறகு யாரிடம் சென்று முறையிடமுடியும். பஞ்சம் பிழைக்க வந்த இடத்தில் புகார் சொல்வதற்கெல்லாம் சாத்தியமில்லை என்று அமைதியாக இருந்துவிட்டார்கள்.

இந்தியர்களின் சொத்துகளை தன் ராணுவ வீரர்களுக்கு வாரி வழங்கினார் அமின். போத்தீஸ், சென்னை சில்க்ஸ் அளவுக்குப் பெரிதாக இருந்த இரண்டு துணிக்கடைகளை தன் இரு மனைவிகளுக்குப் பரிசாக அளித்தார்.

'சரிதான். ஹிட்லரின் ஒவ்வொரு நடவடிக்கையையும் மெத்தச் சரி என்பேன். யூதர்களை வெளியேற்றிய ஹிட்லரின் நடவடிக்கைகள் அனைத்தும் அற்புதமான ராஜதந்திரம். ஏன், தன் மக்கள் நல்வாழ் வுக்காக யூதர்களை அவர் கொன்றதும் நல்லதுதான் என்பேன்.'

ஆசியர்களைத் துரத்திவிட்டு அதற்கு முலாம் பூச ஹிட்லரின் யூத எதிர்ப்பைப் புகழ ஆரம்பித்தார் இடி அமின். ஹிட்லர் செய்ததும் சரி, நான் செய்ததும் சரி என்கிற அவருடைய பேச்சு குடிகாரன் பேச்சாகவே வரலாற்றில் மதிக்கப்பட்டது.

1973, உகாண்டாவுக்கு மோசமான ஆண்டாக அமைந்து போனது. ஆசியர்களை முழுவதுமாகத் துரத்தியபிறகு உகாண்டா தன் சொந்தக் காலில் நின்று கபடி ஆடும் என்று எதிர் பார்த்த அமினுக்கு நம்பமுடியாத அதிர்ச்சிகள் காத்திருந்தன.

ஆசியர்களின் இதர சொத்துகளையெல்லாம் ஊருக்கு வாரி வழங்கிவிட்டு மனுபாயின் சொர்க்கம் போன்ற வீட்டையும் அவர் ஆலைகளையும் தன்வசம் வைத்துக்கொண்டார் அமின். ஜிஞ்சாவில் இருந்த அமினின் வீட்டில் பாத்ரூமே ஓர் அழகு நிலையம்போல இருக்கும். மார்பிள்களாலும் சந்தன மரங் களினாலும் இழைத்து இழைத்துக் கட்டப்பட்ட வீடு. எத்தனை தலைமுறையானாலும் இந்த வீட்டில்தான் வசிக்கவேண்டும் என்று மனுபாய் ஆசைஆசையாகக் கட்டியவீடு.

மனுபாயின் மெர்சிடிஸ், கேடிலேக்ஸ் கார்களையும் தன் அலுவலகத்துக்கு ஓட்டிவந்துவிட்டார் அமின். பிறகு அவர் எப்போது வெளியே சென்றாலும் மனுபாயின் கார்களில் செல்வதே வாடிக்கையானது. தன் தலைவனே ஒரு பிளேடு பக்கிரியாக இருக்கும்போது அவருக்குக் கீழே வேலை பார்ப்பவர்களின் ஒழுக்கம் எப்படியிருக்கும்?

ஆசிய மக்களின் வீடுகளை, நிறுவனங்களை ராணுவ வீரர் களுக்கு ஒதுக்குவதில் நிறைய முறைகேடுகள் நடந்தன. யாரும் சுயமாக உழைத்து ஆசியர்கள் விட்டுப்போன தொழிலைத் தொடர்ந்து நடத்த விரும்பவில்லை. அதற்குப் பதிலாக அதிகாரிகளை ஏமாற்றி விலைமிகுந்த பொருள்களைத் திருடிக்கொண்டு சென்றனர்.

துணிக்கடைகளில் உள்ள அத்தனை துணிவகைகளையும் சூறையாடினார்கள். தொழிற்சாலைகளில் இருந்த பெரிய பெரிய

இயந்திரங்கள் விலை பேசப்பட்டன. அதிகாரிகளும் இந்தச் சந்தர்ப்பத்தைப் பயன்படுத்திக்கொண்டு நிறைய லஞ்சம் வாங்கிக்கொண்டு கொள்ளைகாரர்களுக்கு துணை போனார்கள். மாட்டுப்பண்ணைகள் சீரழிந்தன. கால்நடைகளைக் கொன்று அதை வைத்துச் சம்பாதிக்கும் கூட்டம் பெருகியது.

வேடிக்கையே இதன்பிறகுதான் ஆரம்பித்தன. உகாண்டாவின ருக்கு சரியாக வியாபாரம் நடத்தத் தெரியாமல் திணறினார்கள். பொருள்களுக்குச் சரியான விலை வைக்கமுடியாமல் பலத்த நஷ்டத்துக்கு ஆளானார்கள். மருந்துக்கடைகளில் சம்பந்த மில்லாதவர்கள் பணியில் அமர்த்தப்பட்டுப் பல சிக்கல்களை உருவாக்கினார்கள்.

அமினின் ஆட்சியை நம்பி வியாபாரத்தில் முதலீடு செய்ய பலருக் கும் அச்சப்பட்டார்கள். கொள்ளை அடித்ததை வைத்து சில காலம் பிழைக்கலாம். அதன்பிறகு நிலைமை சீரானவுடன் தொழிலை ஆரம்பிக்கலாம் என்று வணிகர்கள் முடிவெடுத்தார்கள்.

அத்தனையும் முடிந்து இனி திருடவும் கொள்ளையடிக்கவும் எதுவுமில்லை என்கிற நிலை வந்தபோது உகாண்டாவின் சுயரூபம் வெளிப்பட்டது.

உகாண்டா தொழில்வளர்ச்சி ஆட்டம் காண ஆரம்பித்தது. நாட்டின் மொத்தத் தேவையையும் பூர்த்தி செய்த மனுபாயின் ஆலைகள், நிறுவனங்கள் மோசமான நிர்வாகத்தால் சீர்குலைய ஆரம்பித்தன. தொழில் தெரியாதவர்களை எம்.டியாகவும், சேர்மனாகவும் அமர வைத்ததால் இதுதான் சரியான சந்தர்ப்பம் என்று ஆளாளுக்கு முடிந்தவரைச் சுருட்டப் பார்த்தார்கள்.

பெரிய பெரிய நிறுவனங்களைத் திறமையாக நிர்வாகம் செய்ய அமினிடம் சரியான ஆள்கள் இல்லாததால் அது உகாண்டாவின் பொருளாதாரத்துக்கு வேட்டு வைத்தது.

சர்க்கரை விலை இரண்டு மடங்காக உயர்ந்தது. சொல்லப்பட்ட காரணம் - சர்க்கரை ஆலையில் போதுமான உற்பத்தி இல்லை. ஆலைகளில் தயாரிக்கப்படும் சர்க்கரையைக் கென்யாவுக்கும் ருவாண்டாவுக்கும் கடத்தினார்கள் அமினின் ஆள்கள்.

மின்சாரத் தட்டுப்பாடும் உருவானது. ராணுவ ஆள்களை ஃபேக்டரியை நிர்வாகம் செய்ய அனுப்பினார் அமின். நிலைமை

இன்னும் மோசமானது. உற்பத்தி பலமடங்கு குறைய ஆரம் பித்தது. யாரை வைத்து வேண்டுமானாலும் ஒரு காரியத்தைச் செய்து காட்டிவிடமுடியும் என்கிற இடி அமினின் மோசமான திட்டத்துக்குச் சரியான செருப்படி கிடைத்தது.

சோப்பு இல்லை. சர்க்கரை இல்லை. பால் தட்டுப்பாடு. துணிகளின் தரம் மிக மோசம். எல்லாப் பொருள்களும் மிக மோசமான தரத்தில் இருந்தன. விலையோ பத்து மடங்கு அதிகமாக இருந்தது.

அமின் இதை எதிர்பார்க்கவில்லை. சுவிட்சைத் தட்டினால் இயந்திரம் ஓடப்போகிறது. உற்பத்தி பெருகப்போகிறது. இதை ஏன் ஆசியர்கள் செய்யவேண்டும் என்றுதான் அவர்களை ஓடஓட விரட்டினார். ஆனால் தன் திட்டம் இப்படிப் பல்லிளிக்கும் என்று கனவிலும் எதிர்பார்க்கவில்லை.

மாற்று ஏற்பாடாக இலவசமாக வழங்கப்பட்ட அத்தனை நிறுவனங்களும் கடைகளும் மற்றவர்களுக்கு மாற்றித் தரப் பட்டன. ஆனால் இது நிலைமையை மேலும் மோசமாக்கியது. விலைவாசி மேலும் உயர்ந்தது. மக்கள் பலர் ரோட்டுக்கு வந்து போராடினார்கள். பலர் தங்களை மிரட்டிய ராணுவ வீரர்களிடம் தைரியமாகச் சண்டை போட்டார். பஞ்சம் உகாண்டாவை வாட்டியது. தீர்வுக்கு ஒரு துணையும் இல்லாமல் தவித்தார் அமின்.

உகாண்டாவை நம்பிப் பிழைக்கமுடியாது என்று மெத்தப் படித்தவர்கள் உகாண்டாவைக் காலி செய்ய ஆரம்பித்தார்கள். டாக்டர்கள், வக்கீல்கள், எஞ்சினியர்கள், கணக்கர்கள் என்று படித்த சமூகம் வரிசையாக மூட்டைக் கட்டியது.

(அமினின் ஆட்சி முடிந்தபிறகு அமினால் உகாண்டாவுக்கு ஏற்பட்ட இழப்பை கணக்கிடும்போது அவர் கடுமையான அறிவுப் பஞ்சத்தை உண்டாக்கிவிட்டிருந்தார். வெளிப்படை யாகத் தெரிந்தது. 15 அமைச்சர்கள், 6 தூதர்கள், 8 செயலாளர்கள் அமினுக்குப் பயந்து கென்யாவுக்கோ பிரிட்டனுக்கோ ஓடியிருக் கிறார்கள். இதுதவிர கல்லூரி முதல்வர்கள், தலைமை பேராசிரி யர்கள், மருத்துவர்கள் என அந்தத் துறைகளில் மேதையாக இருந்தவர்கள் 500 பேராவது அமினின் சங்காத்தமே வேண்டாம் என்று ஓடியிருக்கிறார்கள்.)

நிர்வாகத்தின் தள்ளாட்டம் அடுத்த தலைமுறையையும் கடுமையாகப் பாதித்தது. பள்ளி புத்தகங்களை அச்சிட முடியாத நிலைமை ஏற்பட்டது. மாணவர்கள் கைவீசிக்கொண்டு வகுப்புக்குச் செல்கிற காட்சிகள் எல்லாம் காணமுடிந்தது. காகிதம் தயாரிக்கும் நுட்பம் தெரியாமல் அல்லது குறைவான உற்பத்தி போன்ற குறைபாடுகளால் உகாண்டா கல்வித்துறை பெரும் சவாலை எதிர்கொண்டது.

மீட்டிங். மீட்டிங். மீட்டிங். உகாண்டாவின் நிலைமையைச் சமாளிக்க வழி தெரியாத அமின் வெறும் கதைக்குதவாத மீட்டிங்குகள் போட்டு நேரத்தை வீணடித்து வந்தார். இறுதியில் வெளிநாட்டிலிருந்து அவசியமான பொருள்களை என்ன செலவானாலும் இறக்குமதி செய்வது என்று முடிவெடுக்கப்பட்டது.

ஒரு கிலோ ஏழு ஷில்லிங் விற்றுவந்த சர்க்கரை 50 ஷில்லிங்குக்கு வாங்கப்பட்டது. பருத்தியை ஆரம்பத்தில் இறக்குமதி செய்துவந்தது உகாண்டா. ஆனால் இந்தியர்களுக்குப் பிரிட்டன் கட்டுப்பாடு விதித்ததால் கோபம் கொண்டு மனுபாயின் குடும்பம் சொந்தமாகப் பருத்தி ஆலையைத் தொடங்கியது. ஆனால் உகாண்டா மண்ணில் பல பொருள்களை உற்பத்தி செய்த மனுபாய் குடும்பத்தைத் துரத்தியடித்த அமின், மீண்டும் பழைய மரபுப்படி பிரிட்டனிலிருந்து இறக்குமதி செய்ய ஆரம்பித்தார்.

அதேபோல உகாண்டாவில் உப்புக்குத் தட்டுப்பாடு ஏற்படும் என்று யாரும் எண்ணவில்லை. அதுவும் டீத்தூளும் லண்டனிலிருந்து இறக்குமதி செய்யப்பட்டன. ஒருவழியாக விலை அதிகமாக இருந்தாலும் தேவையான பொருள்கள் கிடைக்கும் நிலைமைக்கு உகாண்டா மெல்ல மெல்ல வர ஆரம்பித்தது.

சிலகாலம் தன் அமைச்சர்களிடம் வாலாட்டாத அமின் இதன் பின்பு மீண்டும் தன் வேலையைக் காட்டினார்.

சில அமைச்சர்கள் தவிர பெரும்பான்மையான அமைச்சர்களுக்கு ஒரு மாதம் விடுமுறை கொடுத்தார் அமின். அமைச்சர்களுக்குச் செயலாளராக இருந்தவர்களை அமைச்சர் பதவியில் அமர வைத்தார். உலகில் எங்கும் இப்படியெல்லாம் நடந்திருக்க வாய்ப்பில்லை. ஆனால் அமினுக்கு வேறு வழியில்லை. பொங்கல் சாப்பிட்டதுபோல எப்போதும் மந்தமாகவே

இருக்கும் அமைச்சர்களை இப்படி ஏதாவது செய்துதான் வெளியேற்ற முடிகிறது.

இந்த ஒரு மாற்று ஏற்பாடு மட்டும் அமினுக்குக் கைகொடுத்தது. புதிதாகப் பதவியில் அமர்ந்தவர்கள் டீச்சருக்குப் பயப்படும் பள்ளிப் பிள்ளைகள்போலப் பயந்துகொண்டு வேலை செய்தார்கள். தினமும் அலுவலகத்தை விட்டு வெளியே வந்து மக்களிடம் நேரிடையாகக் கலந்து பேசினார்கள். மக்களின் கோபம் கொஞ்சம் தனிந்ததுபோல அமினுக்குப் பட்டது. விடுமுறையில் இருந்த முன்னாள் அமைச்சர்களுக்கான விடுப்பை இன்னொரு மாதம் நீட்டிப்பு செய்தார்.

அமினின் இந்தப் போக்கு பிடிக்காமல் நான்கு அமைச்சர்கள் தவிர மற்ற அத்தனை பேரும் பதவியை ராஜினாமா செய்தார்கள்.

நிலைமை சற்று சீரானதும் மீண்டும் தன் ஆட்டத்தை ஆரம்பித்தார் அமின். பட்ஜெட்டில் பாதிப் பணத்தை ராணுவத்துக்குச் செலவிட்டார். அதாவது அப்படிச் செய்தால் மட்டுமே அமினால் நினைத்த நேரத்தில் அரசின் பணத்தையெடுத்து ஜாலியாக செலவு செய்து தன் வளமையைப் பெருக்கிக்கொள்ள முடியும்.

நாட்டின் பணவீக்கம் நானூறு சதவிகிதத்தை எட்டியது.

இடி அமின் நாட்டை விட்டு ஓடிப் பல ஆண்டுகள் ஆகி உகாண்டாவின் பொருளாதாரம் வீழ்ச்சி அடைந்து யொவேரி முசெவெனி (Yoweri Museveni) குடியரசுத் தலைவரான பிறகு ஆசியர்களுக்கு அழைப்பு விடுத்தார்.

'ஆசியர்களே நடந்தது நடந்ததாகவே இருக்கட்டும். உகாண்டா உங்களை அழைக்கிறது' என்றார் முசேவெனி. ஆசிய மக்கள் யாரும் அதை ஒரு பொருட்டாக மதிக்கவில்லை.

5

காதல்... காமம்... கொலை !

சில பெண்களுக்கு முரட்டுத்தன்மை கொண்ட ஆண்களைத்தான் அதிகம் பிடிக்கும் என்பதற்கு வேறு எங்கும் சென்று உதாரணம் தேடவேண்டாம். அமினுடைய காதல் வாழ்க்கையைப் படித்தாலே அந்த உண்மை தெரிந்துவிடும்.

அமினுக்கு இரண்டு விஷயங்கள்மீது அதிக ஈடுபாடு. தன் எதிரிகளை ஈவுஇரக்கம் பார்க்காமல் கொல்வது தான் முதல் விருப்பம் என்று உங்களுக்குச் சொல்ல வேண்டாம். தினமும் படுக்கப்போகும் முன்பு எத்தனை பேரை வெட்டிச் சாய்த்திருக்கிறோம் என்று கணக்குப் போடும் மனிதர் அவர். கிட்டத்தட்ட அதே குரூரம்தான் அவருடைய காதலிலும் பிரதிபலித் திருக்கிறது.

சே, அத்தனை நாள்கள் ஒரே பெண்ணோடு வாழ்ந்து விட்டோமே என்று அமின் வருத்தப்படுவது தன் முதல் காதலியுடன் வாழ்ந்த நாள்களைத்தான். கிட்டத்தட்ட 13 வருடங்கள் ஒரே பெண்ணோடு (மட்டும்) வாழ்ந்தது

அமினின் அந்தப்புரச் சரித்திரத்தில் கொஞ்சம் நம்பமுடியாத சாதனைதான்.

அமின் பாக்ஸர் சாம்பியனாக ஆனவுடனேயே அவர்மீது பெண்கள் மையல் கொள்ள ஆரம்பித்துவிட்டனர். பார்க்க அரவிந்த சாமிபோல இல்லாமல்போனால்தான் என்ன, வெடவெட என்று ஆறடி உயரம், மலைபோன்ற ஒரு தேகம், உகாண்டாவில் ஆண்மைக்கும் ஆளுமைக்கும் இதைவிட ஓர் ஆண்மகன் கிடைப்பான் என்று எண்ணமுடியாது.

இப்படித்தான் அமினின் முதல் காதலியும் பிற்பாடு பல வருடங்கள் வெறுமனே காதல் மட்டுமே புரிந்து ஒருவழியாக அமினை சம்சாரி ஆக்கியப் பெண்ணுமாகிய மல்யமு நினைத்தார்.

மல்யமு, உகாண்டாவின் அரசுப் பள்ளித் தலைமையாசிரியரின் பெண் (இவருடைய அக்கா மேரியை அமின் ஆட்சியில் சுகாதாரத்துறை அமைச்சராக இருந்த கியேம்பாவின் சகோதரர் திருமணம் செய்துகொண்டார்). ஒபாடே ஆட்சியில் வெளியுறவுத்துறை அமைச்சராக இருந்தவவரான கிபெடியின் தங்கை. ஒரு பயல் மல்யமுவின் அருகே வரமுடியாது. ஈவ் டிசிங் எல்லாம் இந்தப் பெண்ணிடம் நினைத்துக்கூடப் பார்க்கமுடியாது.

ஆனாலும் தினமும் செய்தித்தாள்களில் அடிபட்ட அமின்மீது மல்யமுக்கு ஒருவிதக் கிறக்கம் இருந்தது என்னவோ உண்மைதான். ஒபாடேவுக்கு அமின் நெருக்கமாக இருந்ததாலும் ஒபாடேவின் அமைச்சரின் தங்கையாக இருந்ததாலும் இருவரும் சந்தித்துக்கொள்வதில் பெரிய காலதாமதங்கள் எதுவும் ஏற்படவில்லை. அப்போது அமின் வயது 28. மல்யமுக்கு இருபது.

மல்யமும் ஆறடிக் குதிரைதான். அரசு விழாவில் இருவரும் கலந்துகொண்டபோது கைகுலுக்கிக் கொண்டார்கள். அன்று முதல் சிநேகிதம் வளர்ந்தது. பின்பு காதல்.

ஆனால் மல்யமு வீட்டில் அமினை ஏற்றுக்கொள்ளவில்லை. உலகம் தோன்றிய முதல்நாளிலிருந்து காதலர்களுக்கு பெரிய பிரச்னையாக இருக்கும் ஜாதிதான் அமின் - மல்யமு காதலையும் பிரிக்கப் பார்த்தது. ஆனால் மல்யமு அமினைப் போலவே மன உறுதி கொண்டவர். சரியோ தவறோ நினைத்ததைச் சாதிக்கவேண்டும் என்கிற குணம் பிறப்பிலேயே கிடைத்த ஒன்று.

திருமணம் தானே செய்துகொள்ளக்கூடாது என்று இருவரும் அடிக்கடி தனியாகச் சேர்ந்து வாழ ஆரம்பித்தார்கள். இருட்டி னால் மட்டுமே வீட்டுக்குக் கிளம்புவார் மல்யமு. அதுவரை அமின்கூடவே தான் சுற்றிக்கொண்டிருப்பார்.

உகாண்டாவின் தேசியக் குணங்களில் ஒன்று, திருமணத்துக்கு முன்பு ஆணும் பெண்ணும் ஒன்றாகச் சேர்ந்து வாழ்வது. அங்கு காதலுக்குத்தான் அதிமுக்கியத்துவம். கல்யாணம், சீர்சடங்கு எல்லாவற்றையும் அவர்கள் இரண்டாம்பட்சமாகத்தான் பார்த் தார்கள். அமின் - மல்யமு திருமணம் செய்துகொள்வதற்கு முன்பே சில குழந்தைகளைப் பெற்றுக்கொண்டார்கள்.

மல்யமு அமினின் சகதர்மிணி ஆவதற்குச் சில வருடங்கள் முன்பே அமின் இன்னொரு பெண்ணையும் ரூட் விட்டுத் தன் வலைக்குள் விழவைத்தார். அவள் பெயர் கே அடோரா. உகாண்டா பெண்களையே பொறாமை கொள்ளவைக்கும் ஓர் நிறம் அவளுக்கு. 'நீ நல்ல மாடலாகலாம்' என்றுதான் அவளை முதலில் பார்த்தபோது சொன்னார் அமின். கே, அமின் ஜாதிப்பெண். கேவுடைய அப்பா, தேவாலயத்தின் மதபோதகர். தங்க ஊழலுக்காக உகாண்டா பாராளுமன்றம் அமினைச் சிறை வைக்கத் தேடியபோது அமின் கேவின் வீட்டில்தான் தஞ்சமடைந்துகொண்டார்.

மல்யமு, புத்திசாலிப் பெண் என்று பார்த்தோம் அல்லவா! அமின் ஒரு பெண்பித்தர் என்று மல்யமுக்கு நன்றாகவே தெரியும். காதலித்துக் குழந்தைகள் பெற்றுக்கொண்டபிறகு இந்த வண்டு வேறொரு மலரை முகரச் சென்றுவிடும் என்று தெரிந்தே பத்து வருடங்களுக்கும் அதிகமாக அமினைத் தன் முந்தானைக்குள் முடிந்து வைத்திருந்தவர்.

ஆனால் கேவுடன் அமின் சுற்றுவதை அரசல் புரசலாகக் கேள்விப் பட்டவுடனேயே மல்யமு உஷாராகிவிட்டார். 'என்னைத் திருமணம் செய்துகொள்ளாவிட்டால் நானும் குழந்தைகளும் வெளியேறிவிடுவோம்' என்று அமினை மிரட்டினார்.

உண்மையில் அமின் அப்போது கேவைத்தான் திருமணம் செய்துகொள்ள நினைத்தார். தன் இனத்தைச் சேர்ந்த (அகோலி) ஒரு பெண் தான் தன்னுடைய (முதல்) மனைவியாகவேண்டும் என்று ஆசை வைத்திருந்தார். ஆனால் ஆறடிக் குதிரை மிகவும் திமிறத் தொடங்கியதால் திருமணத்துக்குச் சம்மதித்தார் அமின்.

‘கபாகா’ சாதனைக்குப் பிறகு தேசியம் அறிந்த ஒரு ஹீரோவாக மாறினார் அமின். இதுதான் நல்ல சந்தர்ப்பம் என்று அமினை முறைப்படித் திருமணம் செய்துகொண்டார் மல்யமு.

திருமணத்துக்கு ஒபாடேவை அழைத்தார் அமின். அமினின் இல்லத்தில் ஒபாடேதலைமையில் எளிமையாக அமின் - மல்யமு திருமணம் நடந்தது. சுற்றி நின்று அமினின் குழந்தைகள் தங்கள் பெற்றோரின் திருமணத்துக்கு வாழ்த்து சொன்னார்கள். அன்றைய தினம் கே தன் வீட்டில் நாள் முழுக்க அழுது கொண்டிருந்தார்.

என்னமோ தெரியாது. அமினுக்கு மல்யமுவை விடவும் கேவைத்தான் அதிகம் பிடிக்கும். அமினிடம் குடிகொண்டிருந்த ஜாதிய மனோபாவம் இதற்குக் காரணமாக இருக்கலாம். அதைவிடவும் மொழி, இனம், ஜாதி அனைத்துக்கும் அப்பாற் பட்டவள் கே. இதனால்தான் அமின் கேவிடம் பலமுறை ‘நீதான் உகாண்டாவின் சிறந்த பேரழகி. இதை நான் எங்கு வேண்டு மானாலும் சொல்வேன்’ என்றெல்லாம் உருகியிருக்கிறார்.

மல்யமுவின் எதிர்ப்பு எடுபடவில்லை. என் இனப்பெண்ணை மணக்காவிட்டால் என்னால் இந்த மண்ணில் எதையுமே சாதிக்கமுடியாது என்று கண்டிப்பாகச் சொல்லி கேவைத் திரு மணம் செய்துகொள்ள மல்யமுவிடம் இருந்து சம்மதம் வாங்கி விட்டார் அமின்.

ரெஜிஸ்டர் ஆபிஸில் திருமணத்தைப் பதிவு செய்துகொண்டு நண்பர்களுக்காகச் சிறிதாக வரவேற்பு நிகழ்ச்சி ஒன்றும் நடந்தது. மணப்பெண் பாரம்பரிய உடை அணிந்தாலும் அமின் மட்டும் ராணுவ உடையோடுதான் திருமணப்பதிவு அலுவலகத் திலும் வரவேற்பு நிகழ்ச்சியிலும் விரைப்பாக நின்று கொண் டிருந்தார். உலகில் அலுவலக யூனிபார்ம் போட்டுக்கொண்டு திருமணம் செய்த ஒரே பிரகஸ்பதி அமினாகத்தான் இருக்கும்.

அமினின் இந்த இரண்டாவது திருமணம் உகாண்டாவில் பரபரப்பாகப் பேசப்பட்டது. ‘அடடா, பாவம் மல்யமு’ என்றா அவர்கள் பேசியிருப்பார்கள். ‘எதற்குக் காதலிக்கிற பெண் களையெல்லாம் திருமணம் செய்துகொள்கிறார் இந்த அமின், சரியான பிழைக்கத் தெரியாத ஆளாக இருப்பான் போலிருக்கே...’ என்று உகாண்டாவில் ஆண்கள் பேசிக்கொண்டால் பெண்கள்

அமின்மீது பலமாகக் கரிசனம் கொண்டார்கள். ‘இவன் ஆம்பிளை, காதலிச்சா கைவிடக்கூடாதுனு உகாண்டா ஆண்கள் அமினைப் பார்த்துக் கத்துக்கணும்’ என்று குழாயடியில் ஒரே அமின் புராணம்தான்.

இனம்தான் அமின் வாழ்க்கையின் பல செயல்களுக்கு அடிநாத மாக இருந்திருக்கிறது. ஜாதி அரசியல் பண்ணாமல் தலைமை பீடத்தில் ஒருவனால் நீடிக்கமுடியாது என்பதற்கு அமினின் வாழ்க்கையே உதாரணமாக வைத்துக்கொள்ளலாம்.

ஒபாடே அமின்மீது எப்போதும் ஒரு கண் வைத்துக்கொண்டு இருந்த காலம் அது. ஒபாடேவுக்கு செக் வைக்கவேண்டும் என்றால் அவர் இனத்தோடு சம்பந்தப்படுத்தி எதாவது செய்தால் மனுஷன் நிம்மதியாக வாழவிடுவான் என்று அமின் நினைத்துக்கொண்டிருந்த தருணத்தில்தான் நோராவின் அழகில் விழுந்தார் அமின்.

அமின் எதிர்பார்த்ததுபோல நோரா லங்கி இனத்தைச் சேர்ந்த அழகி. அதாவது ஒபாடே இனப்பெண். 1967ல் நோராவை(யும்) திருமணம் செய்துகொண்டார் அமின். பார், நான் உன் இனப் பெண்ணை மணமுடித்துவிட்டேன். என் மீது கை வைத்தால் நீ உன் இனப்பெண்ணின் வாழ்க்கையை அழித்ததற்குச் சமம் என்று சொல்லாமல் அதற்குத் தகுந்த மாதிரி ஒரு செயலைச் செய்து ஒபாடேவுக்கு செக் வைத்தார் அமின்.

40 வயதிற்குள்ளாக 3 திருமணங்கள், பத்து குழந்தைகள் என ஜகஜ்ஜோதியாக இல்லறம் நடத்திக்கொண்டிருந்தார் அமின்.

சிம்ரன் மாதிரியான ஒரு பெண்ணை உகாண்டாவில் பார்ப்பது கடினம். உடல்மீது கவனம் கொள்ளாத பெண்கள்தான் அங்கு அதிகம். உடல் எவ்வளவுதான் பெருத்துப்போனாலும் கவலைப் படமாட்டார்கள். அந்தக் கட்டழகுக்கே ஆண்கள் மத்தியில் பெரிய அடிதடியே நடக்கும் என்பதால் நம்மூர்ப் பெண்கள்போல் அழகு நிலையங்களுக்குச் செல்வது, டயட் இருப்பது, ஏரோ பிக்ஸ் வகுப்புகளுக்குச் செல்வது என்கிற உடல் சீரமைப்புக்கான வேலைகளெல்லாம் உகாண்டா பெண்களுக்குக் கிடையாது.

ஆனால் அமின், மெடினாவைப் பார்த்தபோது இவள் நிச்சயம் உகாண்டா பெண்ணாக இருக்கமாட்டாள் என்றுதான் நம்பினார். இடுப்பே இல்லாத ஒரு பெண் உகாண்டாவில் தேடினாலும்

கிடைக்கமாட்டாள் என்கிற அவர் எண்ணம் மெடினாவைப் பார்த்தபோது பொய்த்துப்போனது.

ஆப்பிரிக்க நடனக்குழு தொடர்பான விழாவில் எல்லார் எதிரேயும் நடந்துகொண்டிருந்தபோது அமின் மெடினாவை முதல்முறையாகப் பார்த்தார். உடனே அழைத்து வரச் சொன்னார்.

எந்த ஓர் எதிரி முன்பும் நேருக்கு நேர் நின்று பேசத் தைரியம் கொண்ட அமின் அன்றுதான் தன் வாழ்நாளிலேயே மிகவும் வெட்கம் கொண்டார். நல்லவேளை, அன்று அவர் வெட்கத்தை மெடினா தவிர யாரும் பார்க்கவில்லை.

'நிறைய நடன நிகழ்ச்சிகளை ஏற்பாடு செய்கிறோம். உகாண்டா அரசு விருந்தினர்கள் அத்தனை பேரும் நாம் நாட்டின் கலைகள்மீது ஆர்வமாக இருக்கிறார்கள். அதனால் நான் எப்போ தெல்லாம் கூப்பிடுகிறேனோ, அப்போது வந்து ஆடிவிட்டுப் போ' என்றார் அமின்.

மெடினாவுக்கு அமினைப் பற்றி நன்றாகவே தெரியும். கிழக்கு ஆப்பிரிக்காவின் ஒரே ஹீரோ என்று அந்தக் காலகட்டத்தில் உகாண்டா பெண்கள் பலருக்கும் அமின் மானசீக ஹீரோவாக இருந்திருக்கிறார். மெடினாவும் அவர்களில் ஒருத்திதான். அமினே தன்னை அழைத்துப் பேசியதும் நாலு காசு சேர்ப்பதற்கு வழி செய்து கொடுத்ததும் அவர் கனவிலும் எதிர்பாராதது. உகாண்டா முழுக்க அவளைப் போல ஆயிரக்கணக்கான டான்சர்கள் உண்டு. ஆனால் அமினின் அன்பு தன்மீது பட்டதில் நெக்குருகிப் போனார் மெடினா.

உகாண்டா அரசு டாக்குமெண்டரிகளில் மெடினாவுக்கு நிறைய வாய்ப்புகள் ஏற்படுத்திக் கொடுத்தார் அமின். தான் செல்லும் ஊர்களுக்கு மெடினாவின் நடனக்குழுவையும் அழைத்துக் கொண்டு சென்றார்.

ஒபாடேவைத் துரத்திவிட்டு, ஆட்சியில் அமின் அமர்ந்தபிறகு அரசு அதிகாரிகள் அத்தனை பேருக்கும் அமின் - மெடினா கள்ளக்காதல் தெரிந்துபோனது. அமினிடம் சுகாதாரத்துறை அமைச்சராகப் பணியாற்றிய கியேம்பா தன் நூலில் என்ன எழுதியிருக்கிறார் பாருங்கள்.

‘மொயோ நகருக்கு நான் அமினுடன் சென்றிருந்தேன். அடுத்தநாள் ஏற்பாடுகளுக்காக இரவு 12.45வரை அமினுடன் விவாதித்துக் கொண்டிருந்தேன். திடீரென்று என் முன்னால் தன் எல்லா ஆடைகளையும் களைந்து பிறந்தமேனியானார் அமின். அதே கோலத்தில் படுக்கையில் படுத்துக்கொண்டு என்னிடம் பேச ஆரம்பித்தார். நிலைமையைப் புரிந்துகொண்டு நான் கிளம்பினேன்.

அறையை விட்டு நான் வெளியேறியபோது கதவின் அருகே மெடினாவைப் பார்த்தேன். காவலர்கள் மெடினாவை அமினின் அறைக்குள் செல்ல உத்தரவிட்டனர். அந்நேரத்தில் நான் மெடினாவைப் பார்த்ததில் அமினுக்கு எந்தவொரு சங்கடமும் இல்லை. அப்போதுதான் புரிந்துகொண்டேன், மெடினாமீது இனி யார் கை வைத்தாலும் அவர்களுக்குச் சங்குதான் என்று.’

ஆனாலும் அமினுக்குப் பல காரியங்கள் முடித்துத்தரும் பெண்ணாகவே மெடினா இருந்தார். மெடினாவின் அழகைக் கொண்டு பல காரியங்கள் நிறைவேற்றிக் கொண்டார் அமின். தன் அமைச்சர்களிடம், ‘மெடினா வேணும்னா எடுத்துகுங்கப்பா. என்ன தயக்கம்?’ என்று பேச ஆரம்பித்தார் அமின். ஆனால் இந்த வார்த்தைகளை நம்பி மெடினாவுக்கு அம்பு விட்ட ஓர் அமைச்சரை அடுத்தநாளே பதவியிலிருந்து தூக்கினார் அமின்.

இந்தச் சமயத்தில் ஒபாடேவின் மோசமான திட்டமிடலில் தான்சானியாவிலிருந்து ஒரு குழு உகாண்டாவுக்குள் நுழைந்து இறுதியில் தோற்றுப்போனது. தான்சானியாவின் தாக்குதல் பற்றி மக்கள் வானொலி கேட்டுக்கொண்டிருந்த சமயத்தில் மக்கள் அருவருப்பு அடையும்படியான ஓர் அறிவிப்பு வானொலியில் வெளிவந்தது.

ராணுவத் தலைவனாக இருந்து வீரர்களைப் போருக்கு அனுப்பிவிட்டு அமின் செய்த காரியம், அதே தினத்தில் மெடினாவைத் திருமணம் செய்தது. யாரைப் பற்றியும் கவலைப்படாமல் காலநேரம் பார்க்காமல் உடனே அச்செய்தியை வானொலி வழியாகவும் நாட்டு மக்களுக்குத் தெரியப்படுத்தினார் அமின். பகாண்டா மக்கள் எனக்கு அளித்த கொடை இது என்று நெக்குருகப் பேசினார் அமின்.

எல்லோரும் எரிச்சல் பட்டார்கள். நாலு சுவருக்குள் அமினை வைதார்கள். தெரு முனையில் நின்றுகொண்டு விவாதித்தார்கள்.

பகாண்டா மக்களுக்கு அமின் செய்த தொல்லைகள் கொஞ்சநஞ்சமல்ல. அந்த மக்கள்தான் அமினுக்குத் தங்கள் இனப்பெண்ணைத் தருகிறார்களா என்று ஆளாளுக்குக் கேள்வி கேட்டார்கள். அவ்வளவுதான். பேச்சு முடிந்ததும் அவரவர் வேலையைப் பார்க்கக் கிளம்பிவிட்டார்கள்.

ஒரு பெண்ணைச் சமாளிக்கவே நுரை தள்ளும். இதில் ஒரே சமயத்தில் நான்கு பெண்கள். நான்கு பேருக்கும் தனி வீடுகள். மல்யமு, நோரா இருவருக்கும் டெக்ஸ்டைல் பிஸினஸ் வைத்துக் கொடுத்தார் அமின். அந்தச் சமயம்தான் ஆசியர்களை உகாண்டாவை விட்டு துரத்தியிருந்தார் அமின். யாரோ ஒரு இந்தியப் புண்ணியவான் பொண்டாட்டி தாலியை அடமானம் வைத்து ஆரம்பித்த கடைகளை மிகச்சுலபமாக தன் மனைவி களுக்கு அன்புப் பரிசளித்தார். கே மற்ற இரு மனைவிகள்போல உஷார் கிடையாது. அதனால் அவளுக்கு எந்தப் பெரிய சௌகரியத்தையும் செய்துதரவில்லை அமின்.

1973ல் அமினின் குடும்ப அட்டையை எடுத்துப் பரிசோதித் திருந்தால், இல்லை.. குடும்ப அட்டைகள் என்றுதான் சொல்ல வேண்டும். அன்றைய தேதியில் அமினுக்கு நான்கு மனைவிகள். 20 குழந்தைகள். நான்கு மனைவிகளும் ஒற்றுமையாக இல்லை என்றாலும் யாருக்கும் அமினைப் பிரிய மனமில்லை. அமி னுடைய புகழ், செல்வாக்கு, அதிகாரம், வசதிவாய்ப்புகள் போன்ற சுகசலுகைகள் எதுவும் வேறு யாரைத் திருமணம் செய்திருந்தாலும் அவர்களுக்குக் கிட்டியிருக்காது.

1974, மார்ச் 26. மூன்று பெண்களிடம் (மல்யமு, கே, நோரா) மூன்று முறை அமின் சொன்ன வார்த்தைகள் இது.

தலாக்...தலாக்... தலாக்...

இதையும் மக்கள் வானொலி வழியாகவே தெரிந்துகொண் டார்கள்.

விவாகரத்துகளுக்கு அமின் சொன்ன விளக்கம் இது - மல்யமும் நோராவும் வியாபாரத்தில்தான் அதிகக் கவனம் செலுத்து கிறார்கள். பணம்தான் அவர்களது குறி. கே என் தங்கை என்று என் இன மக்கள் சொல்கிறார்கள். உறவுமுறை சரியில்லாததால் அவளுடன் தொடர்ந்து வாழ்வது முறையல்ல என்று தன்னிலை விளக்கம் கொடுத்தார் அமின்.

ஆனால் நாள்களாக ஆக உண்மைகள் வெளிச்சத்துக்கு வந்தன. மனைவிகளைத் தனித்தனி வீடுகளில் கிடத்திவிட்டு அமின் மற்ற பெண்களுடன் காதல் செய்யக் கிளம்புவதால் குடும்பத்துக்குள் தினமும் போர் மூண்டவண்ணம் இருந்தது. இதுதவிர அவர்கள் மற்ற ஆண்களின் துணையையும் நாடினார்கள். கே ஒரு டாக்டரோடு அடிக்கடிப் பேசிக் கொண்டிருக்கிறார் என்று உளவுத்துறை அமினிடம் ரிப்போர்ட் கொடுத்தது (அவர் களுடைய பணிகளில் அமினின் மனைவிகளை வேவு பார்ப்பது முக்கியமான ஒன்று). சில நாள்கள் கழித்து கேவுக்குக் குழந்தை பிறந்தபோது அமினுக்கு ஒரு மோசமான செய்தியைச் சொன்னது உளவு. தலைவா, அது உன் குழந்தை இல்லை. டாக்டர் குழந்தை.

மல்யமுவின் அண்ணன் அமினுக்கு எதிராகக் கிளம்பி திடீரென்று ஒருநாள் நாட்டை விட்டு ஓடியதால் அப்படிப்பட்ட ஒரு துரோகியின் தங்கையோடு குடித்தனம் நடத்துவது அமினுக்கு ஏற்புடையதாக இல்லை.

இதைவிட அமினைப் பற்றித் தெரிந்தும்கூட ஆட்டம்போட்ட தால் கோபத்தின் உச்சிக்குச் சென்றார் அமின். மார்ச் 25 அன்று மெடினா தவிர மற்ற மூவரும் ஒரு சிறிய பார்ட்டியை ரகசியமாக ஏற்பாடு செய்திருக்கிறார்கள். ஆளாளுக்குப் பிடித்த ஆண் களோடும் அவரவர் குழந்தைகளோடும் அமினுக்குக்கூட தகவல் தெரிவிக்காமல் இன்பமாக அரைநாளைக் கொண்டாடியிருக் கிறார்கள். அமின் வீட்டுக் காவலர்கள் தயங்கியபடி அமினுக்குச் சேதி சொன்னார்கள்.

அமின் பல ஆயிரம் பேரை ரத்தம் கொதிக்க வைத்திருக்கிறார். ஆனால் உண்மையிலேயே ரத்தம் கொதித்தது அப்போதுதான்.

அடுத்த சில நாள்களில் அதாவது ஏப்ரல் 11 அன்று கென்யா எல்லையில் மல்யமு கைதானார் என்று பத்திரிகைகளில் செய்தி வந்தது. கென்யாவுக்குத் துணிகளைக் கடத்திச் சென்ற காரணத்துக்காக.

தன்னை ஒதுக்கிய மல்யமுவைப் பலி வாங்கவேண்டும் என்று அமினின் அத்தனை நரம்புகளும் துடித்துக்கொண்டிருந்த சமயம் அது. பெயில் வழங்கக்கூடாது என்று கட்டளையிட்டார். சிறை யில் எந்தவித வசதிகளும் கூடாது என்று மல்யமுவைத்

துன்புறுத்தக் கட்டளை மேல் கட்டளை பிறப்பித்துக் கொண்டிருந்தார் அமின். ஒருவழியாக இருபதுநாள்கள் கழித்துச் சிறையிலிருந்து வெளியே வந்தார் மல்யமு.

அடுத்த வருடமும் சனி விடாமல் துரத்தியது. அமினை விட்டு விலகி தன் ஆறு குழந்தைகளுடன் தனிவாழ்க்கை வாழ்ந்து வந்த மல்யமு, மார்ச் 13 அன்று பெரிய கார் விபத்தில் ஒன்றில் மாட்டினார். எப்படி என்கிற கேள்விக்கே இடமில்லை. தான் எவ்வளவு துன்புறுத்தியும் சந்தோஷமாக வாழ்ந்து வருகிற மல்யமுவை எப்போது நினைத்தாலும் அமினுக்கு ஆத்திரம் ஆத்திரமாக வரும். அந்தச் சனியனை அடியோடு ஒழித்தால்தான் நிம்மதி என்று வழக்கம்போல தன் குண்டர்களை ஏவினார்.

ஒரு வாகனம் எதிரே நேராக வந்தால் என்னதான் செய்யமுடியும்? அப்படியொரு விபத்தில்தான் பலத்த காயமடைந்தார் மல்யமு. தகவல் உடனே அமினுக்குத் தெரிவிக்கப்பட்டது. ஒரே கேள்விதான் கேட்டார். உயிர் போச்சா இல்லையா?

முலாகோ என்கிற தனியார் மருத்துவமனையில் அனுமதிக்கப் பட்டார் மல்யமு. கை, கால்களில் பலத்த அடி. இனி சில மாதங்களுக்கு நடப்பதைக் கனவில்கூட நினைக்கவேண்டாம். சீரான மருத்துவத்துக்கு ஒத்துழையுங்கள், செலவுக்கு அமினின் உதவி தேவையில்லை. தானே பார்த்துக்கொள்கிறேன் என்று மருத்துவர்களிடம் சொன்னார்.

அடுத்தநாளே அமின் மல்யமுவைப் பார்க்க வந்தார். துணைக்கு இருபது பத்திரிகையாளர்களை அழைத்துக்கொண்டு. மல்யமு வைச் சந்திக்கும்போதும் பத்திரிகையாளர்களை அருகே வைத்துக்கொண்டார். 'அன்பே, நலமா? உனக்காக நான் இருக் கிறேன். உன் வலிகளை நான் தாங்கிக்கொள்கிறேன்' என்கிற ஆறுதல் வார்த்தைகள் எதுவும் கிடையாது. நீயெல்லாம் ஒரு பொம்பளையா, உனக்குக் குடும்பமே நடத்தத் தெரியலை, உனக்கு இதுவும் வேணும், இன்னமும் வேண்டும் என்று வார்த்தைகளால் வறுத்தெடுத்துவிட்டார் அமின். பத்திரிகை யாளர்கள் ஒன்றுவிடாமல் குறிப்பு எடுத்துக்கொண்டார்கள்.

அடுத்த நாள் சுகாதாரத்துறை அமைச்சருக்கு போன். 'என்ன மல்யமுவை இன்னும் அரசு ஆஸ்பத்திரிக்கு மாத்தலையா? ஒரு ஜனாதிபதியோட மனைவி தனியார் மருத்துவமனையில்

மருத்துவம் பார்த்தா அப்புறம் நம்ம ஆட்சியை மக்கள் என்ன நினைப்பாங்க. இன்னைக்கே மல்யமுவை அரசு ஆஸ்பத்திரிக்கு மாத்தணும்' என்றார்.

கியேம்பா தயங்கினார். முலாகோ மருத்துவமனையில் மல்யமுவுக்கு பாதுகாப்பான சிகிச்சை கிடைத்து வருகிறது. இந்த நேரத்தில் அரசு மருத்துவமனையில் அனுமதித்தால் உயிருக்கே ஆபத்து ஏற்படலாம். இல்லை, அதற்கு நிறைய வழிமுறைகளைக் கையாளவேண்டும். நடுவில் சிகிச்சை பார்ப்பதும் அரசு மருத்துவர்களுக்குச் சிக்கலாக இருக்கும் என்று மெல்லப் பேசிப்பார்த்தார். தான் இத்தனை கொடுமைகள் செய்தும் மல்யமு உயிரோடு இருப்பது அமினுக்கு ஆச்சரியத்திலும் ஆச்சரியத்தைக் கொடுத்தது. சொல்லப்போனால் அமினின் குறியில் நழுவிய ஒரே இலக்கு மல்யமு மட்டும்தான்.

கியேம்பாவை அடிக்கடி நேரில் அனுப்பி நிலைமையை விசாரிக்கச் சொன்னார். கியேம்பாவிடம் மனம்விட்டுப் பேசினார் மல்யமு.

'அமினின் நிலைமை எனக்குப் புரிகிறது. அவர் ஏன் இப்படியெல்லாம் செய்கிறார் என்றும் எனக்குப் புரிகிறது. அவருடன் அதிக நாள்கள் வாழ்ந்த பெண் நான். அவருக்கு அடிக்கடி மூட்டுவலி வரும். அப்போதெல்லாம் அவர் கண்ணீர் விட்டு அழுவார். அந்தக் காலங்களை என்னால் மறக்கமுடியாது.'

ஆதரவாகவோ எதிர்த்தோ கியேம்பா ஒரு வார்த்தை பேசவில்லை. புருஷன், பொண்டாட்டி... இன்று அடித்துக்கொள்வார்கள். சேர்ந்துகொள்வார்கள். நமக்கேன் வம்பு என்று அவர் அமைதியாக இருந்துவிட்டார்.

ஜூன் மாதம் முழுமையாகக் குணமான மல்யமு வம்பே வேண்டாம் என்று நாட்டை விட்டு ஓடிவிட்டார். தன் ஆறு குழந்தைகளையும் கே. நோராவிடம் ஒப்படைத்துவிட்டு லண்டனுக்குக் கிளம்பிவிட்டார். அமினுடன் வாழ ஆசைப்பட்டால் இந்தக் கதிதான் நேரும் என்பதற்கு மல்யமுவின் வாழ்க்கை பெரிய உதாரணமாக இருந்தது.

அமின் வைத்துக்கொடுத்த டெக்ஸ்டைல் பிஸினஸை தன் அப்பாவிடம் விட்டுவிட்டுக் கிளம்பினார் அவர். ஆனால் அமின்

சும்மா விடவில்லை. உடனே ஆள்களை அனுப்பிக் கடையை நாசம் செய்யச் சொல்லிவிட்டார்.

மல்யமுவுக்காவது காயங்கள்தான் பட்டது. கேவின் நிலைமை தான் பரிதாபத்தில் முடிந்தது.

'கேவுடன் இணைந்து வாழுங்கள் மாப்பிள்ளை' என்று அமினிடம் நேரில் சென்று கோரிக்கை வைத்தார் கேவின் தந்தை. கேவையே கேவலமாக எண்ணும் அமின் அவர் தந்தைக்குச் சிறு மரியாதையைக்கூடத் தரவில்லை. கே அப்போது கர்ப்பமாக இருக்கிறார் என்கிற ஒற்றை வரி தகவல் மட்டும் அமினை லேசாகக் கரைத்தது. தன் சொந்த ஊரான அருவா (நல்லா பேர் வெச்சாங்க)வில் கேவுக்கு ஒரு வீட்டைப் பார்த்தார். ஆனால் கே இதற்குச் சம்மதிக்கவில்லை. நீங்கள் இல்லாமல் என்னா ஒருநிமிடம் கூட அங்கே தங்கமுடியாது என்று ஒரே பிடிவாத மாக அமினின் அன்பைத் தட்டிவிட்டார்.

கேவுக்கு ஒரு மருத்துவருடன் மிக நெருக்கமான தொடர்பு உண்டு என்று முன்பு பார்த்தோம். அந்தக் காதல்தான் கேவின் வாழ்க்கையை இறுதியில் பறித்தது. (2003ல் வெளிவந்த ஹாலிவுட் படமான 'லாஸ்ட் கிங் ஆஃப் ஸ்காட்லாந்து' படம் கே-டாக்டர் உடனான காதலை மையமாகக் கொண்டு எடுக்கப் பட்ட படம். இடி அமினை அப்படியே உரித்து வைத்த கதா பாத்திரத்தில் நடித்து அட்டகாசம் செய்த ஃபாரஸ் விட்டேகர் அந்த வருடத்துக்கான ஆஸ்கர் விருதைத் தட்டிச் சென்றார்.)

தன் அரசியல் எதிரிகளுக்கு மட்டுமல்ல, தன் சொந்த உறவுகளைக்கூட அமின் எப்படியெல்லாம் வதை செய்தார் என்பதற்கு அவரது மனைவிகளின் கதையே சாட்சி.

1974, ஆகஸ்ட் மாதத்தில் போலீஸ் திடீரென்று கேவைக் கைது செய்தது. மல்யமுவின் கைதுக்குப் பிறகு காவலர்களின் பிடியில் கேவும் சிக்கினார். நம் ஊர் கஞ்சா வழக்குகளின் வேர் உகாண்டாவில் தொடங்குகிறது என்றுகூடச் சொல்லலாம். துணி கடத்தினார் என்று முதல் மனைவி மீது குற்றம் சுமத்திய அமின் இப்போது கேமீது அனுமதி இல்லாமல் ஆயுதங்களை வைத்ததற் காகக் கைது செய்தார்.

ஜெயிலில் கேவைப் பார்க்க வந்தார் அமின். வந்த வேகத்தில் காச்மூச் என்று கத்தினார். 'என்ன விளையாடுறீங்களா, உங்க

துப்பாக்கியை வீட்டுல வெச்சுட்டு என்னைக் கைது பண்றீங்களா' என்று கத்தினார் கே. 'காதலித்தபோது எப்படியெல்லாம் இருந் தீர்கள். உங்களை இப்படி மாத்தினது யார் என்று தெரியும்' என்று அத்தனைக் கைதிகள் முன்பு வெடித்தார் கே. ஒரு வயித்துப் புள்ளைத்தாச்சியிடம் கூட ஈவுஇரக்கத்தைக் காண்பிக்காத அமினின் நிஜ முகத்தைக் கைதிகளும் காவலர்களும் அப்போது தான் பார்த்தார்கள்.

நீதிமன்றத்திலும் அமினைக் காட்டிக் கொடுத்தார் கே. ஒரு வழியாகச் சில அறிவுரைகளை வாங்கிக்கொண்டு விடுதலை ஆனார்.

ஆனால் அதற்குப் பிறகு நடந்ததுதான் கேவின் நாள்களில் மிகவும் துரதிர்ஷ்டகரமானவை.

மோசமான சூழலில் குழந்தையைப் பெற்றுக்கொண்டு மல்யமு வின் குழந்தைகள்போல தன் குழந்தையும் பாழாகவேண்டாம் என்கிற எண்ணத்தில் கருக்கலைப்புச் செய்ய முடிவெடுத்தார் கே. நண்பராக இருந்து பிறகு காதலரான டாக்டர் மபாலு - முகாசா. முகாசா தேர்ந்த கருக்கலைப்பு நிபுணர் என்றாலும் உகாண்டாவில்தான் யார் வேண்டுமானாலும் எந்தக் காரியத்தை யும் செய்யலாம் என்றொரு எழுதப்படாத விதி உண்டே.

மூன்று மாதங்களுக்குப் பிறகு கருக்கலைப்பு செய்யும்போது அது ஆபத்தில் முடியவும் வாய்ப்பு உண்டு. ஆனால் கே முகாசாவை துன்புறுத்தினார் என்றுதான் சொல்லவேண்டும். ஆனால் நினைத்ததுபோல நடக்கவில்லை. ஆகஸ்ட் 14 அன்று நடந்த கருக்கலைப்பில் எசகுபிசகாக தவறு ஏற்பட்டுவிட கே வின் பிறப்புறுப்பிலிருந்து ரத்தம் கசிந்து உயிரை விட்டார் கே.

ஆயிரம்தான் இருந்தாலும் அவர் அமினின் மனைவி. இந்தக் கருக்கலைப்பும் ரகசியமாக நடந்த ஒன்று. வெளியே தெரிந்தால் அடுத்தகணமே உயிர்போவது நிஜம். முகாசா முதலில் கேவின் உடலைப் பல பாகங்களாக வெட்டினார். விஷயம் தன் வீட்டுக்குத் தெரியாமல் இருப்பதற்காகத் தன் மனைவி (ஆமாம். கேவைப் போலவே டாக்டரும் ஏற்கெனவே திருமணமானவர்) மற்றும் ஐந்து குழந்தைகளுக்குப் பாலில் தூக்க மாத்திரை கலந்து கொடுத்தார்.

காலையில் வீட்டுக்கு வந்த வேலைக்காரப் பெண்மணியை அவர் விரட்டியடித்தபோதுதான் விஷயம் வெளியே தெரிந்தது. வேலைக்காரி ஊரைக் கூட்டிவிட்டார். சில மணி நேரங்கள் கழித்து வீட்டை உடைத்தபோது டாக்டர், அவருடைய மனைவி, குழந்தைகள் என மொத்தக் குடும்பமும் மயக்க நிலையில் கிடந்தனர்.

முலாகோ மருத்துவமனையே அலங்கோலமாகக் கிடந்தது. டாக்டரின் குடும்பத்தின் உயிரை மீட்கப் பெரிய போராட்டமே நடந்தது. சுகாதாரத்துறை தலைமைக்குத் தகவல் தெரிவிக்கப் பட்டது.

கியேம்பா மருத்துவமனைக்குச் சென்றபோது அவருக்குக் கிடைத்த முதல் தகவல் - டாக்டர் மரணமடைந்துவிட்டார். மனைவி, குழந்தைகள் தேறிவிடுவார்கள். அங்கு கேவின் தந்தை நின்றுகொண்டிருப்பதைப் பார்த்து ஆச்சரியம் கொண்டார் கியேம்பா. அவருடைய முகமே எல்லாவற்றையும் சொன்னது. கேவைக் காணவில்லை. ‘நேற்று மாலைமுதல் அவள் எங்கே சென்றாள் என்று புரியவில்லை’ என்று கேவிக் கேவி அழுதார் கேவின் தந்தை.

விஷயம் அமினுக்குத் தெரிவிக்கப்பட்டது. அப்போதுகூட அமின் பெரிய அதிர்ச்சியைக் காட்டவில்லை. ‘அப்படியா நடந்தது’ என்று மட்டும் சொல்லி கியேம்பாவை அங்கேயே இருக்கச் சொன்னார். (அமின் தன் ஆட்சிக்காலத்தில் மிகவும் நம்பியவர்களில் ஒருவர் கியேம்பா. அமினின் காரியதரிசியாகச் சேர்ந்து, பிரதம செயலாளராகிப் பின்னர் சுகாதாரத்துறை அமைச்சரானவர். இடையே கியேம்பாமீது சந்தேகப்பட்டுத் துரத்தி அடித்தாலும் அமினால் கியேம்பாவைத் தவிர வேறு யாரையும் முழுமனதாக நம்பமுடியவில்லை என்பதுதான் நிஜம்).

கேவின் உடல் கண்டெடுக்கப்பட்டு மருத்துவமனைக்குக் கொண்டுவரப்பட்டது. இதன்பிறகு எல்லோராலும் என்ன நடந்திருக்கும் என்று ஓரளவுக்கு ஊகிக்கமுடிந்தது. அமினின் மனைவி-அவர் காதலர் இருவர் சடலமும் முலாகோ மருத்துவ மனைக்கு வந்ததால் அங்கு பெரிய பரபரப்பு ஏற்பட்டது. அமினை எண்ணி அந்த வளாகமே பயந்துகிடந்தது புரிந்தது. கியேம்பா அங்குமிங்கும் நடந்து டாக்டர்களிடம் பேசித் தகவல் திரட்டிக் கொண்டிருந்தது மேலும் அச்சத்தை ஏற்படுத்தியது.

கேவின் மூன்று குழந்தைகளும் மருத்துவமனைக்கு வர வழைக்கப்பட்டனர். அமினும் அங்கு வந்தார். வழக்கம்போல இங்குகூடப் பத்திரிகையாளர்களையும் டிவி கேமராமேன்களை யும் கூட அழைத்து வந்திருந்தார் அமின். அமினைப் பார்த்ததும் குழந்தைகள் ஓடோடி வந்தன. ஆனால் அமின் அந்தச் சந்தர்ப் பத்தில்கூட சாரசரி மனிதனாக நடந்துகொள்ளவில்லை.

'பார்த்துக்கொள்ளுங்கள் உங்கள் அம்மாவை. அவளைப்போல ஒரு மோசமான பெண் இந்த உலகத்தில் இல்லை' என்று காட்டுக்கத்து கத்தினார் அமின்.

கேவின் உடல் அவர் சொந்த ஊரான அருவாவுக்குக் கொண்டு செல்லப்பட்டது. கேவின் இறுதிச்சடங்குகளில் அமின் கலந்து கொள்ளவில்லை. தன் சார்பாக ஒருவரைக்கூட அனுப்ப வில்லை. கே இறப்பு தொடர்பான விசாரணையை நிறுத்தி வைத்தார். எல்லாமே முடிந்தது. அவளும் இறந்துவிட்டாள். போதும். எதையும் மீண்டும் கிளறவேண்டாம் என்று முடிவாகச் சொல்லிவிட்டார்.

அமினின் சதித்திட்டத்தினால் கே தன் உயிரை இழக்கவில்லை. ஆனால் அமின் ஒரு நல்ல கணவனாக நடந்துகொள்ளாததால் கே இன்னொரு துணையைத் தேடினார். அதுவே அவருக்கு உலை வைத்துவிட்டது.

மூன்றாவது மனைவியும் வேற்று இன ஆதரவுக்காகவும் அமின் திருமணம் செய்த நோராவுக்கு அமினால் பெரிய தொல்லைகள் ஏற்படவில்லை. ஒரே காரணம், நோராமீது கைவைத்தால் லங்கி இனமே வெகுண்டெழுந்துவிடும். அன்பினால் நோராவை பொத்திப் பொத்திப் பாதுகாத்தார் என்று சொல்வதைவிட அந்த உறவில் நிறைய அரசியல் கலந்திருந்தது என்றுதான் முடி வெடுக்கவேண்டியிருக்கிறது.

இதனால் அமின் மெடினாவோடு தினமும் கொஞ்சிக் குலாவிக் கொண்டிருந்தார் என்று மட்டும் முடிவெடுக்கவேண்டாம். மெடினாவைச் சாகடிக்கவில்லை. காரோடு மோத இன்னொரு கார் அனுப்பவில்லை. ஆனால் அந்தத் தாம்பத்தியத்திலும் அமினுக்கு ஏராளமான சிக்கல்கள் இருந்தன.

அமின் நிறைய பேரைக் கொல்ல ஆள் அனுப்பினாலும், அமின் தன்னை ஒருவர் கொல்ல முயற்சி செய்தார் என்று எண்ணிப்

பயந்துபோய்த் தூக்கத்தில் எல்லாம் அலறிய புண்ணியம் மெடினாவுக்குத்தான் சேரவேண்டும்.

அமின் ஆட்சியைப் பிடித்து மூன்று வருடக் கொண் டாட்டமெல்லாம் முடிந்து (1975) அமின் தன் இருப்பை உறுதி செய்த காலகட்டம் அது. அமினால் தன் கனவில் நினைத் ததைக்கூட நடத்திக்காட்டமுடிந்த தருணம் அது. பல சிக்கல்கள், போராட்டங்களைச் சந்தித்தபோதும் அமின் என்றால் எதிரிகள் நடுங்கிய காலம் அது. பலத்த சர்ச்சைக்குரிய வாழ்க்கைக்கு நடுவேயும் அமினுக்கு மக்கள் ஆதரவு இருந்தது. ஒபாடேவை அமின் எதிர்த்ததுபோல ராணுவ அதிகார வட்டத்தில் அமினுக்கு ஒரு சிறிய எதிரிகூட தோன்றியிராத ஒரு முக்கியமான நேரத்தில் தான் கார் விபத்தில் சிக்கினார் அமின்.

அதை விபத்து என்றுகூடச் சொல்லிவிடமுடியாது. அமினின் காருக்கு முன்னால் பாதுகாப்புப்படையின் கார்கள் சென்று கொண்டிருந்தன. அதில் ஒருகார் மட்டும் திடீரென்று பாதை யிலிருந்து விலகிச் சாலையின் ஓரத்தில் இருந்த பள்ளத்தில் சென்று விழுந்தது. பின்னால் வந்த அமினின் காரும் தடுமாறி ரோட்டோரமாக இருந்த ஒரு சுவரில் மோதியது. அமின் அப்போதே முடிவு செய்துவிட்டார். திடீரென்று ஒரு கார் தன் பாதையை விட்டு நகராது. தன் காவலாளிகளில் யாரோ ஒருவன்தான் என்னைப் பழிவாங்க, என் உயிரைப் பிடுங்க இப்படி ஒரு காரியம் செய்திருக்கிறான். அவன் யார் என்பது எனக்கு முக்கியமில்லை. யார் ஏவிய ஆளாக இருக்கமுடியும்?

அன்றைய நிலையில் அமினை மிகவும் வெறுத்த ஒரு ஜீவன் என்றால் அது மெடினாதான். அமின் ஆசைஆசையாகத் திருமணம் செய்துகொண்ட பெண். இன்னொருவர் அந்த அழகைக் கொள்ளையடித்துவிடக்கூடாது என்கிற ஒரே காரணத் துக்காக நான்காவது திருமணம் என்றபோதிலும் அவளை விட்டுவிட அமினுக்கு மனமில்லாமல் ஒரு நெருக்கடியான சமயத்தில் ஊரறியத் திருமணம் செய்துகொண்டார்.

ஆனால் காதலுக்குக் கண்ணில்லை என்பார்களே அது இதுதானோ என்று மெடினா ஒவ்வொருநாளும் உணர்ந்தார். தினமும் சண்டை. தினமும் அடி உதை. யாரிடம் போய் நியாயம் கேட்கமுடியும்? அல்லது யாரால் தான் அமினைத் திருத்த முடியும்?

அந்த மெடினா தான் இப்போது தன்னைக் கொல்ல ஆளை அனுப்பியிருக்கிறாள் என்று சட்டென்று முடிவெடுத்தார் அமின். அதில் நியாயம் அநியாயம் பார்க்கவில்லை. அவருக்கு அப்போது தோன்றியது அதுதான். அதையே விபத்துக்கான நிஜக் காரணமாக முடிவெடுத்தார்.

அந்த விபத்தில் அமினுக்கு மணிக்கட்டில் பலத்த காயம் ஏற்பட்டது. எக்ஸ்ரேவைப் பார்த்த மருத்துவர் கைக்கட்டு போட்டு விட்டு வீட்டுக்கு அனுப்பினார். மூன்றுவாரத்துக்குக் கட்டை அவிழ்க்கக் கூடாது என்று கண்டிப்பான கட்டளை விடுத்தார். ஆனால் அடுத்தநாள் இன்னொரு மருத்துவரிடம் பரிசோதித்து விட்டுக் கைக்கட்டை எடுத்துவிட்டார் அமின். இதனால் பிரிந்த எலும்புகள் சேரவில்லை. அடிக்கடி மணிக்கட்டில் வலி எடுத்து அமினைப் பாடாய்படுத்தியது.

இதன்பிறகு மெடினாவை வேறுவிதமாக நடத்தினார் அமின். முன்பு தவறு செய்தபோது அடித்துவந்த அமின், அவர்மீது சந்தேகம் வந்தபிறகு நினைத்த நேரத்தில் எல்லாம் கை வைக்க ஆரம்பித்தார். ஒருமுறை இரண்டு மாதம் மெடினா கர்ப்பமாக இருந்தபோது (உறவில் என்ன பிளவு இருந்தாலும் தன் மனைவிகளைத் தாய்மை அடைய வைப்பதில் அமின் எப்போதும் குறை வைக்கமாட்டார்) காலால் எட்டி உதைத்துக் கை, கால்களில் பலத்த காயங்களை உண்டாக்கினார் அமின். லிபியாவரை சென்று மருத்துவம் பார்த்து உடல்நிலை தேறினார் மெடினா.

காதல், காமம் என்று வந்துவிட்டால் அதற்கு அமினைப் பொறுத்த வரை எல்லையே கிடையாது. அவர் வாழ்க்கையில் திருமணம் செய்துகொண்ட பெண்களைத் தவிர மேலும் பத்துப் பெண்களைக் காதலித்திருக்கிறார். அவர்களைக் கர்ப்பமாக்கியிருக்கிறார். இரண்டு பெண்களின் வழியாகப் பெற்ற குழந்தைகளுக்கு அமின் தலைமையில் மசூதியில் பெயர்கள் சூட்டப்பட்டுள்ளன. ஆனால் அவர்களைப் பற்றி வெளியே மூச்சு விட்டதில்லை.

அமினின் இருவேறு காதலிகள் அமினின் அலுவலகத்தில் வேலை செய்தவர்கள். ஆனாலும் அவர்களை இறுதிவரைக் கள்ளக்காதலிகளாகவே வைத்திருந்தார் அமின். அமினின் வாழ்க்கையில் பலதரப்பட்ட பெண்கள் வந்து போயிருக்கிறார்கள். வயது, இனம், மொழி, தேசம் என்கிற எந்தப்

பாகுபாடும் பார்க்கமாட்டார் அமின். அந்தப் பெண்களைத் தொடர்ந்து காதலிக்க அவர்களுடைய கணவனோ, காதலனோ தடையாக இருந்தால் ஒரே போடுதான். அடுத்தநாள் அவர்கள் பிணம் விக்டோரியா ஏரிக்கு அருகே கிடக்கும்.

1971. செப்டெம்பர். மைக்கேல் கக்வா என்கிற பெரிய பிஸினஸ் புள்ளியைக் காலி செய்தார் இடி அமின். காரணம் - அவர் மனைவியைக் கண்ட முதல் சந்திப்பிலேயே காதலில் விழுந்தார் அமின். ஆனால் கக்வாவோடு மோதவேண்டும் என்றால் சுலபத்தில் சாத்தியமில்லை. அந்தப் பெண் கைக்குக் கிடையாது. அதனால் ஒரே வழி, தலையை அறுப்பதுதான் என்று கக்வாவைக் கடத்தி கொலை செய்தார் அமின்.

உகாண்டாவில் ஒரு வழக்கம் உண்டு. ஒரு பெண்ணின் பெற்றோருக்கு வேண்டிய வசதிகள் செய்துகொடுத்துப் பணமும் கொடுத்து அவர்கள் அதை ஏற்றுக்கொண்டால் வேறுவழியேயில்லை. அந்தக் குடும்பத்தில் உள்ள இளம்பெண் கற்பை இழந்தே தீரவேண்டியிருக்கும்.

அரசு மருத்துவமனையில் வேலை பார்த்த பல செவிலியர்களை இதே உத்தியின் மூலம் மடக்குவார் அமின். அமின் அனுப்பியது என்று சொல்லிக்கொண்டு காரும் இதர வீட்டுச் சாமான்களும் வண்டியில் வந்து இறங்கினால் பெற்றோர்கள் அலறியடித்துக் கொண்டு கதவைச் சாத்த ஆரம்பித்தார்கள். பள்ளியில் படிக்கும் அழகான பெண்களையும் இதே பாணியில் கவர நினைத்தார் அமின். ஆனால் அமினின் டார்ச்சர் தாங்காமல் உகாண்டாவில் குறைந்தது ஐம்பது குடும்பங்களாவது மூட்டை முடிச்சைக் கட்டிக்கொண்டு கென்யாவில் செட்டில் ஆகியிருக்கும்.

இத்தனை கூத்துகளுக்கும் நடுவே அமின் இன்னொரு பெண்ணையும் திருமணம் செய்துகொண்டார். சாரா கயோலபா. ஜாஸ் பேண்ட் கலைஞர். கம்பாலாவில் உள்ள சூசை என்கிற இசைக் குழுவின் நடனக்கலைஞர். பார்க்கப் பளிச் என்று இருப்பாள்.

அமினுக்கு சாராமீது ஆசைவந்தபோது அவருக்கு 18 வயது. கைப்பைபோல எங்கு சென்றாலும் கூடவே ஒரு பாய் ஃப்ரண்டைவேறு கூட்டிக்கொண்டு செல்வாள்.

அவள் வயதும் அவளுடைய காதலனும் அமினின் ஆசைக்கு முன்னால் தூசியாகிப்போயின. ‘உன் நடனம் அபாரம்’ என்று

பேச்சு கொடுத்து அடிக்கடி தன் அலுவலகத்துக்கு அழைத்தார். சாரா ஆடும் நடனங்களை நேரில் சென்று பார்க்க ஆரம்பித்தார். இதனால் சாராவும் சஞ்சலமடைந்தாள்.

கியேம்பாவுக்கு ஒருநாள் போன் வந்தது.

'சீக்கிரம் நம்பிரம்பியில் உள்ள அரசு மருத்துவமனைக்குச் செல்லவேண்டும். அங்கு சாரா என்கிற பெண் என் மகளைப் பெற்றெடுத்திருக்கிறாள். உடனே அவளை முலாகோ மருத்துவ மனைக்கு மாற்றவேண்டும்' என்று உத்தரவு பிறப்பித்தார். அடுத்த நிமிடம் கியேம்பா பணிவிடை செய்யக் கிளம்பினார்.

முலாகோ மருத்துவமனையில் அனுமதிக்கப்பட்டபிறகு உகாண்டா வானொலி செய்தி சொன்னது. 'வணக்கம். மாநிலச் செய்திகள். நம் அதிபர் இடி அமினுக்குப் புதிதாகப் பெண் குழந்தை பிறந்துள்ளது. தாயும் சேயும் நலமாக.....' என்று மட்டும்தான் செய்தி சொன்னது. தாயின் பெயர் மக்களுக்குத் தெரிவிக்கப்படவில்லை.

சாராவைக் கவனிக்க உடனே மெடினா அனுப்பப்பட்டார். குழந்தையை எடுத்துக்கொண்டு டிவி கேமராக்களுக்குப் போஸ் கொடுத்தார் மெடினா. இறுதிவரை அமின் சாராவின் அடை யாளத்தை யாரிடமும் காட்டவில்லை.

ஆனால் இதன்பிறகுதான் பெரிய குழப்பமே நிகழ்ந்தது. சாராவின் குழந்தை தன் குழந்தைதான் என்று சாராவின் காதலன் போர்க்கொடி உயர்த்தினான். சாரா அமினை சந்திக்கத் தடை விதித்தான். உடனே அமினுக்குப் போன் செய்து தகவல் சொன்னாள் சாரா. அடுத்தநாள் முதல் சாராவின் காதலன் பற்றிய தகவல் இல்லை. சாரா அமினை நம்பி கம்பாலா விரைந்தாள்.

ஆப்பிரிக்க நாடுகளின் ஒற்றுமைக்காகவும் நன்மைக்காகவும் உருவாக்கப்பட்ட ஓர் அமைப்பு, Organisation of African Unity (OAU) என்கிற ஆப்பிரிக்கக் கூட்டமைப்பு நிறுவனம். 1975, ஜூலை 28 முதல் ஆகஸ்ட் 1 வரை இதன் கூட்டமைப்பு நிகழ்ச்சி உகாண்டாவில் நடைபெற்றது.

அந்த விழாவின் ஒரு நிகழ்ச்சியாக கேப் டவுன் என்கிற தீவில் ஒரு சாகச ஏற்பாட்டைச் செய்திருந்தார் அமின். தென் ஆப்பிரிக்

காவில் உள்ள வெள்ளையர்களை எதிர்த்துப் போராடுவதை வெளிப்படுத்தும் எண்ணத்தில் விக்டோரியா ஏரிக்கு அருகே உள்ள கேப் டவுன் தீவுகளில் ஒன்றைக் குண்டு போட்டுத் தகர்க்கத் திட்டமிட்டிருந்தார் அமின்.

ராணுவ உடை அணிந்துகொண்டு பலநாட்டுத் தலைவர்கள், பார்வையாளர்கள் முன்னிலையில் விமானப்படையின் சாக சத்தைக் காணக் காத்திருந்தார் அமின். ஆனால் அன்று விமானப் படை சொதப்பியது. அதன் குண்டுகள் தீவைத் தாக்காமல் அருகே இருந்த விக்டோரியா ஏரியில் விழுந்தன.

அந்த நிகழ்ச்சியில் தன்னை ஃபீல்ட்மார்ஷலாக உயர்த்திக் கொண்டார் அமின். அதே விழாவில் பல நூறு ஆப்பிரிக்கத் தலைவர்கள் முன்னிலையில் அமின் சாராவை மணந்து கொண்டார். முஸ்லீம் மதக்கோட்பாட்டின்படித் திருமணம் செய்துகொண்டால் மேற்கத்திய பாணியில் விருந்தாளர்களைக் கவனித்து அனுப்பினார் அமின். கேக் வெட்டி, நடனம் ஆடி என ஆப்பிரிக்கக் கூட்டமைப்பு விழாவைத் தன் சொந்தக் காரியத் துக்குப் பயன்படுத்திக்கொண்டார் அவர்.

ஆனால் ரசிகர்கள் விழாவை நேரில் பார்க்க ஆசைப்படுகிறார்கள் என்று வானொலியில் தகவல் சொன்னதால் அதே கூட்டமைப்பு விழாவில் நைல் ஹோட்டலில் வைத்து சாராவை இன்னொரு முறை திருமணம் செய்துகொண்டார் அமின்.

இதை உகாண்டா அரசுத் தொலைக்காட்சி நிறுவனம் கவன மாகப் பதிவு செய்து அடுத்தநாள் முதல் தினமும் தொடர்ந்து அமினின் ஐந்தாவது திருமணத்தை டிவியில் ஒளிபரப்பிக் கொண்டிருந்தது. மக்களும் மெட்டிஒலி சீரியல்போல அந்த ஒரே திருமணத்தைத் தினம் தினம் பார்த்து மகிழ்ந்தார்கள்.

ஆனால் மற்ற நான்கு மனைவிகள் வழியாகவும் பிள்ளைகள் பெற்ற அமினால் சாராவைத் தாய் ஸ்தானத்துக்கு உயர்த்த முடியாமல் போனது. பல மருத்துவர்களைக் கூட்டி வந்து சாராவை முழுவதுமாகச் சோதித்தார். என் காதலனைக் கொன்ற தால் என்னால் அமினோடு சந்தோஷமாக இருக்கமுடிய வில்லை என்று மருத்துவர்களிடம் மட்டும் உண்மையைச் சொன்னார் சாரா.

தன் கைக்குக் கிடைக்காத பெண்ணைப் பழிவாங்குவதில் அமினுக்கு ஓர் அலாதி உண்டு.

1973ல் மைக்கேல் ஒண்டோகாவை வெளியுறவுத்துறை அமைச்ச ராக நியமித்தார் அமின். ஆனாலும் ஏனோ அவரை ஆரம்பத்தில் இருந்து அமினுக்குப் பிடிக்காமல் போனது. மெகேரிரி பல்கலைக்கழகத்தில் நடந்த பட்டமளிப்பு விழாவில் அமினுடன் ஒண்டோகாவும் கலந்துகொண்டார். அந்த விழாவுக்கு உகாண்டா வெளியுறவுத்துறை அதிகாரியான எலிசபெத் பாகயா வும் வந்திருந்தார்.

பாகயா போன்ற மெத்தப்படித்த அதிகாரி கிடைத்ததற்கு அமின் உண்மையிலேயே கொடுத்து வைத்திருக்கவேண்டும். பாகயா, உகாண்டாவின் டோரோ மன்னராட்சியில் 11வது மன்னரான சர் ஜார்ஜ் டேவிட்டின் மகள். இங்கிலாந்தில் பள்ளிப் படிப்பு முடித்துச் சட்டம் படித்தவர் பாகயா. இங்கிலாந்தின் முதல் கிழக்கு ஆப்பிரிக்க பேரிஸ்டர் என்கிற பெருமை இவருக்கு உண்டு. உகாண்டாவின் முதல் பெண் வக்கீல். ஆனால் அமின் காம உணர்வுகளுக்கு இது எதுவும் பெரிதாகத் தெரியவில்லை.

பாகயாமீது அமினுக்கு நீண்டநாளாகக் கண். ஆனால் அமினின் உணர்வுகளை, சமிக்ஞைகளை பாகயா புரிந்துகொள்ளவே யில்லை. அமினைப் பற்றி நன்கு அறிந்ததால் கொஞ்சம் தள்ளியே இருந்தார். விடுவாரா அமின். பட்டமளிப்பு விழாவில் பாகயாவுக்கு இன்னொரு சிக்னல் கொடுத்தார்.

அத்தனை மாணவர்கள், பேராசிரியர்கள் முன் பேசிய அமின் அதே இடத்தில் ஒண்டோகாவைப் பணியில் இருந்து நீக்கினார். ‘இன்று முதல் பாகயாதான் உகாண்டாவின் வெளியுறவுத்துறை அமைச்சர் என்று அறிவித்தார். ஒண்டோகா, பாகயா இருவரும் அமினின் அறிவிப்பால் நெளிந்தார்கள்.

இதற்கு அடுத்த சில நாள்களில் ஒண்டோகா அமினின் குண்டர்களால் கொல்லப்பட்டார். தொடர்ந்து பாகயாவுக்கு தூண்டில் போட்டுக்கொண்டிருந்த அமின் ஒருநாள் தோல்வியில் வெறுத்துப்போய் அவரைப் பதவியிலிருந்து தூக்கியடித்தார். 1974 நவம்பர் மாதம் ஐக்கிய நாடுகள் சபைக்குப் பாகயாவை அனுப்பினார் அமின். அவர் திரும்பி வந்தபோது தன் முடிவுக்கு அமின் சொன்ன காரணம், ‘பாரிஸ் விமானநிலையத்தின்

கழிப்பறையில் ஓர் ஆணோடு உடல் உறவு கொண்டிருந்தார். இதைக் கண்டித்து பாகயாவை வெளியேற்றியிருக்கிறேன்' என்றார். நல்லது செய்தார்.

இதன்பிறகு அமினிடம் இருந்து தப்பித்தோம் பிழைத்தோம் எனக் கென்யாவில் தஞ்சம் புகுந்த பாகயா பிறகு அங்கே பல முக்கியப் பதவிகளில் அமர்ந்து நிம்மதியாக வாழ்ந்தார்.

6

இஸ்ரேல் கொடுத்த அடி!

எத்தனையோ விமானக் கடத்தல்கள் நடந்திருக்கின்றன. கந்தகார் வரை எல்லாமே தனியாகப் புத்தகம் போடும் அளவுக்குப் பலமான பின்னணி கொண்டவை. ஆனால் உகாண்டா விமானநிலையத்தில் வைத்து நடந்த இந்த விமானக் கடத்தலின் கிளைமாக்ஸ் எந்தவொரு ஹாலிவுட் சாகசப் படத்துக்கும் நிகரானது.

'ஆபரேஷன் எண்டபி (Operation Entebbe)' என்று வருணிக்கப்படுகிற இந்தக் கடத்தல் சம்பவம் அமினின் மானத்தை உலகம் முழுக்க வாங்கியது என்றால் சற்றும் மிகையல்ல. (உகாண்டா மொழியில் எண்டபி என்றால் இருக்கை என்று அர்த்தம். காலனி நாடாக இருந்தபோது புகாண்டாவில் ஆங்கிலேயர்களின் அலுவலகம் இங்குதான் அமைக்கப்பட்டது. ஆங்கிலேயர்களுக்கு இருக்கை அளித்த எண்டபி அமினின் இருக்கை பறிபோனதற்கு முக்கியக் காரணமாக அமைந்தது அமினின் துரதிர்ஷ்டம் என்றுதான் சொல்லவேண்டும்.)

1976. ஜூன் 27. இஸ்ரேல் தலைநகர் டெல் அவிவிலிருந்து ஏதென்ஸ் வழியாக பாரிஸ் செல்லும் ஏர் பிரான்சு 139 விமானம், பின்னிரவு 12.30 மணிக்குக் கிளம்பியபோது 246 பயணிகளும் அவரவர் இருக்கையில் பத்திரமாக அமர்ந்திருந்தார்கள்.

விமானம் புறப்பட்டபோது யாருக்கும் எதுவும் வித்தியாசமாகத் தோன்றவில்லை. மொத்தம் இருநூற்றி நாற்பத்தெட்டு பேர். அதில் தொன்னூறு சதவிதம் பேர் இஸ்ரேலியர்கள். அதில் பாதிக்கு மேற்பட்டவர்கள் 40 வயதைக் கடந்தவர்கள். விமானம் கிளம்பிய சில நிமிடங்களிலேயே பல பெருசுகள் தூங்கத் தொடங்கிவிட்டார்கள்.

திடீரென்று நான்கு பேர் எழுந்தார்கள். அவர்கள் கைகளில் துப்பாக்கிகள் இருந்தன.

'விமானம் கடத்தப்படுகிறது. எல்லோரும் அமைதி காக்கவும். எங்களுக்கு ஒத்துழையுங்கள். நீங்கள் உயிரோடு அவரவர் வீட்டுக்குச் செல்வீர்கள்.'

பயணிகள் அரண்டுபோனார்கள். சத்தம் போடக்கூடாது என்று கட்டளை. யார் இவர்கள்? எதற்காக இந்த விமானத்தைப் போய் கடத்துகிறார்கள்? நட்டநடு வழியில் இதென்ன சோதனை? இரண்டு பேர் விமானியின் அறைக்குச் சென்றார்கள்.

நொடிக்குள் விமானம் நால்வரின் கட்டுப்பாட்டுக்குள் வந்தது. ஒருவன் நேராக காக்பிட்டுக்குச் சென்றான்.

'லிபியாவுக்குப் போ.'

தலையைத் துப்பாக்கியின் முனை அழுத்திக்கொண்டிருக்கிறது. விமானிக்கு வேறு வழியில்லை. யாரோ ஒருவனின் கட்டளைக்குக் கட்டுப்பட்டுத்தான் ஆகவேண்டும். ஆனால் அவன் லிபியாவில் விமானத்தைத் தரையிறக்கச் சொல்கிறான். அங்கே இறக்க அனுமதி கிடையாது.

'ம்.. சீக்கிரம் செல். நீ சொதப்பினால் அத்தனை பேரும் சாக நேரிடும்.' துப்பாக்கி முனை இன்னும் அழுத்தமாக விமானியின் தலையை அழுத்தியது.

பிரான்சு 139 தன் இயல்பான தடத்தில் செல்லாமல் லிபியாவுக்குத் திருப்பிவிடப்பட்டது. லிபியாவின் பெங்கஸி விமான நிலை

யத்தில் விமானம் ஏழு மணி நேரம் காத்திருந்தது. கடத்தல்காரர்கள் விமான நிலைய அதிகாரிகளிடம் பேசினார்கள்.

அதற்குள் கர்ப்பிணியாக இருந்த ஒரு பயணி பயத்தில் மயக்கமடைந்தார். அவர் உடலில் இருந்து ரத்தம் வழிந்தோடியது. நிச்சயம் அந்தப் பெண்ணின் கரு கலைந்திருக்கும் என்று முடிவு செய்த கடத்தல்காரர்கள் அவளை மட்டும் லிபியா விமான நிலையத்தில் விட்டுவிட்டு உகாண்டாவுக்கு விமானத்தைத் திருப்பினார்கள்.

மாலை 3 மணிக்கு விமானம் எண்டபி விமான நிலையத்தில் வந்து இறங்கியது.

விமானத்தை இரண்டு தீவிரவாதக் குழுக்கள் கடத்தியுள்ள விவரம் பிறகுதான் வெளியே தெரிந்தது. Popular Front for the Liberation of Palestine (PFLP) என்கிற பாலஸ்தீன விடுதலை இயக்கத்திலிருந்து இரண்டு பேர்,

பாலஸ்தீன விடுதலை இயக்கத்தின் (Palestine Liberation Organization (PLO)) ஒருபிரிவு. இஸ்ரேலின் பிடியிலிருந்து பாலஸ்தீனை விடுவிப்பதற்காக பாலஸ்தீனில் ஏகப்பட்ட போராளிக்குழுக்கள் தோன்றின. பாலஸ்தீனுக்கு உள்ளேயும் வெளியேயுமாகத் தோன்றிய அத்தனைக் குழுக்களுக்கும் ஒரே நோக்கம்தான், பாலஸ்தீன் விடுதலை.

குழுக்கள் அனைத்தும் தனித்தனியே போரிட்டுக்கொண்டிருப்பதால் பயனில்லை என்று ஒரு பொதுவான அமைப்பின் கீழ் இயங்க அத்தனை குழுக்களும் முடிவு செய்தன. அப்படித் தோன்றியதுதான் பாலஸ்தீன் விடுதலை இயக்கம் என்று அழைக்கப்பட்ட பி.எல்.ஓ. இந்த விமானக் கடத்தல் சமயத்தில் பி.எல்.ஓவின் தலைவராக இருந்தவர் யாசிர் அரஃபாத்.

மற்ற இரண்டு பேர், ரெவல்யூஷனரி செல்ஸ் (Revolutionary Cells) என்கிற ஜெர்மானிய இயக்கத்தைச் சேர்ந்தவர்கள். இடதுசாரி போராளிகள். ஏகாதிபத்திய எதிர்ப்பைத் தன் நிலைபாடாகக் கொண்ட ஓர் இயக்கம் அது. முக்கியமாக யூதர்கள் எதிர்ப்பே அதன் அடிப்படை கொள்கை.

சரி, ஏன் இவர்கள் பாலஸ்தீன விடுதலை இயக்கத்தோடு கைகோக்கவேண்டும்? பி.எஃப்.எல்.பி இயக்கத்தினருக்கு

ரெவல்யூஷனரி செல்ஸ் பயிற்சி அளித்திருக்கிறார்கள். அதன் பலனாக உருவான நட்பில் பாலஸ்தீன விடுதலை இயக்கத்தின் இந்தக் கடத்தல் சம்பவத்துக்கு அவர்களும் உறுதுணையாகக் கூட வந்தார்கள்.

உகாண்டாவில் அனைவருக்கும் காலையில் வானொலிச்செய்தி கேட்கும் பழக்கம் உள்ளதால் பிபிசி வானொலியில் வழியாக இந்தக் கடத்தல் பற்றி முதல்முறையாக அறிந்தார்கள். அமின் மற்றும் அவர் அமைச்சர்களுக்கும் வானொலி மூலமாகவே அச்செய்தி தெரியவந்தது.

ஆனாலும் அமின் அசரவில்லை. மெல்ல மெதுவாகக் காலை 9 மணிக்கு கியேம்பாவைத் தொடர்பு கொண்டு செய்தியைப் பறிமாறிக் கொண்டார். 'நீங்கள் செல்லுங்கள். அங்கிருந்து நிலைமையைச் சொல்லுங்கள்' என்றார்.

மருத்துவர்கள், செவிலியர்கள் மற்றும் ஒரு ஆம்புலன்ஸுடன் எண்டபி விமான நிலையத்துக்கு விரைந்தார் கியேம்பா.

அதற்குள் விமான நிலையத்தைத் தங்கள் கட்டுப்பாட்டுக்குள் கொண்டு வந்த கடத்தல்காரர்கள், பயணிகள் அத்தனை பேரை யும் விமானத்திலிருந்து இறக்கி அருகே இருந்த பழைய விமான நிலையத்தின் இடைநிலைத் தங்குமண்டபத்தில் அனைவரையும் ஒருசேரத் தங்க வைத்தார்கள். எல்லாப் பயணிகளையும் இருக்கையில் கட்டி வைக்கப்பட்டிருந்தார்கள்.

பழைய விமான நிலையம் என்பதால் அந்தக் கட்டடமே பாழடைந்த கட்டமாகவே இத்தனை நாளாகக் கேட்பாரற்று இருந்தது. திடீரென்று அந்தக் கட்டடத்தைத் தங்கள் கட்டுப் பாட்டுக்குள் கடத்தல்காரர்கள் கொண்டுவந்ததால் பயணி களுக்கு அது பெரிய இடர்பாடாக இருந்தது.

அவர்கள் தங்க வைக்கப்பட்டிருந்த அறை முழுக்கக் குப்பையாக இருந்தது. அடிப்படை வசதிகளுக்குக்கூட அவர்கள் சிரமப்பட வேண்டிய சூழல் இருந்தது. இதுதவிர அவர்கள் கயிறால் கட்டி வைக்கப்பட்டு மேலும் அச்சுறுத்தப்பட்டனர். 12 மணி நேரம் குடிக்கப் பச்சைத் தண்ணி இல்லாமல் அத்தனை பேரும் உயிருக்குப் போராடிக்கொண்டிருந்தார்கள்.

நான்குக் கடத்தல்காரர்களில் ஒருவர் பெண், கேப்ரியலி க்ரோஞ்ச் டிடிமென் என்கிற ரெவல்யூஷனரி செல்ஸ் போராளி இயக்

கத்தைச் சேர்ந்தவர் அவர். ஓடோடி வந்து கடத்தல்காரர்களைச் சந்தித்த கியேம்பா அனைவரிடமும் தன்னை அறிமுகப்படுத்திக் கொண்டார். கேப்ரியலி பெயரைக் கியேம்பா கேட்டபோது, என்னை மிஸ் ஹைஜாக்கர் என்றே அழைத்தால் போதும் என்று சொல்லிவிட்டாள்.

'ஜூலை 1. அதாவது இரண்டு நாள்களுக்குள் உலகம் முழுக்க 57 பாலஸ்தீனியர்களை உடனே விடுதலை செய்யவேண்டும். 40 பேர் இஸ்ரேலிலும் 13 பேர் கென்யா, பிரான்சு, ஸ்விட்சர்லாந்து, மேற்கு ஜெர்மனியிலும் இருக்கிறார்கள். அப்படிச் செய்தால் 246 பயணிகளும் 12 விமான ஊழியர்களும் பத்திரமாகத் திருப்பித் தரப்படுவார்கள். இதில் சிறு தவறு நடந்தாலும் அத்தனை பேரும் கொல்லப்படுவார்கள்.'

இதுதான் கடத்தல்காரர்களின் கோரிக்கையும் எச்சரிக்கையும்.

கியேம்பா வந்தபிறகு பயணிகள் அனைவருக்கும் உணவும் தண்ணீரும் வழங்கப்பட்டன.

கேப்ரியலி கியேம்பாவை பயணிகளிடம் அறிமுகப்படுத்தினாள். பல பயணிகளுக்கு ஆங்கிலம் தெரியாததால் ஒருவர் எழுந்துவந்து கேப்ரியலி சொன்னதை ஹிப்ரூவில் மொழி மாற்றம் செய்து விளக்கினாள்.

கியேம்பாவுடன் வந்திருந்த மருத்துவர்கள் அனைத்துப் பயணிகளையும் பரிசோதித்தார்கள். தலைவலி, லேசான காய்ச்சல், இடுப்பு வலி போன்ற சிறு உபாதைகள் தவிர யாருக்கும் எந்தப் பெரிய ஆபத்தும் இல்லை என்றனர் மருத்துவர்கள்.

ஆனால் மாலை ஆனவுடன் நிலைமை வேறுமாதிரியாக ஆனது. வயதான பயணிகள் பிரச்னை கொடுக்க ஆரம்பித்தார்கள். ஒரு பாட்டி அதே அறையில் மூத்திரம் போனார். இன்னொரு வயதானவர், 'நான் சீக்கிரம் செத்துவிடுவேன், நெஞ்சு வலிக்கிறது' என்று கத்திக்கொண்டே வந்தார். இவர்களைப் பார்த்து மற்ற பயணிகள் கலவரமடைந்ததால் கடத்தல்காரர்கள் எரிச்சல் அடைந்தார்கள்.

நெஞ்சு வலி கேஸை உடனே அப்புறப்படுத்தினார்கள். முலாகோ மருத்துவமனைக்கு அவர் உடனடியாகக் கொண்டுசெல்லப்பட்டார். இதுபோல நான்கு ப்ரெஞ்சு பயணிகளும் அவரவர்

உடல் உபாதைகளுக்காக முலாகோவுக்குக் கொண்டு செல்லப் பட்டார்கள். உடல்நிலை சரியான பிறகு அவர்களை மீண்டும் கடத்தல்காரர்களிடமே ஒப்படைத்துவிடலாம் என்று அமின் சொன்னார். ஆனால் தக்க சமயத்தில் வந்த பிரான்சு தூதரகம் அவர்களைத் தம்மோடு அழைத்துக்கொண்டு சென்றது.

அமினுக்கு இந்தக் கடத்தல் சம்பவம் மிகவும் குஷியை ஏற்படுத்தியது. பார்த்தீர்களா கியேம்பா, இஸ்ரேலியர்கள் வசமாக என்னிடம் வந்து மாட்டிக்கொண்டார்கள்' என்று சிரித்துக்கொண்டே சொன்னார் அமின்.

கடத்தல்காரர்கள் தங்கள் வசதிக்காகப் பயணிகளை இரண்டாகப் பிரித்தார்கள். யூதர்கள், யூதர்கள் அல்லாதவர்கள் என்று இரு அறைகளில் அடைக்கப்பட்டார்கள்.

கடத்தல்காரர்கள் ஒரு யோசனை சொன்னார்கள். உங்களைப் பார்த்தால் பாவமாக இருக்கிறது. எங்களுக்குத் தேவை யூதர் களின் உடல்தான். அதனால் யூதர்கள் அல்லாதவர்கள் கிளம்பிச் செல்வதில் எங்களுக்குப் பிரச்னை இல்லை' என்றார்கள். 246 பயணிகளில் 92 பேர் இஸ்ரேலைச் சேர்ந்தவர்கள். பிரெஞ்சுக் காரர்கள் 42 பேர். இதர பயணிகள் அமெரிக்கா, இங்கிலாந்து, கிரீஸ் நாட்டைச் சேர்ந்தவர்கள்.

ஆனால் விமானி மைக்கேல் பெகோஸ் இதற்கு ஒப்புக்கொள்ள வில்லை. 'எல்லோரும் ஒன்றாக விமானம் ஏறினோம். ஒன் றாகவே வெளியே செல்வோம்' என்று அவர்களின் திட்டத்துக்கு மறுத்துவிட்டனர். ஆனால் பிரான்சு பயணிகளை மட்டும் அழைத்துச் செல்ல பிரான்சிலிருந்து தனி விமானம் ஒன்று எண்டபிக்கு வந்தது. அதில் 50 பேரை அனுப்பி வைத்தார்கள் கடத்தல்காரர்கள்.

இறுதியில் யூதர்கள் மற்றும் விமான ஊழியர்கள் தவிர மற்ற அத்தனை பேரும் விடுவிக்கப்பட்டனர் .

ஒருவழியாக நேரில் வந்த அமின் பயணிகளிடம் பேசினார். பிறகு கடத்தல்காரர்களிடம். அவர்களுடைய கெடு தேதியை நீட்டிக்குமாறு கேட்டுக்கொண்டார் அமின். இதே கோரிக்கையை இஸ்ரேலும் கேட்டுக்கொண்டது. இதனால் 4ம் தேதி வரை பாலஸ்தீனியர்களை விடுவிக்கக் கடத்தல்காரர்கள் அவகாசம் கொடுத்தார்கள்.

அமினுக்கு இது கொஞ்சம் வசதியாக இருந்தது. அவர் மொரீஷியஸில் நடக்கவிருந்த ஆப்பிரிக்க கூட்டமைப்புக் கூட்டத்தில் (Organisation of African Unity) கலந்துகொள்ள வேண்டியிருந்தது. ஞாயிறு வரைக்கும் நேரம் இருந்ததால் அமின் வியாழக்கிழமை மொரீஷியஸ் கிளம்பினார். சனிக்கிழமை அவர் திரும்பிவிடுவார் என்று சொல்லப்பட்டது.

நான்கைந்து நாள்களுக்கு மேல் புழுதி படிந்த அறைக்குள் இருப்பதால் பலருக்கும் பலவிதமான நோய்கள் தொற்ற ஆரம்பித்தன. அங்கேயே இருந்து பயணிகளின் பயத்தைப் போக்கி உடல் உபாதைகளுக்கு மருந்தளித்துக்கொண்டு இருந்தார்கள் மருத்துவர்கள்.

ஆனாலும் வெள்ளிக்கிழமை (ஜுலை 2) டோரா ப்ளாக் என்கிற வயதான இஸ்ரேல் பெண்மணிக்குச் சாப்பிடும்போது தொண்டையில் எலும்பு சிக்கிக்கொண்டது. இதனால் அவர் மூச்சுவிட மிகவும் சிரமப்பட்டார். உடனே அவர் முலாகோவுக்குக் கொண்டு செல்லப்பட்டார்.

ஆனால் உடனே அவர் தொண்டையில் இருந்து எலும்புத்துண்டு எடுக்கப்பட்டதால் உயிருக்கு ஏதும் பாதிப்பு இல்லை. சனிக்கிழமை கியேம்பா நேரில் சென்று டோராவைச் சந்தித்தார். முலாகோ மருத்துவமனையில் ஆறாவது மாடியில் வி.ஐ.பி வார்டில் அவருக்குப் பலத்த பாதுகாப்புடன் சிகிச்சை அளிக்கப் பட்டிருந்தது.

'என்னை அடிக்கடி காவலர்கள் சோதிக்கிறார்கள். இதனால் என்னால் நிம்மதியாகத் தூங்கமுடியவில்லை' என்று கியேம்பாவிடம் குறை சொன்னார் டோரா. கியேம்பா காவலர்களை அழைத்து அறிவுறுத்தினார்.

டோரா பிளாக்கின் உடல்நிலை தேறிவிட்டது. அவரை அழைத்துச் செல்லலாம் என்று மருத்துவர்கள் சொன்னார்கள். ஆனால் கியேம்பா மறுத்துவிட்டார். மிகவும் வயதானவர். அவரை மீண்டும் எண்டபிக்கு அழைத்துச் சென்று கொடுமைப் படுத்தவேண்டாம்' என்று தானாக ஒரு முடிவு எடுத்து டோராவுக்கு நல்லது செய்தார்.

சனிக்கிழமை மாலை மொரீஷியஸிருந்து எண்டபி வந்து சேர்ந்தார் அமின். சிறிது மனிதாபிமானத்துடன் சிறை வைக்கப்

பட்டிருந்த 105 யூத பயணிகளைப் பார்த்துவிட்டுச் சிறிது நேரம் அவர்களிடம் பேசியபடி அங்கிருந்து கிளம்பினார்.

பிறகு கியேம்பாவிடம் போனில் பேசினார். 'என்ன ஆச்சு அந்தப் பாட்டிக்கு? இன்னுமா அந்தம்மா ஆஸ்பத்திரியில் இருக்கு' என்று கேட்டார். 'என்ன ஆனாலும் சரி, நாளை அதாவது ஞாயிறு மதியத்துக்குள் அந்தம்மாவைப் பயணிகளோடு கலந்து விட வேண்டும்' என்று சொல்லிவிட்டுப் படுக்கக் கிளம்பிவிட்டார்.

கடத்தல்காரர்களின் வேண்டுகோளின்படி அமின் பாலஸ்தீனியர் களை விடுவிக்க எந்த ஒரு முயற்சியும் எடுக்கவில்லை. தன் நாட்டில் இஸ்ரேலியர்கள் கொல்லப்பட்டால் எது எத்தகைய விளைவுகளை ஏற்படுத்தும் என்றும் அவர் பயப்படவில்லை.

தனக்குப் பிடிக்காத இஸ்ரேலியர்களுக்கு இப்போது ஒரு சிக்கல். அதுவும் தன் வலைக்குள் வந்து விழுந்திருக்கிறார்கள். உகாண்டாவுக்கு எந்தச் சிக்கலும் இல்லாதவரைப் பிரச்னை இல்லை என்று நிம்மதியாக உறங்கச் சென்றுவிட்டார் அமின்.

அடுத்தநாள் கடத்தல்காரர்கள் கேட்ட கைதிகளை விடுவித்தால் மட்டுமே உயிர் பிழைக்கமுடியும். இல்லாவிட்டால்? மிஞ்சி யிருந்த 105 பயணிகளும் உறங்கவேயில்லை. ஒருவருக்கொருவர் பேசிக்கொண்டு நம்பிக்கை வார்த்தைகளைச் சொல்லிக் கொண்டு கண்விழித்துக் கிடந்தனர். பலபேர் தங்கள் குடும் பத்தை நினைத்து அழ ஆரம்பித்தனர்.

மேலும் உகாண்டா விமானநிலையத்தில் அவர்கள் சிறை வைக்கப்பட்டிருந்தாலும் இதை எதிர்த்து உகாண்டா அரசு எந்த நடவடிக்கையும் எடுக்காதது அவர்களுக்கு ஆச்சரியத்தைத் தந்தது. அரசியல் காரணங்களை முன்னிறுத்தி அப்பாவி பொது மக்களைக் கொல்ல இடி அமின் துணை போவது எந்த வகையில் நியாயம் என்று அவர்கள் இடி அமின் மீது எரிச்சல் பட்டனர்.

இறைவன் மேலே இருந்து குதித்து வந்து தங்களைக் காப்பாற்றிக் கொண்டு செல்ல மாட்டானா என்று ஒவ்வொரு பயணியும் கடைசி நிமிடங்களை எண்ணிக்கொண்டிருந்தார்கள்.

தன் மக்கள் பெரும் துயரத்தில் மாட்டிக்கொண்டதை அறிந்த இஸ்ரேல் உடனே ராணுவத்தை அழைத்து அவசரக் கூட்டம் போட்டது. பாலஸ்தீன் விடுதலை இயக்கத்தினர் உகாண்டா மண்ணில் தன் மக்களைக் கொடுமைப்படுத்துவதை இஸ்ரேலால்

தாங்கிக்கொள்ள முடியவில்லை. அவர்கள் சொன்னதுபோல பாலஸ்தீனியர்களையும் வெளியே விடமுடியாது. அதேசமயம் யூதர்களையும் உயிரோடு மீட்டுக்கொண்டு வரவேண்டும்.

முடிவெடுத்தார்கள்.

கடகடவென இரண்டு நாள்களில் 'ஆபரேஷன் தண்டர்போல்ட்' திட்டம் தயாரானது. இஸ்ரேல் பாதுகாப்புப் படையின் செயேரத் மட்கல் (Sayeret Matkal) என்கிற சிறப்பு ராணுவப் படை இந்த ஆபரேஷனுக்குப் பொறுப்பு ஏற்றுக்கொண்டது (செயேரத் மட்கல் என்பது இஸ்ரேலின் முக்கியமான பாதுகாப்புப் படை. எண்டபி பிரச்னை போல இஸ்ரேலுக்கு எந்த ஒரு பாதுகாப்பு அச்சுறுத்தல் நேர்ந்தாலும் இந்தப் படைதான் முன்நின்று உதவிகள் செய்யும். எண்டபிக்கு முன்பு அவர்கள் இதுபோன்ற வேறு சில கடத்தல் பிரச்னைகளில் சரியாகத் திட்டமிட்டு வெற்றி கண்டிருக்கிறார்கள்.) கமாண்டர் யொனாடன் நெடான்யஹு (Yonatan Netanyahu) ஆலோசனைப்படி முழுத் திட்ட வரைபடம் உருவாக்கப்பட்டது.

என்ன செய்யவேண்டும்?

எண்டபிக்குள் நுழைந்து யூதப் பயணிகளை மீட்பது. 'ஆபரேஷன் தண்டர்போல்ட்'டை வெற்றிகரமாக முடிப்பது.

எப்படி?

நேராக நம் விமானத்தை அங்கு கொண்டு சென்றால் கடத்தல் காரர்களே அதைச் சுட்டு வீழ்த்தி விடுவார்கள். நமக்கு உகாண்டா வின் உதவி இல்லாமல் இந்தச் செயலைச் செய்யமுடியாது.

உகாண்டா நமக்கு எப்படி உதவும்? அவர்களின் எதிரிப்பட்டியலில் நாம் அல்லவா முதலில் இருக்கிறோம்?

மறைமுகமாக உகாண்டாவின் உதவியை நாடப்போகிறோம். உகாண்டா காவலர்களும் ராணுவத்தினரும் அவ்வளவு கூர்மை கிடையாது. அமின் பயன்படுத்தும் விமானத்தைப் போன்ற ஒரு விமானத்தைப் பயன்படுத்தப் போகிறோம்.

இது எப்படிச் சாத்தியமாகும்?

முடியும். அமின் எங்கு சென்றாலும் கூடவே தன் கார்களையும் கொண்டு செல்வது வழக்கம். இப்போது அவர் கறுப்பு நிற

மெர்சிடஸ் காரைக் கொண்டு சென்றிருக்கிறார். அதுபோல ஒரு காரை நம் விமானத்தில் ஏற்றுவோம். அமின்போன்ற தோற்றம் உடையவரை காரின் முன் சீட்டில் அமரவைப்போம். முதல்கட்டப் பாதுகாப்பைக் கடந்துவிட்டால் பிறகு என்ன பிரச்னை வந்தாலும் சமாளித்துவிடலாம்.

விமானநிலையத்தில் எங்கு இறங்குவது?

எண்டபி விமான நிலையத்தை வடிவமைத்தது ஒரு இஸ்ரேல் கம்பெனி. அவர்கள் உதவியை நாடலாம். செங்கடல் வழியாக ஏடன் தாண்டி முதலில் கென்யா செல்வோம். அதன்பின்பு அங்கிருந்து நேராக எண்டபி.

இந்தத் திட்டத்தின் பலவீனங்கள்?

நாம் செல்வது கடத்தல்காரர்களுக்குத் தெரியக்கூடாது. தெரிந்தால் அத்தனை பேரையும் சுட்டுப் பொசுக்கி விடுவார்கள். கண்ணிமைக்கும் நேரத்தில் அனைத்தும் முடியவேண்டும். இல்லாவிட்டால் யாருக்காக இத்தனை சிரமப்படுகிறோமோ அத்தனை பேரையும் ஒரே நிமிடத்தில் இழக்க நேரிடலாம்.

முடியுமா? சாத்தியமா?

முடியும். நம்மால் முடியும்.

அப்படியே நடந்தது. ஜூலை 3ம் தேதி இஸ்ரேல் அமைச்சரவை இந்த அதிரடித் தாக்குதலுக்கு ஒப்புதல் சொன்னது. கமாண்டர் யெகுடில் ஆடம் (Yekutiel Adam) தலைமையில் ஒரு படை உருவாக்கப்பட்டது. நான்கு சி-130 ஹெர்குலஸ் விமானம் வாங்கப்பட்டன.

29 பாதுகாப்புப் படை வீரர்களுடன் நான்கு ஹெர்குலஸ் விமானங்களும் டெல் அவிவிலிருந்து கிளம்பின. கூடவே இரண்டு 'போயிங் 707' விமானங்களும் சென்றன. அவற்றில் மருந்துப் பொருள்கள் இருந்தன. மொத்தம் எட்டரை மணி நேரப் பயணம். நான்காயிரம் கிலோ மீட்டரைக் கடந்தால் மட்டுமே எண்டபி விமான நிலையம் தென்படும்.

'நாங்கள் சாவதற்குப் பயப்படவில்லை. ஆனால் தோற்றுவிடக் கூடாது என்பதில் வைராக்கியமாக இருக்கிறோம்' என்று இஸ்ரேல் பிரதமரிடம் வாழ்த்து பெற்றுவிட்டு ஆபரேஷன் தண்டர்போல்ட் மிஷன் ஆரம்பமானது.

நான்கு விமானங்களும் நூறு அடி உயரத்தில் பறந்து சென்றன. சவுதி அரேபியா, எகிப்து, சூடான் நாடுகளின் ரேடாரில் இருந்து தப்பிக்கத் தாழ்வான உயரத்தில் பறந்து சென்றன விமானங்கள்.

இரவு பதினோரு மணிக்கு எந்த ஒரு அறிவிப்பும் கொடுக்காமல் இஸ்ரேல் விமானங்கள் எண்டபியில் வந்து இறங்கின. (ஆனால் இதைக் கவனித்துக் கேள்வி எழுப்பவேண்டிய விமான அதிகாரிகள் அசட்டையாக இருந்துவிட்டார்கள் என்றொரு குற்றச்சாட்டு உண்டு. அதைவிட அந்த நேரத்தில் எந்த விமானமும் இறங்க வேண்டிய அவசியம் இல்லாததால் விமான அதிகாரிகளும் பாதுகாவலர்களும் அருகே இருந்த ஹோட்டலுக்குச் சென்று நன்றாகத் தண்ணியடித்துவிட்டு ஆடிப்பாடியிருக்கிறார்கள் என்று அமின் பிற்பாடு தன் அதிகாரிகள்மீது கடுமையான குற்றச்சாட்டைச் சொன்னார்.)

மெர்சிடிஸூம் ரேண்ட் லோவர் கார்களும் விமானத்தில் கீழே இறக்கப்பட்டன. அந்தக் கார் முழுக்கத் துப்பாக்கி ஏந்திய இஸ்ரேல் பாதுகாப்புப் படை வீரர்கள்.

பழைய விமானநிலையம் நோக்கிக் கார்கள் நகர ஆரம்பித்தன.

'இப்போது நாம் 29 பேர் இருக்கிறோம். அதில் எத்தனை பேர் திரும்பி வரப்போகிறோமோ?'என்று மெதுவாகச் சொன்னார் ஒரு இஸ்ரேல் ராணுவ வீரர்.

இந்த நொடிமுதல் தங்களின் நாடகம் ஆரம்பமாகிறது என்று இஸ்ரேலியப் படையினர் நினைத்தார்கள். அமினின் பாதுகாவலர்கள் தத்திகள். அவர்களிடம் கண்கட்டி வித்தைக் காட்டி முன்னேறிவிடலாம் என்று நினைத்து வந்தனர்.

ஆனால் விமானநிலையத்தில் அமின்போலவே ஜபர்ஜஸ்துடன் கார் பேரணியுடன் வருவது யார் என்று விமானப் பாதுகாவலர்கள் கார்களை நிறுத்தினார்கள். அமின் சமீபத்தில் வெள்ளை மெர்சிடஸ் காரை வாங்கியிருப்பதால் நிச்சயம் இது அமின் கார் அல்ல என்று அவர்களுக்குப் பார்த்தவுடன் புரிந்துவிட்டது.

உடனே சுட்டார்கள். சத்தம் வராத துப்பாக்கியைப் பயன்படுத்தி இரண்டு காவலர்களையும் சுட்டார்கள். குறி தப்பியது. யோசிக்க நேரமில்லை. ஏகே-47-ஐ எடுத்தார்கள். கதையை முடித்தார்கள்.

துப்பாக்கிச் சத்தம் கேட்டு விமான ஊழியர்கள் வருவதற்குள் பணயக்கைதிகளை மீட்க உடனடியாக அனைவரும் கார் களிலிருந்து துப்பாகியுடன் இறங்கி பழைய விமான நிலை யத்தை நோக்கி ஓடினார்கள்.

அதற்குள் விமான நிலையத்தின் கண்ட்ரோல் டவரிலிருந்த காவலர்கள் இஸ்ரேலியர்களை நோக்கிச் சுட்டார்கள். துரதிர்ஷ்ட வசமாக கமாண்டர் யொனாடன் நெடான்யஹூ குண்டடிபட்டு இறந்தார்.

பணயக்கைதிகள் தங்க வைக்கப்பட்டுள்ள அறையின் அருகே வந்த இஸ்ரேலிய ராணுவத்தினர் 'நாங்கள் இஸ்ரேலியப் பாதுகாவலர்கள். உங்களைக் காப்பாற்றவே வந்திருக்கிறோம்' என்று ஹிப்ரூவிலும் ஆங்கிலத்திலும் மாறி மாறிக் கத்திக் கொண்டே அறைக்கு அருகே நெருங்கினார்கள். சரமாரியாகச் சுட்டுக்கொண்டே அறையின் கதவை உடைத்து உள்ளே நுழைந்தார்கள்.

யார் கடத்தல்காரர்கள், யார் பயணிகள் என்று தெரியாததால் முதல் குண்டு மூன்று யூதர்கள்மீது பாய்ந்து அதே இடத்தில் உயிரை விட்டார்கள். கடத்தல்காரர்களை அவர்கள் தேடிக் கொண்டிருந்தபோது வேறொரு முனையிலிருந்து கிரனேட் கைக்குண்டுகள் அறைக்குள் விழுந்தன.

பணயக்கைதிகளின் அறைக்கு அருகே மெயின் ஹாலில் கடத்தல்காரர்கள் தங்கியிருந்தார்கள். இஸ்ரேலியப் பாதுகாப்புப் படையினர் தாமதிக்கவே இல்லை. துணிச்சலாக அவர்கள் இருந்த அறைக்குள் கடகடவென்று சென்று நொடி தாமதம் செய்யாமல் கடத்தல்காரர்களைச் சுட்டுப் பொசுக்கினார்கள்.

பணயக் கைதிகளால் நடப்பதை நம்பவே முடியவில்லை. நாளையோடு பரலோகம் செல்லத் தயாராக இருந்தவர்களுக்கு இது புனர்ஜென்மம். 'நெஸ்! நெஸ்! (அதிசயம்!அதிசயம்!)' என்று மகிழ்ச்சியோடு கத்தினார்கள்.

இந்தக் களேபரக் காட்சியில் உகாண்டா காவலர்கள் மிகத்தாமத மாகவே நுழைந்தார்கள். எண்டபி விமானநிலையத்துக்குள் புகுந்து இஸ்ரேலியப் படை பிணைக் கைதிகளை அழைத்துச் செல்கிறது என்கிற தகவல் அவர்களுக்குத் தாமதமாகவே கிடைத்தது.

பணயக்கைதிகளைப் பத்திரமாகப் பழைய விமான நிலையத்திலிருந்து அழைத்து வெளியே வந்தபோது எண்டபி விமான நிலையக் காவலர்கள் இஸ்ரேலியப் படையினர்மீது சுட ஆரம்பித்தார்கள்.

பத்து நிமிடப் போராட்டத்துக்குப் பிறகு அவர்களையும் ஒன்றுமில்லாமல் செய்துவிட்டு, தங்களுடைய இஸ்ரேல் விமானத்துக்குள் அனைவரும் நுழைந்தனர்.

3 பணயக்கைதிகள், 5 இஸ்ரேல் வீரர்கள், 20 உகாண்டா காவலர்கள் மற்றும் 7 கடத்தல்காரர்கள் ஆகியோர் இந்தத் தாக்குதலில் உயிரை இழந்தார்கள். இதுதவிர 11 உகாண்டா ராணுவப் போர் விமானங்களும் (எம்.ஐ.ஜி 17) தீக்கு இரையாகின.

விமான நிலையம் போர்க்களம் போல இருந்தது அப்போது. எங்கு பார்த்தாலும் பரபரப்பு, புகை மண்டலம், சுட்டுப் பொசுக்கப்பட்ட மனித உடல்கள், 35 நிமிடம் ஒரு நொடிகூட ஓயாமல் துப்பாக்கிச் சத்தங்களும் அலறல்களும் கேட்டு ஓய்ந்து, ஒருவழியாகக் கடத்தல்காரர்களைச் சுட்டு வீழ்த்தியபிறகுதான் எண்டபியில் அமைதி திரும்பியது

இந்தச் சம்பவத்தில் இஸ்ரேலுக்கு நேர்ந்த பெரிய இழப்பு, லெப்டிணன்ட் யொனாடன் நெடான்யஹு உயிரைக் கடத்தல்காரர்களின் தோட்டாக்களுக்குப் பறிகொடுத்ததுதான். இஸ்ரேலியப் படையில் மிகச்சிறந்த கமாண்டர்களில் ஒருவர் என்பதால்தான் யொனாடனை இந்த ஆபரேஷனுக்கு அனுப்பியது இஸ்ரேல்.

அடுத்த நாள் காலை உலகம் முழுக்க இச்செய்தி பரவியது. யூத எதிர்ப்பு நாடுகள் பழியை இஸ்ரேல்மீது போட்டன. உகாண்டா நாட்டில் செய்த அத்துமீறல் என்று செய்திக்குத் தலைப்பிட்டன. ஆனால் பெரும்பாலும் இஸ்ரேலிய ராணுவத்தின் வீரத்தை மெச்சுவதாகவே பல கட்டுரைகள் எழுதப்பட்டன.

இதில் எல்லோருக்கும் எழுந்த சந்தேகம், எப்படி இஸ்ரேல் அவ்வளவு துல்லியமாகக் காரியத்தை முடித்தது?

நாம் ஏற்கெனவே பார்த்தோம், உகாண்டாவில் கட்டுமானப் பணிகள் இஸ்ரேலியர்கள் அதிகம் ஈடுபட்டவர்கள் என்று. அதேபோல எண்டபி விமான நிலையத்தைக் கட்டியவரும் ஓர்

விமானப் பயணிகளை மீட்டுக்கொண்டு வந்த இஸ்ரேலிய வீரர்கள்

இஸ்ரேலியர்தான். சொலேல் பெனே என்று இஸ்ரேலில் நம் எல் அண்ட் டி போல ஒரு கட்டுமான நிறுவனம் உண்டு. அதுதான் எண்டபி விமானநிலையத்தைக் கட்டியிருக்கிறது.

அந்த நிறுவனம்தான் இஸ்ரேல் பாதுகாப்புப்படைக்கு உதவியது. கடத்தல்காரர்கள் எங்கு ஒளிந்திருக்கக்கூடும் என்கிற தகவல் வரை முழுமையாக ஹோம்ஒர்க் செய்துதான் இஸ்ரேலி லிருந்து ஹெர்குலஸ் விமானங்கள் பறந்தன. தவிர விடுவிக்கப் பட்ட பணயக்கதைகளிடமும் இருந்தும் நிறையப் பேசித் தேவையான தகவல்கள் பெறப்பட்டது.

இஸ்ரேலியர்கள் விமான நிலையத்துக்குள் புகுந்து அந்த வளாகமே களேபர நிலையில் இருந்தபோது ஒரு காவலர் அமினுக்குத் தகவல் தெரிவித்தார். நிலைமை மோசமாக இருக்கிறது. விமான நிலையத்தை இஸ்ரேலியர்கள் வளைத்து விட்டார்கள் என்று கிடைத்த தகவலைக் கண்டு அமின் கோப மடையவில்லை. விமான நிலையம் நோக்கி விரையவில்லை. உடனே ஸ்டேட் ஹவுஸிலிருந்து கிளம்பி அருகே இருந்த குவார்ட்டர்ஸில் தங்கிக்கொண்டார்.

நேற்று நடந்த அத்தனை விவரங்களும் தன் டேபிளில் இன்னும் சில நேரத்தில் இருக்கவேண்டும் என்று அடுத்த காலை தன்

காவலர்களுக்கு உத்தரவிட்டார் அமின். சில மணி நேரங்களில் மோசமான செய்தியோடு அமினைச் சந்தித்தார்கள் காவலர்கள்.

'எண்டபி விமான பாதுகாவலர்கள் பலரும் அருகே உள்ள லேக் விக்டோரியா ஹோட்டலில் உல்லாசமாக இருந்திருக்கிறார்கள். குடித்து, கும்மாளமிட்டு நடனம் ஆடிக்கொண்டிருந்தபோதுதான் அருகே இருந்த விமான நிலையத்தில் இருந்து வெடிச்சத்தங்கள் கேட்டிருக்கின்றன. உடனே அவர்கள் பயந்துபோய் அவரவர் வீட்டுக்கு ஓடிச் சென்று விட்டார்கள்.'

அடுத்தநாள் இஸ்ரேல் பத்திரிகையாளர்கள் அமினைச் சந்தித்தார் கள். முன்புபோல் பத்திரிகையாளர்களைக் கண்டமேனிக்குச் சுட முடியாது. உலகம் அமினைப் பார்த்துக் கைகொட்டிச் சிரித்துக் கொண்டிருக்கும் தருணம் அது. ஆனால் தன் இயலாமையை வெளிப்படுத்தினார் அமின்.

'நான் பயணிகளை விடுவிக்க மிகவும் சிரத்தை எடுத்துக் கொண்டிருந்தேன். ஆனால் உங்கள் அதிரடிப்படை அந்தக் காரியத்தைக் கெடுத்துப் பலரின் உயிரையும் பறித்துவிட்டது' என்று இஸ்ரேல்மீது பழி போட்டார்.

இந்த நிலையில் காயம்பட்ட உகாண்டா காவலர்கள் முலாகோ மருத்துவமனைக்குக் கொண்டு செல்லப்பட்டார்கள். காலை முதல் முலாகோ மருத்துவமனை மிகவும் பரபரப்பாக இயங்கிக் கொண்டிருந்தது. இஸ்ரேலியர்களால் உகாண்டாவுக்குப் பெருத்த அவமானம் என்று அனைவரும் பேசிக்கொண்டிருந்த போதுதான் பலரது கவனமும் முலாகோ மருத்துவமனையில் சில நாள்களாகச் சிகிச்சை எடுத்துக்கொண்டிருந்த டோரா பிளாக்மீது திரும்பியது.

முலாகோ மருத்துவமனையில் இருந்த பலருக்கும் டோராவை நேரில் சந்தித்து தங்கள் கோபத்தைக் காண்பிக்க ஆசைப் பட்டார்கள். ஆனால் இப்படி நடக்கும் என்பதை முன்பே யூகித்த கியேம்பா உடனடியாக முலாகோ மருத்துவமனைக்குப் பேசி னார். 'யாரும் டோராவைச் சந்திக்கக்கூடாது. யூதராக இருந் தாலும் அவர் அப்பாவி. என் சம்மதம் இல்லாமல் யாரையும் உள்ளே அனுமதிக்கக்கூடாது.'

கியேம்பா உடனே மருத்துவமனைக்குச் சென்றார். முலாகோ மருத்துவமனையின் மருத்துவர்கள், செவிலியர்களை அழைத்

தார். 'யாரும் நேற்று நடந்தது பற்றி டோராவிடம் பேச வேண்டாம். அவரை பிரான்சு தூதரகத்திடம் ஒப்படைக்கும்வரை அவரிடம் இயல்பாகவே இருங்கள்.'

டோராவை நேரில் சந்தித்து நலம் விசாரித்துவிட்டு வந்தார் கியேம்பா. கியேம்பாவுக்கு டோராமீது அதிகக் கரிசனம் இருந்தது. கோபத்தில் அமின் டோராவைக் கொல்ல நிறைய வாய்ப்புகள் உள்ளன. எப்படியாவது இந்தப் பெண்மணியை இந்த நாட்டை விட்டு வெளியேற்றிவிடவேண்டும் என்று துடிப் புடன் இருந்தார்.

அடுத்த சில மணி நேரங்களில் நடந்ததுதான் கொடூரத்தின் உச்சம் என்று சொல்லலாம்.

கியேம்பாவுக்கு முலாகோ மருத்துவமனையில் இருந்து போன். 'பிரிட்டிஷ் ஹை கமிஷன் அதிகாரி பீட்டர் சாண்ட்லி டோரா பிளாக்கைப் பார்க்க விரும்புகிறார். என்ன செய்யலாம்?'

அமினைக் கேட்காமல் இதுபோன்ற கேள்விகளுக்குப் பதில் சொல்லமுடியாது. அதேசமயம் டோரோவைக் காப்பாற்ற இந்தச் சந்திப்பு உதவும் என்றால் அதை ஏன் நான் தடுக்க வேண்டும்? இப்படித்தான் தன் ஒவ்வொரு நடவடிக்கையும் டோராவுக்குச் சாதமாக இருக்கவேண்டும் என்று கியேம்பா விரும்பினார். சரி, சாண்ட்லியைச் சந்திக்கச் சொல்லுங்கள். விஷயம் அமினுக்குத் தெரியவேண்டாம்.

தன்னைப் பார்க்க வந்த சாண்ட்லியிடம் நல்ல ஐரோப்பிய உணவு ஏதாவது கிடைக்குமா என்று கேட்டார் டோரா. உடனே கொண்டு வருகிறேன் என்று சாண்ட்லி வெளியே கிளம்பினார். அதுதான் அவர் டோராவைக் கடைசியாகப் பார்த்தது.

சாண்ட்லி மருத்துவ மனைக்கு உள்ளே திடீரென இரண்டு கார்கள் புகுந்தன. அவர்கள் அமினின் ராணுவ அதிகாரிகள். சாதாரண உடையில் வந்திருந்தார்கள்.

விறுவிறுவென டோராவின் அறைக்குச் சென்றார்கள். அங்கு காவலுக்கு நின்றுகொண்டிருந்தவர்களை அப்புறப்படுத்தினார் கள். படாரென கதவைத் திறந்தார்கள் அங்கு டோரா உறங்கிக் கொண்டிருந்தார். அப்படியே மூன்று பேர் சேர்ந்து டோராவைத் தூக்கினார்கள்.

டோரா தன்னைச் சுற்றி நடப்பதை உடனே புரிந்துகொண்டார். ஹெல்ப் மீ... ஹெல்ப் மீ... என்று கத்தினார் அவர். மருத்துவ மனையில் இருந்த அத்தனை பேராலும் நடப்பத்தை வேடிக்கை மட்டுமே பார்க்கமுடிந்தது. யாராவது ஒருவர் இதைத் தட்டிக் கேட்டால்கூட அவர்கள் உயிர் அந்த இடத்திலேயே பறிக்கப் படும் என்பதை மருத்துவமனையில் இருந்த அத்தனை பேரும் நன்கு உணர்ந்திருந்தார்கள். மனத்துக்குள் குமுறினார்கள். அவ்வளவுதான்.

சிறிதுகூடப் பயம் இல்லாமல் டோராவை தூக்கிக்கொண்டு மருத்துவமனையில் வெளியே கொண்டுவந்து காருக்குள் திணித்தார்கள்.

இதே நேரத்தில் கியேம்பாவுக்குப் போன் பறந்தது. 'டோராவை ராணுவ அதிகாரிகள் கடத்திச் செல்கிறார்கள். என்ன செய்ய லாம்?'

கியேம்பாவுக்கு அடுத்து என்ன நடக்கும் என்று தெரியும். இருந்தாலும் அவரால் டோராவின் உயிர் அநியாயமாகப் பறிபோவதை ஏற்றுக்கொள்ள முடியவில்லை.

'யுவர் எக்ஸலன்ஸி, டோராவை நம் அதிகாரிகள் தூக்கிச் சென்று விட்டார்கள். என்ன செய்யலாம்?'

'அப்படியா? நான் விசாரிக்கிறேன்.' அவ்வளவுதான். வேறு எந்த உணர்ச்சியும் பாவமும் அமினிடமிருந்து வெளிப்படவில்லை. அமினுக்கு இதற்கு முன்னால் வேறு யோசனை இருந்தது.

டோராவை பணயக்கைதியாக வைத்துக்கொண்டு நாம் ஏன் பாலஸ்தீனுக்கு ஆதரவாகவும் இஸ்ரேலுக்கு எதிராகவும் களத்தில் இறங்கக்கூடாது என்றுகூட ஒரு முடிவு எடுத்து அது பற்றித் தன் அமைச்சர்களிடம் விவாதித்திருக்கிறார். ஆனால் ஏற்கெனவே உகாண்டாவின் நிலவரம் சரியில்லை, இந்த நிலை யில் அயல்நாட்டுப் பிரச்னையை ஏன் மடியில் கட்டிக்கொண்டு அழவேண்டும் என்று அமின் யோசனைக்கு மற்றவர்கள் முழு ஆதரவு தெரிவிக்காததால் தன் யோசனையைக் கைகழுவினார் அமின்.

பிறகு அமைச்சரவையைக்கூட்டி எண்டபி விவகாரம் குறித்துப் பேசினார் அமின். அப்போது கூட்டத்தின் முடிவாக, 'சொல்ல

மறந்துவிட்டேன். டோரா பிளாக்கைப் பற்றி இனி யாரும் கவலைப்பட வேண்டாம்' என்று கியேம்பாவைப் பார்த்து, 'அவர் கொல்லப்பட்டுவிட்டார்' என்றார் அமின்.

கியேம்பா உள்ளுக்குள் அழுதார். அவரால் அந்த நேரத்தில் அது மட்டுமே செய்யமுடியும்.

ஆனால் பிரிட்டிஷ் ஹை கமிஷன் கேள்வி கேட்டது. சற்றுமுன் மருத்துவமனையில் என்னுடன் உரையாடிக்கொண்டிருந்த டோரா எங்கே என்று சட்டம் பேசினார் சாண்ட்லி. கியேம்பா அவசர அவசரமாக அமினிடம் இதுகுறித்துப் பேசினார். அமின் அப்போதும் அலட்டிக்கொள்ளவில்லை.

'ஏன் பதற்றமடைகிறீர்கள் கியேம்பா. இஸ்ரேலியர்கள் என்டபிக்குள் நுழைவதற்கு ஒரு மணி நேரத்துக்கு முன்பே டோரா பணயக்கதைகளோடு இணைந்துவிட்டார். ஆகவே டோராவின் உயிருக்கு இஸ்ரேலியர்கள்தான் பொறுப்பேற்கவேண்டும் என்று சொல்லுங்கள். மறுத்தாலும் இதையே நூறுமுறை சொல்லுங்கள். பிறகு பாருங்கள். இதுவே உண்மையாகிவிடும்' என்று சொல்லிவிட்டு போனை வைத்துவிட்டார் அமின்.

வேறுவழியில்லை. கியேம்பா முலாகோ மருத்துவமனைக்குச் சென்று எல்லாத் தடயங்களையும் அழித்தார். மருத்துவமனையில் சனிக்கிழமைக்குப் பிறகு டோரா தங்கியதற்கான எந்த அடையாளமும் இல்லாமல் பார்த்துக்கொண்டார்.

டோரா விவகாரம் உகாண்டா முழுக்கப் பரவியது. தவிர, டோராவின் உடல் எரிக்கப்பட்ட நிலையில் கம்பாலாவிலிருந்து இருபது கிலோ மீட்டர் தள்ளி இருப்பதாக தகவல் வர ஆயிரக்கணக்கான பேர் ஓடிச் சென்று பார்த்தார்கள்.

உடலின் முக்கால்வாசிப் பாகங்கள் கருகிய நிலையில் வெள்ளி வெளேர் தலைமுடிதான் டோராவை அடையாளம் காட்டியது. வாய்ஸ் ஆஃப் உகாண்டா என்கிற உகாண்டா அரசின் செய்தித்தாள் புகைப்படக்காரர் ஜிம்மி பர்மா டோராவின் உடலைப் புகைப்படம் எடுத்தார். அந்தப் பாவத்துக்காக அவரும் அடுத்தநாள் எரிந்த நிலையில் பிணமாகக் கிடந்தார்.

ஆனால் இஸ்ரேல் சர்வதேச நீதிமன்றத்துக்கு மேட்டரைக் கொண்டு சென்றது. அப்போதும் அமின் திட்டவட்டமாகச்

சொன்னார். 'ஏற்கெனவே அவர் யூத பணயக்கதிகளிடம் சேர்ந்து விட்டார். என் காரில்தான் அவரை விமானநிலையத்து அனுப்பி வைத்தேன்' என்றொரு பச்சைப் பொய்யைச் சொன்னார் அமின்.

எங்களுக்குத் தெரியாது. இஸ்ரேல்தான் அவர் உயிருக்குப் பொறுப்பு.'

★

யொனாடன் நெடான்யஹூ மறைவுக்கு அஞ்சலி செலுத்தும் வகையில் எண்டபி தாக்குதலுக்கு 'ஆபரேஷன் யொனாடண்' என்று பெயரிட்டது இஸ்ரேல்.

உகாண்டா மக்களுக்கு இந்தச் சம்பவத்துக்குப் பிறகுதான் அமின்மீது பலத்த சந்தேகம் வந்தது. நீ ஆயிரம் சொல்லு, 'உகாண்டாவை உலக நாடுகளுக்கு மத்தியில் தலைநிமிர வெச்ச தல நம்ம இடி அமின்தான்' என்று அமினின் கொலைகளைக்கூட மன்னித்து அமினை பெரிய போர் வீரனாக நம்பிக்கொண்டிருந்த பலரும் எண்டபி சம்பவத்துக்குப் பிறகு அமினை இளக்கார மாகவே பார்க்க ஆரம்பித்தார்கள். 'ஐம் தி எம்பரர் ஆஃப் ஆப்பிரிக்கா' என்று மேடை தோறும் முழங்கிய அமினின் சாயம் எண்டபியில் வெளுத்துப் போனது என்றுதான் சொல்ல வேண்டும்.

பத்து வருடங்கள் கழித்து மனித உரிமை கழகத்திடம் சாட்சி அளித்த கியேம்பா, டோரா பிளாக்கை அமின் கொன்றதாக சாட்சியம் அளித்தார்.

7

பேராயர் கொலை

இடி அமினின் ஆட்சியில் ஒபாடேவின் லங்கி இன மக்கள் படாதபாடுபட்டார்கள். அதேசமயம் தன் மதத்துக்காக எதுவும் செய்யாமல் போனால் பாவத்துக்கு ஆளாக நேர்ந்துவிடுமோ என்று கவலைப்பட்ட அமின் உகாண்டாவில் இஸ்லாம் வளர்ச்சிக்காக தன்னாலான முயற்சிகளில் ஈடுபட்டார். அதுதான் உகாண்டாவின் பெரும்பான்மை சமூகமான கிறிஸ்தவர்களுக்குப் பெரிய இடைஞ்சலாக அமைந்தது.

இஸ்லாமியப் பெரியவர்களை அழைத்து அவர்கள் குறைகளைக் கேட்டுக்கொண்டார். 'கிட்டத்தட்ட நூறு வருடங்களாக இந்த நாட்டில் கிறிஸ்தவம் தான் தழைத்தோங்கி இருக்கிறது. இப்படியே போனால் முஸ்லிம்களின் எண்ணிக்கை வெகுவாகக் குறைந்துவிடும், நீங்கள்தான் எங்களின் ஒரே நம்பிக்கை. இந்த நாட்டின் ஆதி மதங்களில் ஒன்று இஸ்லாம். அது அழிந்துவிடாமல் பார்த்துக்கொள்ளுங்கள்' என்று அவர்கள் அமினிடம் வருத்தப்பட்டனர். அதன்பின்பு இரண்டு முடிவுகள் எடுத்தார் அமின்.

1. இஸ்லாத்தின் வளர்ச்சிக்கான திட்டங்கள் அமைப்பது

2. கிறிஸ்தவர்களின் ஆதிக்கத்தை ஒழிப்பது.

இஸ்ரேல், பிரிட்டன் செய்ய மறுத்த உதவிகளை நீண்டநாள் களாக சவுதி அரேபியாவும் லிபியாவும் செய்துவந்தன. அமின் கேட்டபோதெல்லாம் பணம் கொடுத்தார்கள். ஆயுதங்கள் வாங்கித் தந்தார்கள். இதற்கான நன்றிக்கடனாக உகாண்டா முஸ்லிம் மக்களுக்காக நிறைய பண உதவிகள் செய்ய ஆரம்பித்தார் அமின்.

கிபுல் மலையில் முஸ்லிம்கள் குடியிருப்புக்காக வீடுகள் கட்டித் தந்தார். வேண்டிய இடத்தில் மசூதிகளை நிறுவினார். அரபு நாடுகளின் சந்தோஷத்துக்காகப் போகிற போக்கில் உகாண்டா ஒரு முஸ்லிம் நாடு என்றும் சொல்லிவைத்தார். ஆனால் மலைவாழ் மக்கள் அதிகமாக இருந்த உகாண்டாவை அரபு நாடுகளுக்கு இணையாக ஒரு முஸ்லிம் நாடாக மாற்றுவது அத்தனை சுலபமில்லை என்று தெரிந்தபிறகும்கூட அமின் தன் கனவை விடவில்லை.

முதலில் உகாண்டாவில் உள்ள தேவாலயங்களைக் கண்காணிக்க உத்தரவிட்டார். அரசுக்குக் கட்டடம் வேண்டும் என்று சொல்லிச் சில தேவாலயங்களைக் காலி செய்தார். உகாண்டாவில் கிறிஸ்தவம் தழைத்து நூறு ஆண்டுகள் ஆனதையொட்டி நடந்த விழாக்களைக் கேலி செய்தார் (சர்ச்சில் சாமியா கும்பிடு கிறார்கள்? வியாபாரம் அல்லவா நடத்துகிறார்கள்!).

தேவாலயங்களுக்கு பிரிட்டன் முதற்கொண்டு பல நாடுகளில் இருந்து கிடைக்கும் பணம்தான் அமின் கண்ணைப் பலமாக உறுத்தியது. அதைப் பிடுங்க அவர் செய்த எந்த முயற்சிகளும் பலிக்கவில்லை.

தேவாலயத்துக்காகச் சேரும் நிதியை அரசுக்கு வழங்குவது தவறு என்று அமினின் கோரிக்கையைப் பேராயர்கள் ஏற்கவில்லை. ஒருமுறை கிறிஸ்தவ கூட்டத்துக்கு வந்த அமின் வேண்டும் என்றே அரபு உடை அணிந்து வந்தது கிறிஸ்தவ மக்களை மிகவும் தர்மசங்கடத்துக்குள்ளாக்கியது.

இதனால் தேவாலய நிர்வாகங்கள் அமின்மீது வெளிப்படையான வெறுப்பைக் காட்ட ஆரம்பித்தன. எப்போதும் நாட்டின்

தலைவன் என்கிற மரியாதையில் அமினின் ஆரோக்கியமான உடல்நலத்துக்காகத் தேவாலயங்களில் பிரார்த்தனை நடை பெறும். இது பல ஆண்டுகளாகக் கடைபிடித்து வரும் ஒரு பழக்கம்.

ஆனால் அமினின் மோசமான ஆட்சியைக் கண்டித்தும் அவர் கிறிஸ்தவர்களைத் தொடர்ந்து அவமானப்படுத்தி வருவதற்கு எதிர்ப்புத் தெரிவித்தும் தேவாலயப் பிரார்த்தனைகளில் அமினுக் காக வேண்டும் வழக்கம் நிறுத்தப்பட்டது. இது அமினுக்குத் தெரிவிக்கப்பட்ட அன்றுமுதல் அமினின் ஹிட் லிஸ்டில் தேவாலயப் பேராயர்களும் இடம் பெற்றனர்.

1976, கிறிஸ்துமஸ் தினத்தன்று வானொலி வழியாகக் கிறிஸ்தவர் களுக்கு எதிரான போராட்டத்தை வெளிப்படையாக ஆரம்பித் தார் அமின். அமின் சார்பாக வானொலியில் பேசிய ராணுவ அதிகாரி ஒருவர், கிறிஸ்தவர்கள் தேவாலயங்களில் அன்பைப் போதிப்பதற்குப் பதிலாகப் பாவம் செய்யக் கற்றுக்கொடுக்கி றார்கள் என்று வெளிப்படையாகப் பேசியது கிறிஸ்தவ மக்களைப் பேதலிக்கச் செய்தது.

நாட்டின் அதிக மக்கள் தொகை கொண்ட ஒரு மதத்தை இவ் வளவு கீழ்த்தரமாக நடத்த வேண்டிய அவசியம் என்ன என்று அவர்கள் உள்ளுக்குள் புழுங்கினார்கள். அரபு நாடுகளின் பண உதவிக்காக உள்ளூர் மக்களையும் அவர்கள் மதத்தையும் இழிவு படுத்துவது பாவத்திலும் பெரிய பாவம் என்று அமினை சபித்தார்கள்.

'கர்த்தரே, உன்னிடம் இந்தப் பிரச்னையை விட்டுவிடுகிறோம். எங்களால் அமினிடம் மோதமுடியாது. ஆனால் உன்னால் அந்த ராட்சசனை வெல்லமுடியும்' என்று தங்கள் ஆற்றாமையைக் கடவுள் முன் வைத்தார்கள்.

கிறிஸ்தவர்களின் புனித நாள் அன்று ஏற்பட்ட அவமானத்துக்கு எதிர்ப்புத் தெரிவிக்கப் பேராயர் லுவூம் அமினை சந்திக்க முயற்சி செய்தார். ஆனால் பேராயரின் நோக்கத்தைப் புரிந்துகொண்ட அமின் இறுதிவரை அவரைப் பார்க்க ஆர்வம் காட்டவில்லை.

லுவூமைச் சாய்த்துவிட்டால் பிறகு கிறிஸ்தவ சமுதாயத்தை வேரோடு பிடுங்கிவிடலாம் என்று அவசர அவசரமாக ஒரு திட்டம் போட்டார் அமின். குண்டர்களை லுவூம் வீட்டுக்கு

அனுப்பினார். முதலில் அச்சுறுத்தவேண்டும். பிறகு அதே வேகத்தில் ஆளையே காலி செய்துவிடவேண்டும். இதுதான் தன் குண்டர்களுக்கு அமின் இட்ட கட்டளை.

அகோலி இனத்தைச் சேர்ந்த ஒருவனைத் துணைக்குப் பயன் படுத்திக்கொண்டார்கள் குண்டர்கள். கம்பாலாவின் எல்லை ஓரமாக இருந்த லூவூம் வீட்டுக்கு முதலில் அகோலியை அனுப்பியது குண்டர் படை. அகோலியை நன்றாக அடித்துத் துவைத்து அனுப்பினார்கள்.

தன் வீட்டின் முன் காயங்களோடு நின்ற அகோலியைக் கண்டதும் பதறிப்போய்க் கதவைத் திறந்தார் லூவூம். ராணுவத்தினர் வந்திருக்கிறார்கள் என்று அகோலி தகவல் தெரிவித்ததும்தான் தாமதம், திபுதிபு என்று குண்டர்கள் லூவூமின் வீட்டுக்குள் புகுந்தார்கள். 'ஆயுதங்களை ஒளித்துவைத்துள்ளதாகக் குற்றச் சாட்டு. வீட்டைச் சோதனை போடவேண்டும்' என்றார்கள்.

லூவூம் கண்களை மூடி சில நொடிகள் பிரார்த்தனை செய்து கொண்டார். இரண்டு மணி நேரமும் வீட்டில் ஆயுதங்கள் தேடுவதுபோலப் பாவனை செய்த குண்டர்கள் சிடுசிடு என்று முகத்தை வைத்துக்கொண்டு அங்கிருந்து வெளியேறினார்கள்.

அன்றுமுதல் லூவூம் மட்டுமல்ல உகாண்டாவிலுள்ள கிறிஸ்துவ சமுதாயமே தூங்கவில்லை. இதுவரை ஜாடைமாடையாக மட்டுமே பேசிவந்த அமின் முதல்முறையாகத் தெருவில் போகிற ஒருவனை மிரட்டுவதுபோல ஒரு சமுதாயத்தின் மதிப்புமிக்க தலைவரை மிரட்டியிருக்கிறது. இது தொடக்கமா அல்லது வெறும் மிரட்டலோடு முடிந்துவிடுமா என்கிற பதைபதைப்பு அவர்களிடம் இருந்தது.

ஆனால் லூவூம் மிரட்டல் சம்பவம் நடந்த அடுத்த சில நாள்களில் பாதிரியார் யோனா ஓகோத் வீட்டுக்குச் சென்ற குண்டர்கள் ஆயுதம் பதுக்கியது தொடர்பாக விசாரணை செய்யப்பட்டார். லூவூமின் வீட்டுக்குள் அதிரடியாக நுழைந்ததுபோலவே பத்து குண்டர்கள் பாதிரியார் வீட்டுக்குள் நுழைந்து அதகளம் செய்திருக்கிறார்கள்.

'நான் தேவாலயத்தில் பணிபுரிபவன். துப்பாக்கிகள் எனக்கு அவசியமில்லை' என்று பாதிரியார் சொன்னதை ஜோக் போலக் கருதி வாய்விட்டுச் சிரித்திருக்கிறார்கள் குண்டர்கள். இறுதியில்

பாதிரியாரைக் கைது செய்து ஜிஞ்சா பகுதியில் உள்ள ஒரு வீட்டில் சிறை வைத்துவிட்டார்கள்.

இறுதியில் பாதிரியார் விடுவிக்கப்பட்டார். ஆனால், 'மவனே, யாரிடமாவது நடந்ததைச் சொன்னால் தலை இருக்காது' என்று கடுமையாக மிரட்டப்பட்டு அனுப்பப்பட்டார். ஆனால் பாதிரியார் வீட்டுக்கு வந்தவுடன் போன் புக்கில் இருந்த அத்தனை எண்களுக்கும் போன் செய்து நடந்ததை விலாவரியாகச் சொல்லி அழுதார்.

1977, பிப்ரவரி 10ம் தேதி தேவாலயத்துக்கு வந்த அத்தனை பேரையும் ஒன்றுதிரட்டி கண்டன ஊர்வலம் நடத்தினார் பேராயர் லுவூம். அமின் ஆட்சியைக் கண்டித்துத் துண்டுப் பிரசுரங்கள் மக்களிடம் விநியோகிக்கப்பட்டன. அமினிடம் எந்தப் பயமும் இல்லாமல் மக்களின் பலத்தில் ஒரு பெரிய போராட்டத்தை நடத்திக் கவனம் பெற்றார் லுவூம்.

அமினுக்கு எதிரான கிறிஸ்தவர்களின் அறிக்கை அமினின் டேபிளுக்கு வந்தது. எழுத்துப்பூர்வமாக அமினைப் பற்றி அதுவும் உகாண்டாவில் வாழும் ஒரு கூட்டம் பதிவு செய்வது அதுவே முதல்முறை. இந்த அறிக்கை வெளிநாடுகளுக்கும் அனுப்பப்பட்டதாக அமினிடம் தெரிவிக்கப்பட்டது.

நைல் ஹோட்டலுக்கு பேராயர் வரவழைக்கப்பட்டார். இதில் உள்ள ஆபத்தை எண்ணி அவருடன் சில பாதிரியார்களும் கூடச் சென்றனர். அங்கு அவர்கள் சென்றபோது இரண்டாயிரம் ராணுவ வீரர்கள் ஹோட்டலைச் சுற்றி நின்றுகொண்டிருந்தார்கள். வரவேற்பறையில் நிறைய ஆயுதங்கள் குவித்து வைக்கப்பட்டிருந்தன. கூடவே டிவி கேமராக்களும் பத்திரிகையாளர்களும் வரவழைக்கப்பட்டிருந்தார்கள்.

சூழல் மிகவும் மோசமாக இருந்ததால் தயங்கித் தயங்கிப் பேராயரும் பாதிரியார்களும் ஹோட்டலுக்குள் வந்தனர். அங்கு அமின் வருவதாக முதல் சொல்லப்பட்டது. ஆனால் அமின் தன் ஸ்டேட் ஹவுஸிலிருந்து ஹோட்டலில் நடப்பதைத் தொடர்ந்து கவனித்துக்கொண்டிருந்தார். அவருக்கு நிமிடத்துக்கு நிமிடம் தகவல் சென்று கொண்டிருந்தது.

பேராயரும் பாதிரியார்களும் நிற்க வைக்கப்பட்டனர். கூடுதலாக இரண்டு அமைச்சர்களும் அங்கு இருந்தனர். அமைதிக்குக்

குந்தகம் விளைவித்ததாக அவர்கள்மீது குற்றம் சாட்டப்பட்டுக் கைது செய்யப்பட்டார்கள்.

ராணுவ அதிகாரி ஒருவர் கையில் இருந்த பேப்பரை வாசிக்க ஆரம்பித்தார். அத்தனையும் பேராயர் லுவூம் மீதான குற்றச் சாட்டுகள். ஹோட்டலில் குவித்து வைக்கப்பட்டிருந்த அத் தனை ஆயுதங்களும் பேராயர் மற்றும் பாதிரியார் வீட்டில் இருந்து கைப்பற்றப் பட்டவை என்று மீடியா முன்பு குற்றப் பத்திரிகை வாசிக்கப்பட்டது. ஒபாடேவுடன் சேர்ந்துகொண்டு நாட்டைத் துண்டாக்க முயற்சிக்கிறார் என்கிற புதுக் குற்றச் சாட்டும் சேர்ந்துகொண்டது. கைகளைக் கூப்பிக்கொண்டு அமைதியாக நின்றுகொண்டார் லுவூம்.

லுவூம் அமினுக்கு எதிராக விநியோகித்த அறிக்கைக்கான பதிலடிதான் இது. கண்ணுக்குக் கண்.

'சரி, அவ்வளவுதான்' என்று சொன்னார் மல்யமுங்கு. ஞாபகம் இருக்கும். மெகிண்டை சிறையின் அரக்கன். பேராயரைப் பார்த்து, 'அமின் உங்களைத் தனியே சந்திக்க விரும்புகிறார். உடனே கிளம்புங்கள். உங்களுடன் குற்றம் சாட்டப்பட்ட இரு அமைச்சர்களும் வருவார்கள்' என்றார்.

மூவரும் ஒன்றாக ஒரு காரில் ஏறினார்கள். அடுத்த ஒரு மணி நேரத்தில் சுகாதாரத்துறை அமைச்சர் கியேம்பாவுக்கு போன் வந்தது. அமினை பார்க்கப்போகிற வழியில் கார் விபத்தில் சிக்கி மூவரும் மரணமடைந்துவிட்டார்கள். அதனால் முலாகோ மருத்துவமனையின் மார்ச்சுவரி தயாராக இருக்கவேண்டும்.

கியேம்பாவுக்கு பக்கென்றிருந்தது. அமைச்சர்களுக்கு எப்படி யும் மரணத் தண்டனைதான் என்பதை அவர் ஏற்கெனவே அறிந்து வைத்திருந்தார். ஆனால் லுவூம்மீது அவ்வளவு சுலப மாக அமின் கை வைக்கமாட்டார் என்று நம்பினார். ஆனால் விபத்தைக் காரணம் காட்டி லுவூம் உயிரையும் பறித்துவிட்டார் அமின்.

காரில் கொண்டுசெல்லப்பட்ட மூவரையும் வழியில் தடுத்து நிறுத்தி குண்டர்கள் சுட்டுப் பொசுக்கிவிட்டார்கள். திடீரென்று அப்படிச் செய்தால் விஷயம் வெளியே தெரிந்துவிடும் என்ப தால் ஒரு பிரஸ்மீட் வைத்து ஒரு சிறிய நாடகம் ஆடிவிட்டார் அமின்.

கியேம்பா மருத்துவமனைக்குச் சென்று மூவர் உடலையும் பார்த்தார். சந்தேகமேயில்லை. மூன்று பேர் உடலையும் துப்பாக்கிக் குண்டுகள் பாய்ந்திருந்தது.

இரண்டு அமைச்சர்களைக் கொன்றால் அது மற்ற அமைச்சர்கள் மத்தியில் என்ன மாதிரியான விளைவுகளை உண்டாக்கும் என்று அமின் யோசிக்கவில்லை. பல லட்சம் பேர் வணங்கும் ஒரு பேராயரைக் கொன்றால் அது எவ்வளவு பெரிய ஆபத்தைக் கொண்டுவரும் என்றும் அமின் யோசிக்கவில்லை.

தனக்குப் பாதமாக நடந்துகொண்டவர்கள் உயிரோடு இருக்க லாயக்கற்றவர்கள் என்று முடிவு செய்துவிட்டார். யாராவது கேட்டால், 'நான் எங்கே கொன்றேன்? அவர்கள் விபத்தில் அல்லவா இறந்தார்கள்' என்று வாய்கூசாமல் பொய் சொல்லவேண்டியது!

இந்தப் புதிய நாடகத்தில் இரு சாட்சிகளையும் சேர்த்துக் கொண்டார் அமின். இந்த விபத்தை நேரில் பார்த்தவர் கூறும் போது என்று அடைப்புக்குறிக்குள் நாலைந்து வரிகளைச் சேர்த்து மூன்று பேருடைய கொலையையும் விபத்தாகவே கருதும்படி இரண்டு பொய் சாட்சிகள் சேர்க்கப்பட்டன.

கியேம்பாவால் சும்மா இருக்கமுடியவில்லை. விபத்தில் அடி பட்டவர் என்று சொல்லப்படும் கார் டிரைவரைச் சந்தித்துப் பேசினார். ஆனால் முதலில் டிரைவரும் உண்மை சொல்ல மறுத்தார். விபத்தின்போது காரிலிருந்து தூக்கி எறியப்பட்டதால் தமக்கு எதுவும் ஞாபகமில்லை என்று தொடர்ந்து கியேம்பா விடம் பேச மறுத்தார்.

முலாகோ மருத்துவர் பொய்யாக போஸ்ட்மார்ட்டம் சர்டிஃபி கேட் கொடுக்க மறுத்ததால் ராணுவ மருத்துவர் வரவழைக்கப் பட்டு அமினின் விருப்பப்படிப் பிரேதப் பரிசோதனை அறிக்கை வழங்கப்பட்டது.

இனி யாரும் எதுவும் கேட்கமுடியாது. விபத்தில்தான் மூன்று பேரும் உயிரை விட்டார்கள். ஃபைல் க்ளோஸ்.

பேராயரின் உடலைக்கூட வழங்க அமின் மறுத்துவிட்டார். லுவூமின் உடலில் குண்டுகள் பாய்ந்த அடையாளங்கள் இருப்ப தால் அது தேவையில்லாத சர்ச்சைகளை உருவாக்கும் என்று

ராணுவத்தை வைத்தே லுவூமின் சடலத்தை எரித்துவிட்டார். கிறிஸ்துவ முறைப்படி இறந்த உடலுக்குச் செலுத்தப்படும் மரியாதைகள் எதையும் அமின் யோசிக்கவில்லை. எது செய்தால் தான் தப்பிக்க வாய்ப்பிருக்கிறதோ அதை நேர்த்தியாகச் செய்துமுடித்துக் கையைக் கழுவிக்கொண்டார்.

★

பேராயரின் மரணம் மிகப்பெரிய தாக்கத்தை ஏற்படுத்தியது. உகாண்டாவிலுள்ள அனைத்துத் தேவாலயங்களும் பிரிட்டனின் கட்டுப்பாட்டுக்குள் உள்ளவை. இதனால் லுவூமின் மரணச் செய்தி பிரிட்டனைப் பலமாகத் தாக்கியது.

ஐக்கிய நாடுகள் சபை, 'உகாண்டாவில் நடக்கும் அக்கிரமங் களைத் தட்டிக் கேட்கவேண்டும். இல்லாவிட்டால் இன்னும் மிகப்பெரிய குற்றங்கள் நடக்க எல்லோரும் மறைமுகமாக ஆதரவு கொடுத்தது போலிருக்கும்' என்று அறிக்கை விடுத்தது. அமெரிக்காவிலிருந்து இன்னும் பலமான எதிர்ப்பு கிளம்பியது. அமெரிக்க ஜனாதிபதி ஜிம்மி கார்டர் அமினைக் கண்டித்துக் காட்டமான அறிக்கை ஒன்றை வாசித்தார்.

'நாகரிக சமுதாயத்தில் ஒரு பேராயரும் இரண்டு அமைச்சர்களும் கொல்லப்படுவது மிகவும் அவமானத்திற்குரியது. ஐக்கிய நாடுகள் சபை இனியும் தாமதிக்கக்கூடாது' என்கிற கார்டரின் அறிக்கை அமினின் பலமாகச் சீண்டியது. உடனே தன் ராணுவ அதிகாரிகளை அழைத்த அமின், 'உகாண்டாவில் உள்ள அத்தனை அமெரிக்கர்களும் உடனே வெளியேறவேண்டும். அவர்கள் இங்கு நிம்மதியாக வாழ்வது நமக்கு அவமானம்' என்று காட்டுக்கத்தல் கத்தினார்.

உகாண்டாவில் இருந்த அமெரிக்க தூதரகம் 1973ல் மூடப்பட்ட தால் உகாண்டாவில் வசிக்கும் அமெரிக்கர்கள் பற்றி கார்டர் கவலைப்பட ஆரம்பித்தார். உகாண்டா அமெரிக்கர்களை நேரில் சந்திக்க அமெரிக்க அதிகாரிகள் விரைவில் உகாண்டா செல்வார் கள் என்று வெள்ளை மாளிகையிலிருந்து தகவல் தெரிவிக்கப் பட்டது.

ஆனால் அமின் இதை அனுமதிக்கவில்லை. கார்டருக்கு ஒரு கடிதம் எழுதினார். அதில் பேராயர் மற்றும் இரு அமைச்சர்களின் மரணத்துக்கான காரணத்தை எழுதியவர் உகாண்டாவில்

வசிக்கும் அமெரிக்கர்களைப் பற்றி யாரும் கவலைப்படத் தேவையில்லை. இஸ்ரேலுக்கு ஆதரவு அளிக்கும் அமெரிக்கா, நியாயம், அநியாயம் பற்றிப் பேசத் தேவையில்லை, முதலில் ஐக்கிய நாடுகள் சபை அமெரிக்க செய்யும் அட்டூழியங்களை ஆராயட்டும் என்றும் அமெரிக்காமீது பழி சுமத்தியிருந்தார் அமின்.

அதற்கடுத்து நடந்த கூட்டங்களில் அமின் பேசும்போது, உகாண்டாவில் வசிக்கும் அமெரிக்கர்கள் என் நண்பர்கள், என் உடன்பிறவா சகோதரர்கள் என்று பேசினார்.

★

டென்னிஸ் ஹில்ஸ், மெகரெரே பல்கலைக்கழகத்தில் ஆங்கில விரிவுரையாளராகப் பணியாற்றிக்கொண்டிருந்தார். இங்கிலாந்தைச் சேர்ந்த அவரால் அமினின் கொடுமைகளைப் பொறுத்துக்கொள்ள முடியாமல் அமினைப் பற்றி 'வொயிட் பம்கின்' என்றொரு புத்தகம் எழுதினார். அதில் அமினைப் பற்றி மிகவும் காட்டமாக விமரிசனம் செய்திருந்தார் ஹில்ஸ்.

புத்தகம் வெளிவந்தபிறகு நாட்டைவிட்டு ஓடிவிடலாம் என்கிற எண்ணத்தில் இருந்தார் ஹில்ஸ். ஆனால் எப்படியோ புத்தகத்தின் உள்ளடக்கத்தை மோப்பம் பிடித்துக்கொண்ட அமினின் ஆள்கள் அமினிடம் போட்டுக் கொடுத்துவிட்டார்கள்.

ஐய்யயோ, ஆங்கிலப் புத்தகமா? உலகமெல்லாம் விநியோகம் ஆகுமே? இழுத்து வாருங்கள் அவனை என்று முதலில் பயந்து போனார் அமின்.

1975, ஜூன் 11 அன்று ஹில்ஸ் அமினின் ஸ்டேட் ஹவுஸுக்கு அழைத்துவரப்பட்டார். புத்தகத்தில் எழுதியதைத் தைரியமாக அமின் முன்னால் சொன்னார்.

உடனே ஹில்ஸைக் கைது செய்ய உத்தரவிட்டார். இங்கிலாந்துக்காரர் என்பதால் குண்டர்களைப் பயன்படுத்தவில்லை. சட்ட பூர்வமாகவே ஹில்ஸின் வழக்கை நகர்த்த முயற்சி செய்தார். ஆனால் அவ்வப்போது அமினுக்குப் பெரிய டார்ச்சர்களாக இருக்கும் நீதிபதி சமூகம்தான் இந்தமுறையும் ஹில்ஸை விடுதலை செய்தது. அதிகபட்சமாகப் புத்தகத்தைத் தடை செய்யலாம். மற்றபடி ஆசிரியரை ஒன்றும் செய்யமுடியாது என்று நீதிமன்றத்தில் வழக்கு தள்ளுபடி செய்யப்பட்டது.

அமின் கனவில் நினைத்ததைக்கூடச் சட்டமாக்கும் மிலிட்டரி நீதிமன்றத்தில் வழக்கு மாற்றப்பட்டது. அங்கு ஹில்ஸுக்கு உடனடியாக மரணத் தண்டனை விதிக்கப்பட்டது.

அமின் ஒரேயொரு மாற்று ஏற்பாடை முன்வைத்தார். ராணி எலிசபெத் மன்னிப்புக் கேட்டால் ஹில்ஸை விட்டுவிடுவதாகச் சொன்னார்.

ஆனால் இங்கிலாந்து இதை ஏற்கவில்லை. பிரிட்டன் பேராசிரியர் ஒருவரைக் கைது செய்தால் அது உகாண்டாவில் உள்ள மற்ற பிரிட்டன் மக்களுக்குப் பெரும் அச்சத்தை உருவாக்கும் என்பதால் அமினிடம் பேசிப் பார்த்தார்கள். ‘சட்டம் தன் கடமையைச் செய்தது’ என்று கையை விரித்துவிட்டார் அமின்.

இங்கிலாந்து பிரதமர் ஹெரால்ட் வில்சன், ஹில்ஸின் விடுதலையை முன்வைத்து அமினுக்கு நீண்டதொரு கடிதம் எழுதினார். எலிசபெத் ராணியால் நீண்டநேரம் பொறுமையாக இருக்க முடியவில்லை. பிரிட்டனின் அயல்நாட்டு அதிகாரி ஜேம்ஸ் கெலாகனை உகாண்டாவுக்கு அனுப்பி ஹில்ஸை அழைத்து வர உத்தரவிட்டார்.

ராணியின் நேரடி தலையீட்டால் கொஞ்சம் நிலைகுலைந்து போனார் அமின். வேண்டாம் வம்பு. அவர் உத்தரவை மீறினால் பிறகு ராணுவத்தை உகாண்டாவுக்கு அனுப்புவார். பிறகு என்ன வேண்டுமானாலும் நடக்கலாம் என்று கியேம்பா அறிவுரை சொன்னபிறகு ஹில்ஸின் வழக்கை வாபஸ் செய்து அவரை வெளியே விட்டார் அமின்.

ஹில்ஸும் மன்னிப்புக் கேட்டுக்கொண்டு புத்தகத்தில் அமினைப் பற்றி எழுதிய மோசமான வரிகளை நீக்கினார்.

இதன்பிறகுதான் உகாண்டாவுடன் எந்த உறவும் வைத்துக் கொள்ளவேண்டாம் என்று ராணி தன் அதிகாரிகளுக்குக் கட்டளையிட்டார்.

★

அமினின் ஆட்சிக்காலத்தில் நடக்கும் அட்டூழியங்கள் அரசல் புரசலாக மட்டுமே மற்ற நாடுகளுக்கு தெரிய வந்தன. மேலும் பல சர்ச்சைகளுக்கு அமின் பதில் என்ன என்று யாராலும் சொல்லமுடியவில்லை. இதனால் இடி அமினின் விரிவான

பேட்டி ஒன்றை வெளியிட்டால் அது பெரிய வரவேற்பைப் பெறும் என்று லண்டனின் புகழ்பெற்ற தொலைக்காட்சி நிறுவன மான பிபிசி எண்ணியது. அமினிடம் இதுகுறித்துப் பேசியது.

நம் கழுத்தில் கத்தியை வைத்துக்கொண்டுதான் கேள்வி கேட்பார் கள். அப்படிப்பட்ட பேட்டிகள் அவசியமில்லை என்று அமி னின் அதிகாரிகள் அவருக்கு அறிவுறுத்தினார்கள். இதனால் பேட்டிக்குச் சரியான தேதி கொடுக்காமல் அதைத் தள்ளிக் கொண்டே போனார்.

இறுதியில், நான் பிபிசிக்குப் பேட்டி கொடுக்காவிட்டால் ஏதோ தவறுகளை மூடிமறைக்கிறேன் என்றல்லவா நினைப்பார்கள் என்று யோசித்தார் அமின். 'சரி வந்து பேட்டி எடுத்துக்கொள்' என்று பிபிசிக்குத் தகவல் அனுப்பினார்.

டேவிட் லோமேக்ஸ் இடி அமினைப் பேட்டி காணச் சென்றார். உகாண்டாவில் வாழும் இங்கிலாந்துக்காரரான ராபர்ட் ஸ்கேன் லான் சரியாக ஒருவருடம் முன்பு இங்கிலாந்து உளவாளி என்று அமினால் குற்றம் சாட்டப்பட்டுச் சிறையில் அடித்தே கொல்லப் பட்டிருந்தார். அதுபோன்ற ஒரு அபாயத்தில் சிக்கிக்கொண்டால் என்ன செய்வது என்று பிபிசி குழு அமினைக் கண்டு கொஞ்சம் நடுங்கத்தான் செய்தது.

பேட்டி தொடர்பாக அமினின் பாதுகாப்புத் துறைத் தலைவரைச் சந்தித்தது பிபிசி. அதிர்ஷ்டவசமாக அவர் ஒரு ஆசியராக இருந் தார். ஆனாலும் அவர் பிபிசி குழுவிடம் எந்தவொரு தாட்சண்ய மும் காட்டவில்லை. பேட்டி எடுக்கும்போது கடைபிடிக்க வேண்டிய விதிமுறைகள் எடுத்துச் சொல்லப்பட்டது.

'வாங்க லோமேக்ஸ். Conqueror of the British Empireஐ பேட்டி எடுக்க வந்திருக்கீங்க. பயமா இருக்கா?' என்று சிரித்துக் கொண்டே பிபிசி நிருபரை வரவேற்றார் அமின். தன்னை எலிச பெத் ராணிக்கு நிகராக எண்ணிக்கொண்டு அப்படிக் கேட்கிறார் என்று லோமேக்ஸ் புரிந்துகொண்டார். சரி, இதற்காக அமினின் சட்டையையா பிடிக்கமுடியும்?

அமினின் அந்தக் கேள்வியில் சிறிய அரசியல் உண்டு. பிரிட்ட னுக்கும் அமினுக்கும் இருந்த நட்பு சுத்தமாக உடைந்துபோய்ப் பல காலம் ஆகியிருந்தது. அதனால் தன் வன்மத்தை பிபிசி நிருபரிடம் காண்பித்தார் அமின்.

‘ஆமாம். பயந்துதான் போயிருக்கிறேன்’ என்று லோமேக்ஸ் சொல்லியிருந்தால் ‘ஆமாம்... ஆமாம்... பயந்துதானே ஆக வேண்டும்’ என்று அட்டகாசச் சிரிப்போடு பேட்டியை ஆரம்பித் திருப்பார் அமின். ‘இல்லை. எனக்குப் பயமில்லை’ என்று லோமேக்ஸ் வீராவேசமாகப் பேசியிருந்தால், ‘அப்படியா, உங்களைப் பயமுறுத்துகிறேன் பார்க்கிறீர்களா என்று வேஷ்டியை மடித்துக் கட்டி வந்திருப்பார் அமின்.

வம்பே வேண்டாம் என்று சிறிதாகப் புன்னகைத்துவிட்டு, லோமேக்ஸ் நேராக விஷயத்துக்கு வந்தார்.

மிஸ்டர் அமின், ஏன் மக்களைக் கொன்றுகுவித்துக்கொண்டே இருக்கிறீர்கள்? என்று அணுகுண்டு கேள்வியைத் தைரியமாக அமினிடம் வீசினார் லோமேக்ஸ்.

பேட்டியின்போது அருகே இருந்த காவலர்கள் அசையும் சத்தம் கேட்டது. அமின் அவர்களைப் பார்த்துத் தலையசைத்தார்.

பொதுவாக அமினுக்கு யாரும் தன்னை ஆக்ரமிப்பது பிடிக்காது. குத்துச்சண்டை வீரனாக இருந்ததால் உண்டான சுபாவம் அது. ஆனால் இங்கே தன் பேட்டையில் ஒரு வெள்ளைக்காரன் எதிரே அமர்ந்துகொண்டு மூக்குக்கு நேராகக் கேள்வி கேட்கிறான். ஆனால் பிபிசி நிருபரை ஒன்றும் செய்யமுடியாது. உடம்பில் சிறுகாயம் உண்டாக்கினாலும் சர்வதேச மீடியா சும்மா விடாது. பல்லைக் கடித்துக்கொண்டு மழுப்பலான பதில்களைச் சொல்லிக்கொண்டு வந்தார் அமின்.

‘தவறாக எடுத்துக்கொள்ளவேண்டாம். மக்கள் உங்களிடம் கேட்க நினைக்கும் கேள்விகளைத்தான் நான் கேட்கிறேன்’ என்றார் லோமேக்ஸ்.

இந்தப் பேட்டியினால் தனக்கு உலகம் முழுக்க ஒரு கவனம் கிடைக்கும் என்பதால் பொறுத்துக்கொண்டார் அமின்.

பேட்டி முடிந்ததும் கொஞ்சம் ரிலாக்ஸ் ஆனார். கேமராமேன் களிடம், ‘என்ன இங்கிலாந்துக்காரர்கள் நாளுக்கு நாள் சிறி தாகிக்கொண்டே போகிறீர்கள்’ என்று சிரித்துக்கொண்டே கேட்டார் அமின்.

8

மனிதக்கறி !

அமின்மீது வைக்கப்படும் குற்றச்சாட்டுகளில் மிகவும் அருவருப்பூட்டக்கூடியது ஒன்று உண்டென்றால் அது அமினின் நரமாமிசம் உண்ணும் பழக்கம்தான்.

இது உண்மையா, இப்படிக்கூட நடக்க வாய்ப்பிருக்கிறதா என்று ஆச்சரியப்படலாம். ஆனால் இதை அமினுடன் நெருக்கமாகப் பழகிய அத்தனை பேரும் இதை உறுதியாகவே நம்புகின்றனர். அமின் - தி ரைஸ் அண்ட் ஃபால் (Amin: The Rise and Fall) என்கிற இங்கிலாந்துப் படம் 1981ல் அதாவது அமின் நாட்டை விட்டு ஓடி சவுதி அரேபியாவில் தஞ்சம் புகுந்தபிறகு வெளியானது. இந்தப் படம்தான் அமினைப் பற்றிய பல தகவல்களை உலகுக்குச் சொன்னது.

படத்தின் ஒரு காட்சியில் அமினின் மனைவிக்கு மருத்துவம் பார்க்க டாக்டர் ஒருவர் அமினின் வீட்டுக்கு வருவார். ஐஸ் கட்டிகள் தேவை என்று அமினிடம் டாக்டர் தெரிவிப்பார். 'சமையல் அறையில் இருக்கிறது. எடுத்துக்கொள்' என்பார் அமின்.

திரையில் இடி அமின் : ரைஸ் & ஃபால் ஆஃப் இடி அமின் - லாஸ்ட் கிங் ஆஃப் ஸ்காட்லாந்து

சமையல் அறையில் உள்ள ஃப்ரிட்ஜைத் திறந்த டாக்டர் ஊரையே கூட்டுவதுபோல அலறுவார். காரணம், அந்த ஃப்ரிட்ஜில் மனிதத் தலைகள் அடுக்கி வைக்கப்பட்டிருக்கும்.

இந்த ஒரு காட்சி படத்தின் பரபரப்பான காட்சியாக அமைந்தது. அமின் மீதான பல சர்ச்சைக்குரிய விஷயங்களை மக்களிடம் கொண்டு சென்றது அந்தப் படம்.

உண்மையில் அமின் மனித உடல்களைத் தின்பவரா? நியாண்டர் தால் மனிதன்போல இந்தக் காலத்திலும் இப்படி ஓர் மனிதன் இருப்பது சாத்தியமா? அல்லது அத்தனையும் கட்டுக்கதைகளா?

அமினுடன் பணியாற்றிய சில உயரதிகாரிகள் அமினின் பல ரகசியங்களை உடைக்கும் புத்தகங்களை எழுதியுள்ளனர். இதில் பல புத்தகங்கள் அமின் உயிருடன் இருக்கும்போது எழுதப் பட்டவை. இந்தப் புத்தகங்கள் குறித்தும் இதில் சொல்லப்பட்ட நம்பமுடியாத விஷயங்கள் குறித்தும் அமின் ஒருபோதும் எதிர்ப்புகளோ மறுப்போ தெரிவித்தது கிடையாது.

சரி, அமினுடன் பழகியவர்கள் அப்படி என்னதான் அமினின் இன்னொரு பக்கத்தைத் திறந்து காட்டுகிறார்கள்?

சந்தேகம் 1 :

அமின் ஆட்சிக்காலத்தில் பல்லாயிரக்கணக்கான உயிர்கள் கொல்லப்பட்டுள்ளன. இதில் பல உடல்கள் இறுதி ஆய்வுக்கு வந்தபோது கை, கால்கள், தலை போன்ற முக்கிய பாகங்கள் காணாமல் போன நிலையில்தான் டாக்டர்களிடம் ஒப்படைக்கப் பட்டுள்ளன. கொல்லப்பட்டவர்களின் உடல்களை ருசி பார்க் கவே அமின் அவ்வாறு செய்திருக்க முடியும் என்று நம்பப்படு கிறது. இறுதி ஆய்வில் உடலில் உள்ளே இருக்கக்கூடிய பாகங்கள்கூடக் காணாமல் போயிருப்பதாகப் பல டாக்டர்கள் புகார் தெரிவித்துள்ளனர்.

சந்தேகம் 2 :

அமின் ரத்தம் குடிப்பார் என்கிற குற்றச்சாட்டு. முலாகோ மருத்துவமனையில் உள்ள மார்ச்சுவரியில் பல உடல்கள் வைக்கப்பட்டிருக்கும். முக்கிய பிரமுகர்கள் இறக்கின்றபோது மார்ச்சுவரிக்கு வருகிற அமின் மற்ற எல்லோரையும் வெளியே நிற்கவைத்துவிட்டு அவர் மட்டும் உள்ளே செல்வார். அரை மணி

நேரம் கழித்து அவர் வெளியே வருவார். இறந்த உடல்களை அறுத்து அதிலிருந்து வழியும் ரத்தத்தைக் குடிக்கும் வழக்கம் அமினுக்கு உண்டு என்பதை உகாண்டாவில் உள்ள பலரும் நிச்சயமாக நம்பினார்கள் என்று கியேம்பா தெரிவிக்கிறார்.

சந்தேகம் 3 :

அமின் கக்வா பழங்குடியைச் சேர்ந்தவர். அந்தப் பழங்குடியின் மரபின்படி இறந்துபோன உடல்களின் ரத்தத்தைக் குடிக்கும் வழக்கம் உண்டு எனத் தெரிகிறது. இதன்மூலம் அதிபலம் பெற இயலும் என்றொரு தொல்நம்பிக்கை உண்டு. கக்வா இனத்தினர் யாரையாவது கொலை செய்தால் இறந்துபோன உடலுக்குள் கத்தியைச் சொருகி, பிறகு கத்தியில் ஒட்டியிருக்கும் ரத்தத்தை நாக்கில் வைத்துச் சுவைப்பார்கள்.

சந்தேகம் 4 :

'நான் மனித உடலைத் தின்பவன்' என்று பலமுறை அமின் என்னிடம் கூறியிருக்கிறார் என்று கியேம்பா தன் நூலில் அமினின் இந்த விசித்திரமான பழக்கம் பற்றிக் கூறியிருக்கிறார். மேலும் தான் நைஜர் நாட்டுக்குச் சென்றிருந்தபோது குரங்குக் கறியைச் சுவைத்ததாகவும் அமின் கூறிருக்கிறார். பலமுறை தன் சகாக்களிடம் தனக்கு மனிதக் கறியைச் சாப்பிடும் பழக்கம் இருப்பதாக வெளிப்படையாகக் கூறியிருக்கிறார் அமின். போர் புரியும் சமயங்களில் சாப்பிடப் புல், பூண்டுகூடக் கிடைக்காது. அப்போது என்னுடன் இருக்கும் காயமடைந்த ராணுவ வீரனை அடித்துக் கொன்று என் பசியைப் போக்கிக்கொள்வேன் என்றும் எல்லோரும் அதிரும்படியாகத் தன் உணவுப்பழக்கத்தைப் பேசியுள்ளார் அமின்.

எந்தக் கறி சுவையாக இருக்கும் என்று விளக்குவதில் அமின் எக்ஸ்பர்ட். ஆடு, கோழி, மீன், நண்டு பற்றியெல்லாம் பேச மாட்டார். அவரைப் பொறுத்தவரை அவையெல்லாம் சைவம். குரங்கு, சிறுத்தை, மனிதக் கறிகளைப் பற்றித்தான் எப்போதும் பேசிக்கொண்டிருப்பார். ஒருமுறை மனிதக்கறியின் சுவை எப்படியிருக்கும் என்கிற கேள்விக்கு, 'ரொம்ப உப்பாக இருக்கும். சிறுத்தையின் கறியில் உள்ள உப்பை விடவும் அதிக உப்பு' என்று சொன்னதைக் கேட்டு அவர் அருகில் இருந்தவர்கள் அரண்டு போனார்கள்.

சந்தேகம் 5

அமினுக்கு மந்திரவாதிகளின் பழக்கம் நிறைய உண்டு. பெரும்பாலும் தனக்கு உடல்நிலை சரியில்லாதபோது அவர் மந்திரவாதிகளைத்தான் அணுகுவார். முக்கியமாக தன் எதிரிகளைப் பழிவாங்க முதலில் அவர் மந்திரவாதியின் ஆலோசனையைத்தான் கேட்பார். இப்போ வேண்டாம், நாளைக்கே கொன்றுவிடு. அவன் ஆபத்தில்லாதவன், அவன் உடனடியாக நசுக்கப்பட வேண்டியவன் என்கிற மாதிரியான எந்த அறிவுரையாக இருந்தாலும் அப்படியே கேட்டுக்கொள்வார் அமின். இதனால் இவர்களிடமிருந்தும் அமினுக்கு ரத்தம் குடிக்கும் பழக்கம் வந்திருக்கும் என்று சந்தேகிக்கப்படுகிறது.

★

அமினின் பாதுகாவலர்கள் இரண்டு பேர் சந்தித்துக்கொண்டால் அவர்களுடைய பேச்சு முழுக்க அமினைச் சுற்றியே இருக்கும். இரண்டு விஷயங்கள் முக்கியமாகப் பேசுவார்கள். அமின் இன்று புதிதாக எந்தப் பெண்ணை மடக்கினார்? இன்றோடு அவர் செய்த கொலைகளின் எண்ணிக்கை எவ்வளவு?

அமின் செய்த கொலைகள் பற்றி அமினின் சுகாதாரத்துறை அமைச்சர் கியேம்பா தன் நூலில் ஒரு கணக்கு சொல்கிறார்.

‘1973ல் அமினின் சகவாசமே வேண்டாம் என்று நாட்டை விட்டு ஓடிய வெளியுறவுத்துறை அமைச்சர் வணுமே கிபெடி எண்ணிக்கையின்படி, 90,000 முதல் ஒருலட்சம் வரை கணக்கு இருக்கும். ஆனால் நான் எப்படி கணக்கு சொல்வேன் என்றால் ஓவன் அணைக்கு அருகே கொட்டப்படும் மனித உடல்களை வைத்து என்னால் அமினின் பாவக் கணக்கை எண்ணமுடியும். ஓவன் நீர்வீழ்ச்சியில் ஒரு படகுக்காரர், தினமும் அங்கு கொட்டப்படும் பிணங்களை அப்புறப்படுத்துவதற்காகவே பணியில் அமர்த்தப்பட்டார்!

ஜூலை 1971 முதல் ஏப்ரல் 1977 வரை அவர் தினமும் இருபது சடலங்களைத் தண்ணீரில் இருந்து வெளியே எடுப்பார். இதுவே உங்களுக்கு 40,000 வரை வருகிறது. இதுதவிர அந்தப் பணியாளரின் கண்ணுக்குச் சிக்காத முதலைகளால் தின்னப்பட்ட உடல்களை அதைவிட அதிகமாக இருக்கும். மொத்தமாக உள்ள மூன்று ஓவன் நீர்வீழ்ச்சிகளிலும் கொட்டப்படும் பிணங்களைக்

கணக்கிட்டால் எப்படியும் ஒன்றரை லட்சம் பேரைக் கொன்ற பெருமை அமினுக்கு உண்டு. இதுதவிர காட்டுக்குள் கொட்டப் பட்ட உடல்கள், மண்ணில் புதைக்கப்பட்ட உடல்கள் என பிணத்தை அப்புறப்படுத்துவதில் நிறைய வழிகள் உண்டு.'

இன்னொரு கணக்கும் உண்டு. அமினின் ராணுவத்தில் இது போன்ற கொலை காரியங்களில் ஈடுபடுத்துவதற்கென்றே 18,000 ராணுவ வீரர்கள் பணியில் அமர்த்தப்பட்டிருந்தார்கள். எதிர்த்துப் பேசுகிறானா? துப்பாக்கியை எடு என்பதுதான் இவர்களுடைய முக்கிய வேலை. இந்த 18,000 பேரும் தினமும் மூன்று பேரை(யாவது)க் கொல்லவேண்டும் என்பது உத்தரவு. இறுதி யில் கூட்டிக் கழித்துப் பார்த்தால் அதிசுமாராக 2 லட்சம் பேர் கொல்லப்பட்டிருப்பார்கள் என்று தெரிகிறது.

கியேம்பா சொன்னதுபோல கொல்லப்பட்ட உடல்களை அப்புறப்படுத்துவதற்கு ஓவன், புஜாகலி, கருமா போன்ற அழகிய நீர்வீழ்ச்சிகளைப் பயன்படுத்தினார் அமின். எதற்காக நீரில் கொட்டப்படுகிறது? உலகிலேயே அதிகம் முதலைகள் உள்ள ஒரு ஏரி, விக்டோரியா. அதுபோல உகாண்டாவில் உள்ள எல்லா நீர்வீழ்ச்சிகள், ஆறுகளில் ஏராளமான முதலைகள் உண்டு. பிணங்களைத் தின்பதில் முதலைகள் எக்ஸ்பர்ட். நகத்தைக்கூட விட்டுவைக்காமல் விழுங்கிவிடும்.

எரித்தால்கூடக் கண்டுபிடித்துவிடுகிறார்கள் என்பதால்தான் தன் தவறை மறைக்க முதலைகளைப் பயன்படுத்தினார் அமின். பிரச்னையே இல்லை. நன்றாகச் சாப்பிட்டுவிட்டு முதலைகள் ஏப்பம் விட்டால் முடிந்தது. யாரும் கைநீட்டிக் கேள்வி கேட்க முடியாது. இறந்த உடலை வைத்து ஆதாரம் காண்பிக்க முடியாது.

ஜிஞ்சாவில் உள்ள ஓவன் அணையைச் சுற்றிப் பார்க்க வருபவர் களும் ஓவன் நீர்வீழ்ச்சியைக் கடந்து வேலைக்குச் செல்பவர் களும் பலமுறை பிணங்கள் தண்ணீரில் அடித்துக்கொண்டு வருவதைப் பார்த்திருக்கிறார்கள்.

அமின் ஆட்சியில் நியாயமான அதிகாரிகளுக்கும் அநியா யத்தைத் தட்டிக் கேட்பவர்களுக்கும் மட்டுமல்ல பெண்களுக் கும் சிறிதும் பாதுகாப்பே இல்லாமல் இருந்தது. உலகம் முழுக்கப் பரபரப்பாகப் பேசப்பட்ட மெகரெரே கூட்டுக் கொலை (Makerere Massacre) அதற்கு சிறந்த சான்று.

1976. மார்ச். மெகரெரே பல்கலைக்கழக மாணவன் ஒருவனின் காதலியை ராணுவ வீரர் ஒருவர் கடத்திக்கொண்டு போய் கற்பழித்துவிட அதைத் தட்டிக் கேட்ட அந்த மாணவனைக் கொலை செய்தனர் ராணுவ வீரர்கள்.

உடனே மெகரெரே பல்கலைக்கழக மாணவர்கள் பெரிய போராட்டம் நடத்தினார்கள். வகுப்புகளைப் புறக்கணித்துச் சாலையின் நடுவில் அமர்ந்து மக்களிடம் முறையிட்டார்கள். மாணவர்களின் கூட்டம் மிகப்பெரியதாக இருந்ததால் அமின் வழக்கம்போலக் கண் துடைப்புக்காக ஒரு நீதிவிசாரணைக்கு உத்தரவிட்டார்.

கொலையை நேரில் பார்த்த புகன்யா என்கிற பெண்மனையை யும் கழுத்தில் சுட்டுக் கொன்றார்கள் குண்டர்கள். பிறகு ஏரியில் போடப்பட்ட புகன்யாவின் உடலைக் கண்டுபிடித்து முலாகோ மருத்துவமனைக்குக் கொண்டுவந்தார்கள் மாணவர்கள். இதனால் போராட்டம் மீண்டும் வலுத்தது.

அமினின் மகன் தபான் ரஷ்யாவில் படித்துக்கொண்டிருந்தபோது சோவியத் தூதரை அமின் குடிகாரர் என்று கேலி செய்ததால் பழி வாங்கும் விதமாக தபானை கல்லூரியிலிருந்து விலக்கி வைத்து மீண்டும் உகாண்டாவுக்கே அனுப்பி வைத்தார்கள் ரஷ்யர்கள். தபானை மெகரெரே பல்கலைக்கழகத்துக்கு அனுப்பி மாணவர்களிடம் பேச வைக்க முயற்சி செய்தார் அமின்.

ஆனால் தபானைப் பார்க்க மாணவர்கள் விரும்பவில்லை. இறுதியாகக் கல்வி அமைச்சர் மாணவர்களிடம் சென்று பேசிய போது கல்லூரியில் கலவரம் வெடித்தது. போலீஸுக்கும் மாணவர்களும் கடுமையாகச் சண்டை போட்டுக்கொண்டார்கள். கிட்டத்தட்ட இரண்டு மணி நேரத்துக்கும் அதிகமாக நீடித்த இக்கலவரத்தில் நூற்றுக்கணக்கான மாணவர்கள் படுகாயமடைந்தனர். பல மாணவிகள் கற்பழிக்கப்பட்டார்கள். மாணவர்களின் பணம் கொள்ளையடிக்கப்பட்டன. ஐநூறுக்கும் மேற்பட்ட மாணவர்கள் முலாகோ மருத்துவமனையில் அனுமதிக்கப்பட்டனர்.

கூட்டுக்கொலை முயற்சிக்குப் பிறகு அமினின் செல்லங்களான குண்டர்கள் ஒரு கூட்டுக் கற்பழிப்பிலும் ஈடுபட்டார்கள். இன்றைக்கும் அதில் சம்பந்தப்பட்டவர்கள் அதைப் பற்றி வெளியே பேசப் பயப்படும் சம்பவம் அது.

1977 ஜனவரி மாதத்தில் மெகரெரே பல்கலைக்கழக மாணவர்கள் விருந்து ஒன்றுக்கு ஏற்பாடு செய்திருந்தார்கள். அதில் மெகரெரே வில் படித்த முன்னாள் மாணவர்களும் அரசு மருத்துவமனையில் புதிதாகச் சேர்ந்துள்ள நர்ஸுகளும் கலந்துகொண்டனர். ஆட்டம் பாட்டம் என்று நள்ளிரவு வரை நீடித்த அந்த விருந்தின் முடிவில் நர்ஸுகள் பஸ்ஸில் தங்கள் வீடுகளுக்கு திரும்பிக் கொண்டிருந் தார்கள். அந்தப் பேருந்தில் சில மாணவர்களும் பல்கலைக் கழகத்தின் செக்யூரிட்டி ஒருவரும் கூட இருந்தனர்.

அப்போது மணி இரவு 12 இருக்கும். நடுவழியில் பேருந்தை நிறுத்தினார்கள் குண்டர்கள். டிரைவரிடம் இரவில் பேருந்தை ஓட்ட லைசென்ஸ் உள்ளதா என்று கேட்டார்கள். அவசியம் இல்லாததால் டிரைவர் லைசென்ஸை எடுத்துவரவில்லை. டிரைவரின் கழுத்தைப் பிடித்து வெளியே தள்ளிய குண்டர்கள் தாமே பஸ்ஸை இயக்கினார்கள். நர்ஸுகள் துப்பாக்கி முனையில் மிரட்டப்பட்டார்கள்.

ஒரு காவலர் மாளிகை முன்னால் பேருந்தை நிறுத்தியவர்கள் அனைவரையும் இறங்கச் சொன்னார்கள். கட்டடத்துக்கு உள்ளே அனைவரையும் அழைத்துச் சென்ற குண்டர்கள் ஆண்களை ஓர் அறையிலும் நர்ஸுகளை ஓர் அறையிலும் அடைத்தார்கள்.

நர்ஸுகளின் உடைகளைக் கழற்றச் சொன்ன குண்டர்கள் பிறகு அம்மணமாக அந்தக் கட்டடத்தைச் சுற்றி வரச் செய்தார்கள். பிறகு துப்பாக்கியைக் காட்டி அனைவரையும் கற்பழித்தார்கள். அறைகள் போதவில்லை என்பதால் ஆளுக்கு ஒரு இடத்தில் வைத்துத் தனக்குப் பிடித்த பெண்ணைப் பாலியல் பலாத்காரம் செய்தார்கள். இரவு வேலை முடித்து வந்த காவலர்களும் இதில் கலந்துகொண்டார்கள். சில பெண்கள் தப்பி ஓடினார்கள். சிலர் மயக்கமடைந்தார்கள். சிலர் அதே இடத்தில் தற்கொலைக்கு முயற்சி செய்தார்கள்.

ஆனால் அடுத்தநாள் யாரும் எதுவும் செய்யாததுபோல, எதுவும் நடக்காததுபோல இயல்பாக இருந்துவிட்டார்கள். நர்ஸுகளும் துப்பாக்கிகளுக்கும் குடும்ப நிம்மதிக்காகவும் மௌனமாக இருந்துவிட்டார்கள். ஒரு நள்ளிரவில் மிகப்பெரிய அநியாயம் ஒன்று நடந்தும்கூட அமினின் காலவர்கள் பயத்தைக் காட்டிச் சுலபமாகத் தப்பித்து விட்டார்கள்.

9

ஓடிப்போனார்

அமினிடம் இனி வாழமுடியாது என்று முடிவெடுத்த கியேம்பா பேராயர் கொலைக்குப் பிறகு உடனே உகாண்டாவை விட்டு வெளியேறி பிரிட்டனில் தஞ்ச மடைந்தார். இதனால் அமின் மிகுந்த நெருக்கடிக்குத் தள்ளப்பட்டார். அமினின் பலம் சிறிது சிறிதாகக் குறையத் தொடங்கியது.

தான்சானியாவில் அடைக்கலம் புகுந்த ஒபாடே, உகாண்டாவில் நடக்கும் ஒவ்வொரு அசைவுகளையும் தன் ஒற்றர்கள் மூலமாக அறிந்து வைத்திருந்தார். ஆசிய மக்களை வெளியேற்றியதால் நாடு முழுக்கக் குழப்பத்தில் இருக்கிறது. இதுதான் நல்ல தருணம். இன்னும் கொஞ்சநாள் தாமதித்தால் அமினை அசைக்கமுடியாமல் போய்விடும் என்று அவரளவில் ஒரு திட்டம் தீட்டினார்.

தான்சானியா அரசிடம் பேசினார் ஒபாடே. எனக்குத் தேவையான படைகளைத் தா. உன் கையில் உகாண்டா வைக் கொண்டுவருகிறேன். என் செல்வங்களை நீ

எடுத்துக்கொள். ஆட்சியை மட்டும் எனக்குத் தந்துவிடு என்று நட்பைத் தள்ளி வைத்துவிட்டு அரசியல் ரீதியாக ஓர் ஒப்பந்தம் போட்டுக்கொண்டார்.

மேலும் ஆசியர்களின் சொத்தைக் கொள்ளை அடிப்பதில் ராணுவம் மும்முரமாக இருப்பதால் இந்த நேரத்தில் அமினின் படைகளை ஜெயிக்கமுடியும் என்று தளராத நம்பிக்கை வைத்தார் ஒபாடே. மேலும் உகாண்டாவில் நிலவும் ராணுவ ஆட்சியால் உலகம் கொதித்துப் போய் இருக்கிறது. நாலா புறங்களிலிருந்தும் கண்டனங்கள் வருகின்றன. இந்தச் சமயத்தில் அமினுடன் போர் புரிந்தால் ஒரு பெரிய கவனம் கிடைக்கும். உலகம் தன் குரலைப் பொருட்படுத்திக் கேட்கும் என்று நம்பினார்.

1972, செப்டெம்பர் 17. தான்சானியாவிலிருந்து ஆயிரம் பேரைத் திரட்டிக்கொண்டு மேற்கு உகாண்டா பக்கம் சத்தமில்லாமல் புகுந்தார் ஒபாடே. தன் சொந்த நாட்டின்மீது படையெடுக்கிறோம் என்று அவர் கூச்சப்படவில்லை. அவருக்குப் பதவி வேண்டும். அதைவிடவும் அமினின் தோல்வியைக் கண்ணால் பார்க்கவேண்டும். எப்படியெல்லாம் என்னை நம்பவைத்துக் கழுத்தறுத்தான்?

உண்மையில் அமினின் படைபலத்தைத் தவறாக எடை போட்டு விட்டார் ஒபாடே. ஆயிரம் பேர் என்பது அமினின் படைபலம் முன்பு கொசு போலத் தெரிந்தது. சரியான ஆயுதங்களையும் கொண்டுவரவில்லை. அவசரத்தில் முடிவெடுத்து அவசர அவசரமாகக் கிளம்பியதால் ஒபாடேவின் வீரர்கள் பூனை போலப் பதுங்கினார்களே தவிர அமினின் படைமீது வெறி கொண்டு தாக்கவில்லை. உகாண்டாவுக்குள் நுழைய நிறைய யோசித்தார்கள். உகாண்டா ராணுவம் அருகே வரட்டும், ஒரு கை பார்க்கலாம் என்று சால்ஜாப்பு சொன்னார்கள்.

ஆரம்பத்தில் உகாண்டாவின் எல்லை நகரமான முட்டுகுலா விலும் பபாரரா ராணுவக் குடியிருப்பு அருகேயும் குண்டு வீசிய தான்சானியா படை எதிர்தரப்பிலிருந்து பதிலடி ஆக்ரோஷமாக வர, மலைச்சரிவுகளில் பதுங்கிக்கொண்டார்கள்.

கம்பாலாவிலும் ஜிஞ்சாவிலும் தான்சானியா படைக்காக ராணுவப்படை காத்திருந்தது. ஆனால் உகாண்டா எல்லை யிலேயே பலமான ராணுவப்படையின் வீச்சைக் கண்ட தான் சானியா வீரர்கள் அப்படியே பின்வாங்கினார்கள். இந்த நிலை

யில் உள்ளே சென்றால் பெரிய ஆபத்தாகிவிடும் என்று ஓபாடே வுக்குத் தகவல் சொன்னார்கள். இது சரியான நேரமல்ல, அடுத்த முறை அதிகமான வீரர்கள், ஆயுதங்களோடு நுழையலாம், இப்போது பயமுறுத்திய சந்தோஷத்தில் திரும்பி வருகிறோம் என்று தான்சானியா ஜனாதிபதிக்குத் தகவல் சொல்லிவிட்டு ஊருக்குக் கிளம்பினார்கள்.

ஆனால் உகாண்டா எல்லையில் கூட்டம் கூட்டமாக வந்த ஆசியர் களை மட்டும் தான்சானியா படை விடவில்லை. கையில் பொருள்களுடனும் பணத்துடனும் உகாண்டாவை விட்டு வெளியேறிய ஆசியர்களை அவர்கள் மடக்கினார்கள். துப்பாக்கி முனையில் அவர்களிடமிருந்த பொருள்களையும் பணத்தையும் கொள்ளையடித்துவிட்டு வந்த வழியே திரும்பிச் சென்றார்கள்.

இந்தச் செய்தி கிடைத்தவுடன் அமின் அப்படியே நல்லதொரு நாடகமாக மாற்ற முயன்றார். வானொலிச் செய்தியில் உகாண்டாவின் பல நகரங்களை ஓபாடேவின் படைகள் சுற்றி வளைத்துவிட்டதாகவும் உகாண்டா ராணுவப்படை கடுமை யாகப் போராடுவதாகவும் எப்படியும் ஓபாடேவின் சூழ்ச்சி முறியடிக்கப்படும் என்றும் ஓவராக பில்ட்-அப் கொடுக்கப் பட்டது. அதற்கடுத்த செய்தியில் அமின் நேரடியாகப் போர் முனைக்குச் சென்றுவிட்டார், அவர் மட்டுமல்ல அவருடைய ஐந்து வயது மகன் மோசஸையும் கூட அழைத்துச் சென்றிருக் கிறார். உலகின் மிகச்சிறிய ராணுவ வீரன் மோசஸ் என்று வானொலிச் செய்தி அமினின் மக்கள் தொடர்பாளர் வேலை யைச் செவ்வனே செய்தது.

வந்தார்கள், எல்லையிலேயே நின்றுகொண்டு ஓடிவிட்டார்கள் என்று சொன்னால் அது ராணுவத்தின் பலத்தை அவமானப் படுத்துவதுபோல அமையும் என்று கடும் சிரமத்துக்கு இடையே ஓபாடே படை தோற்கடிக்கப்பட்டது என்று செய்தி சொல்லி மக்களை நம்ப வைத்தார் அமின்.

Special Research Bureau, Public Safety Unit என்கிற இரு பாது காப்புப் படைகள்தான் அமினுக்கு வலது கையாக இருந்து வந்தன. இந்த இரு படைகளின் ராணுவ வீரர்களைக் கொலை, கொள்ளை, ஆள் கடத்தல், சட்ட விரோதச் செயல்களில் ஈடு படுத்தினார் அமின். 1977ல் ராணுவப் படையின் ஜெனரலாக இருந்த முஸ்தபா அட்ரிசிக்கு துணை ஜனாதிபதி பதவி அளித்தார்.

ஆனால் அவர் அடுத்த வருடமே ஒரு கார் விபத்தில் மர்மமான முறையில் இறந்துபோனபோது ராணுவத்தில் உள்ள பலரும் வெகுண்டெழுந்தார்கள்.

எண்டபி சம்பவத்தால் அமினின் வீரத்தின்மீது எல்லோருக்கும் சந்தேகம் ஏற்பட்டது. ஒபாடேவின் கைக்கூலிகள் என்று ராணுவத்தில் உள்ள பலரையும் கண்டமேனிக்கு வெட்டிச் சாய்த்ததில் ராணுவத்தில் உள்ள பலரும் அமினை எதிர்க்கச் சரியான சந்தர்ப்பம் பார்த்துக்கொண்டிருந்தனர். ஆனால் ராணுவத்தில் திடீரென உருவான அமின் எதிர்ப்பு நடவடிக்கைகளை அடக்கி வைத்தவர் முஸ்தபா அட்ரிசி. அமினின் நெருங்கிய நண்பரான அவர் அமினுக்கு எதிரான நடவடிக்கைகள் உகாண்டாவின் எதிர்காலத்தைப் பாதிக்கும் என்று சொல்லி அமின் எதிர்ப்பாளர்களை நீண்ட காலம் பொறுமை காக்க வைத்தார்.

கிறிஸ்துவ பாதிரியார்கள் மீதும் கிறிஸ்தவர்கள் மீதான தாக்குதலும் அமினின் பெயரை மேலும் பழுதாக்கியது என்றுதான் சொல்லவேண்டும். ஆட்டைக் கடித்து, மாட்டைக் கடித்து இறுதியில் மொத்த உகாண்டாவையும் அரபு நாடுகளுக்கு விலை பேசிவிடுவார் அமின் என்று நாடு முழுக்க அமின் மீது ஒருவித எதிர்ப்பலை உருவாகியிருந்தது. அதிகாரத்தை வைத்துக்கொண்டு உகாண்டாவின் பொருளாதாரத்தைச் சிதைத்துத் தன் வளத்தைப் பெருக்கிக்கொண்டார் என்று மக்களும் அமின்மீதான தங்கள் மயக்கத்தைத் துறந்து உண்மை நிலவரத்தைப் புரிந்துகொள்ள ஆரம்பித்தார்கள்.

இந்த நிலையில் முஸ்தபாவின் மரணம் ராணுவத்தில் பெரிய பிரளயத்தை ஏற்படுத்தியது. முஸ்தபாவின் மரணத்துக்கு அமினைவிட வேறு யாரும் காரணமாக இருக்கமுடியாது என்று ராணுவத்தின் பெரும்பான்மையான வீரர்கள் நம்பினார்கள். அமினுக்கு எதிராகக் கலகம் செய்யத் துணிந்தார்கள்.

அமினுக்கு விஷயம் போனது. உடனே தன் ஆதரவாளர்களைத் திரட்டி தனக்கு எதிராகத் திரண்டிருக்கும் ராணுவ வீரர்களின் உயிரைப் பறிக்க உத்தரவு கொடுத்தார். ராணுவம் இரு பிரிவாகப் பிரிந்து சண்டையிடத் தயாராக இருப்பது வெளி உலகுக்குத் தெரிந்துபோனது. முக்கியமாக தான்சானியாவில் அமர்ந்துகொண்டு இப்படியொரு சந்தர்பத்துக்காகக் காத்துக்கொண்டிருந்த ஒபாடே எழுந்து உட்கார்ந்து விட்டார்.

உகாண்டாவுக்குள் இருந்துகொண்டு அமினுக்கு எதிராக எதுவும் செய்யமுடியாது என்றெண்ணிய அமின் எதிர்ப்பாளர்கள் உடனே தான்சானியா நோக்கி ஓடினார்கள். அங்கு அவர்களை சிவப்புக் கம்பளம் விரித்து வரவேற்பு கொடுத்தார் ஒபாடே.

அமினால் பொறுத்துக்கொள்ளவே முடியவேயில்லை. உயிருக்குப் பயந்து தான்சானியா பக்கம் ஒதுங்கியவர்கள் திடீரெனக் கைகோத்து தனக்கு எதிராகக் கிளம்புவதை அவரது ஆணவம் ஏற்றுக்கொள்ளவில்லை. உள்நாட்டுக் கலவரங்களை ஏற்படுத்திய குற்றத்துக்காகத் தான்சானியாமீது போர் தொடுக்க தன் ராணுவத்துக்கு உத்தரவிட்டார். இதைவிட தான்சானியாவின் சூட்டைக் கிளப்பியது, ககேரா பகுதியைச் சொந்தம் கொண்டாடியதுதான். உகாண்டாவுக்குச் சொந்தமான பகுதியை தான்சானியா பிடுங்கிக்கொண்டது. அதை மீட்கும்வரை போர் ஓயாது என்று வானொலியில் வீர உரை நிகழ்த்தினார் அமின்.

1978, நவம்பர் 1 ம்தேதி ககேராவில் தன் படைகளை நிறுத்தினார் அமின். இனிமேல் ககேரா உகாண்டாவின் எல்லைக்கு உட்பட்ட பகுதி என்று அவர் அறிவித்தது தான்சானியா ஜனாதிபதியான ஜூலியஸ் நைரெரேவை ஒரு குலுக்கு குலுக்கியது.

இதுகுறித்த அவர் விடுத்த அறிக்கையில், உகாண்டாவுக்கு எதிராகப் போரிட எல்லா பலங்களையும் தான்சானியா ராணுவம் பெற்றுள்ளது. அமினின் இந்த அட்டூழியத்தை நாம் விட்டு வைக்கப்போவதில்லை. ஒரு பெரிய போருக்குத் தயாராகுமாறு தான்சானியா மக்களுக்கும் ராணுவத்துக்கும் தகவல் தெரிவித்தார்.

நைரெரே, Tanzania Peoples Defence Force என்றொரு தான்சானியாவின் மக்கள் ராணுவ அமைப்பை உகாண்டா மீதான போருக்குப் பயன்படுத்தினார். இதனிடையே தான்சானியாவில் தஞ்சம் புகுந்த உகாண்டா ராணுவ வீரர்களும் நைரெரேவுக்கு ஆதரவாக ஓர் அணியை உருவாக்கினார்கள்.

தான்சானியாவுக்குள் புகுந்த ராணுவ வீரர்கள் Uganda National Liberation Army (UNLA) என்கிற மிலிட்டரி அமைப்பைத் தொடங்கினார்கள். ஓர் அணியாக இருந்து தான்சானியாவில் தஞ்சம் கொள்வதும் அமினை எதிர்ப்பதும் எதிர்பார்த்த பலனைத் தரும் என்று நம்பினார்கள்.

இவர்களோடு ஒபாடேவும் அவரது ஆதரவாளர்களும் அமினால் தான்சானியாவுக்குத் துரத்தப்பட்டவர்களும் சேர்ந்துகொண்டார்கள். எல்லோரும் சேர்ந்து Uganda National Liberation Front (UNLF) என்கிற புதிய அமைப்பை உருவாக்கினார்கள். குழப்பத்தின் பிடியில் தன் தேசம் இருக்கும்போது மீன் பிடிப்பது பெரிய விஷயமாக இருக்காது என்று எண்ணினார் ஒபாடே.

தான்சானியாவின் மக்கள் ராணுவம், யு.என்.எல்.எஃப் ஆகிய இரண்டு படைகளும் உகாண்டா நோக்கிச் செல்ல நைரெரே அனுமதி கொடுத்தார். இந்த இரண்டு படைகளும் சேர்த்து வைத்துப் பார்த்தால் அது உகாண்டாவின் ராணுவத்தை விடவும் இரண்டு மடங்கு அதிகமாக இருந்தது.

இதற்கு முன்பு ஒபாடேவின் ஆசையில் கிளம்பிச் சென்ற தான்சானியா படைக்கும் இந்தப் படைக்கும் அதிக வித்தியாசங்கள் இருந்தன. சரியான திட்டம் அவர்கள் கைவசம் இருந்தது. உகாண்டாவின் ஒவ்வொரு பகுதிக்கும் நூறு பேர் கொண்ட ராணுவக் குழு ஒன்று அமைக்கப்பட்டது. எந்தெந்த விதங்களில் உகாண்டாவிற்குள்ளே முன்னேற முடியும், எப்படி முயற்சி செய்தால் காரியம் கைகூடும் என்று சரியான ஸ்கெட்ச் ஒன்றை வரைந்தார்கள்.

அமினுக்கு இதுகுறித்துத் தகவல் வந்தது. உடனே அவர் அவரது அலுவலகம் மிகுந்த பரபரப்பானது. எங்கும் அதிகாரிகள். எல்லா சிப்பாய்களும் உத்தரவுக்குத் தயாராக விரைப்புடன் நின்றுகொண்டிருந்தார்கள். அமினின் கடைசிப் போர் இது என்று அங்கிருந்த அத்தனை பேருக்கும் தெரிந்திருந்தது. ஆங்காங்கே பிராந்தியங்களில் உள்ள ராணுவத் தலைமையகங்களுக்கு உத்தரவு பறந்தது. இந்தத் தடவை ஒபாடே பெரிய படையுடன் கிளம்பியிருக்கிறார். அலெர்ட்டாக இருக்கவும்.

ஆபத்தில் அமினுக்கு உதவியது லிபியா. உகாண்டாவை முஸ்லிம் நாடாகப் பிரகடனப்படுத்திய நன்றிக்காகத் தன்னுடைய 3,000 ராணுவ வீரர்களை அனுப்பியது.

ஒபாடேவின் புதிய ஸ்கெட்ச் சரியாக வேலை செய்தது. 1979, ஏப்ரலில் போர் தொடங்கியது.

ஒரு பிரிவு நேராக எண்டபி விமான நிலையம் நோக்கி சென்றது. விமானப் பாதுகாவல் படையினரின் வீரம் உலகறிந்தது. அதைக்

கையில் பிடித்துவைத்துக்கொண்டால் பாதி வேலை முடிந்த தற்குச் சமம். இஸ்ரேல், முக்கால் மணி நேரத்துக்குள் எண்டபி காவலர்களைத் தன் மடியில் கிடத்திப் பிறகு, பிழைத்துப்போ என்று வீசி எறிந்துவிட்டுப் போனது. எண்டபியை வளைப்பது சுலபம். எத்தனை நிமிடங்களில் என்பதுதான் கேள்வி.

இன்னொரு பிரிவு கம்பாலாவுக்கும் ஜிஞ்சாவின் ராணுவக் குடியிருப்புகளுக்கும் சென்றது. தலைநகரையும் ராணுவத் தலைமைபீடத்தையும் அசைத்தால் போதாது. இடி அமினைச் சங்கிலியால் கட்டி இழுத்து வரலாம்.

யாரும் நெருங்கவேண்டாம். அத்துமீறி கம்பாலாவுக்குள் நுழைபவர்கள் சுட்டு வீழ்த்தப்படுவார்கள் என்று உகாண்டாவின் சிறிய ராணுவம் எச்சரிக்கை விடுத்தது. ஆனால் சொல்லச் சொல்ல தான்சானியாவின் படை கம்பாலாவுக்குள் புகுந்தது. அதே நேரத்தில் எண்டபியை வளைத்துவிட்டது யு.என்.எல்.எஃப்.

லிபிய வீரர்களை முன்னே அனுப்பிவிட்டுப் பெரும்பான்மை யான பாதுகாப்புப் படைகளைத் தன் பாதுகாப்புக்கு நிறுத்தினார். அமினின் ஸ்டேட் ஹவுஸில் ஆயிரம் ராணுவ வீரர்கள் அமினின் பாதுகாப்புக்கு நின்றிருந்தார்கள். இதனால் லிபிய வீரர்களைச் சுலபமாக வீழ்த்திவிட்டுக் கம்பாலாவுக்குள் வேகமாக விரைந்து கொண்டிருந்தது தான்சானியா படை.

அமினால் சுலபமாக வெற்றியைக் கணிக்க முடிவதுபோலத் தோல்வியையும் அது நேர்வதற்கு முன்பே நுகர்ந்துகொள்ள முடியும். இந்தத் தடவை ஓபாடே ஜெயித்துவிட்டார். போகட்டும், அடுத்தமுறை பார்த்துக்கொள்வோம் என்று தன் இல்லத்தை விட்டு வெளியேறினார் இடி அமின்.

பிறந்தது முதல் தோல்விக்கு அஞ்சாத, எந்தச் சந்தர்ப்பத்தையும் தன் வெற்றியாக மாற்றிக் கொள்ளும் சுபாவம் கொண்ட அமின் முதல்தடவையாக உயிர்ப் பயத்தில் கம்பாலாவை விட்டு வெளி யேறினார். இறுதிவரை அமினுக்குப் பாதுகாப்பாக இருந்த வர்கள் சூடான் வீரர்கள்.

ராணுவத்துக்கான தனி விமானத்தில் ஏறி அவசர அவசரமாக லிபியாவுக்குப் பறந்தார். பிறகு அங்கிருந்து நேராக சவுதி அரேபியாவின் ஜெட்டா நகருக்கு.

அடுத்தநாள், இடி அமின் தப்பிச் சென்ற செய்தி கேட்டு, வீட்டை விட்டு வெளியே வந்தார்கள் உகாண்டா மக்கள். அமினைத் தூற்றியபடி அவரது தோல்வியைக் கொண்டாடி மகிழ்ந்தார்கள். கம்பாலா முழுக்கப் பட்டாசுகள் கொளுத்தப்பட்டன. வீடுகளின் சுவறில் மாட்டப்பட்டிருந்த அமினின் படங்கள் குப்பைத் தொட்டிக்குச் சென்றன.

10

ஒளிந்தார்; இறந்தார்

சவுதி அரேபியாவில் மேளதாளம் முழங்க அமினை வரவேற்றார் மன்னர் ஃபைசல். அமினின் நெருங்கிய நண்பர். ஃபைசலின் உதவி இருந்ததால் அமினால் எந்தச் சிரமும் இல்லாமல் லிபியாவிலிருந்து சவுதி அரேபியாவுக்குள் நுழைய முடிந்தது.

சவுதி அரேபியாவின் ஜெட்டா நகருக்குச் சென்றவுடன் தன் காஸ்டியூமை மாற்றிக்கொண்டார் அமின். பக்கா அரபு நாட்டவர்போல மாறிக்கொண்டார். ஆளைப் பார்த்தாலே முஸ்லிம் மதத்தைச் சார்ந்தவர் என்கிற தோரணைக்கு மாறினார். ஜெட்டா நகரத்தில் அவருக்கு ஏகப் பாதுகாப்பு அளிக்கப்பட்டது. அரசு செலவில் முழு மரியாதையோடும் மதிப்புடனும் நடத்தப்பட்டார் அமின்.

உலகமே வெறுத்த அமினை ஏன் சவுதி அரேபியா மட்டும் தோளில் கை போட்டு வரவேற்று உபசரிக்க வேண்டும்?

அமின் தன்னை ஒரு முஸ்லிமாகவும் உகாண்டாவை முஸ்லிம் நாடாகவும் பிரகடனப்படுத்திக்கொண்டது முக்கியக் காரணம். அதைவிடவும் பாலஸ்தீனத்துக்கு ஆதரவாக அரபு நாடுகள் அனைத்தும் இஸ்ரேலுக்கு எதிராக நின்றபோது அமின் அரபு நாடுகளின் முடிவை ஆதரித்த நன்றிக்கடனுக்காக அமினுக்கு ஒரு ஆபத்து என்றதும் முன்வந்து நின்றார் ஃபைசல்.

சவுதி அரசாங்கம் அமினிடம் ஒரேயொரு கட்டளை மட்டும் பிறப்பித்தது - இந்த ஊரில் இருந்துகொண்டு அரசியல் பண்ணக் கூடாது. இங்குள்ளவர்களுடன் கூட்டம் போடுவது, அரசுக்கு ஆதரவாகவோ எதிராகவோ அடுத்தவரைத் தூண்டிவிடுவது போன்ற எந்தச் சர்ச்சைக்கும் இடம் கொடுக்கவேண்டாம். சமர்த்தாக இருங்கள். எல்லா மரியாதையும் கிடைக்கும்.

எல்லை கடந்து வசிப்பதால் உகாண்டாவிலும் அமின் மீதான குற்றசாட்டுகளை அப்படியே விட்டுவிட்டனர். நீதிமன்றத்தில் வழக்கை எடுத்துக்கொண்டால் அமினை சவுதி அரேபியாவில் இருந்து வரவழைக்கவேண்டும், அதற்கு மன்னர் ஃபைசலின் அனுமதி வேண்டும், புதிய பிரச்னைகள் தோன்றவும் வாய்ப்பு கள் அதிகம் என்று உகாண்டாவில் அடுத்தடுத்து ஆட்சி செய்த அரசுகள் தார்மீகரீதியாக அமினை மன்னித்துவிட்டன.

அப்படியும் அமின் உகாண்டாவுக்குள் நுழைந்தால் செய்த கொலைகளுக்கு எல்லாம் விளக்கம் அளிக்கவேண்டிய கட்டாய மும் இருந்தது. அதனால் அமின் சவுதி அரேபியாவை விட்டு வெளியே வரவேயில்லை. உகாண்டாவிலுள்ள அவர் மனைவி கள், குழந்தைகள், பேரன் பேத்திகள் எல்லோரும் அடிக்கடி ஜெட்டா சென்று அவரைப் பார்த்து விட்டு வந்தார்கள்.

ஜெட்டாவில் வாலை சுருட்டிக்கொண்டு இருந்துகொண்டார் அமின். உகாண்டா நிலவரங்கள் போனில் வரும். அப்படியா என்று கேட்டுக்கொள்வார். மற்றபடி இங்கிருந்துகொண்டு உகாண்டா அரசியலைக் கலைக்கவோ புது மாற்றம் எதுவும் செய்யவோ முயற்சி செய்யவில்லை. இந்த இடமும் பறி போய்விட்டால் உயிருக்கு ஆபத்து என்று பத்திரிகைகளுக்கும் பேட்டி, போட்டோ என்று எதுவும் கொடுக்கவில்லை.

வெளியே ஹோட்டலுக்கு வருவார். வீட்டுக்கு அருகே உள்ள கடையில் டீ சாப்பிடுவார். கூடவே பாதுகாவலர்கள் வருவதால்

யாரிடமும் பேசமுடியாது. ஜிம்முக்கும் நீச்சல் குளத்துக்கும் சென்று மேலும் வெயிட் ஏறாதபடிப் பார்த்துக்கொண்டார். அமினிடமிருந்து சல்லிக்காசுகூட வாங்காத சவுதி அரேபியா அரசாங்கம் இறுதிவரை அமினின் காவல், வீட்டு வாடகை, சாப்பாட்டுச் செலவுகள் என அத்தனை செலவுகளுக்கும் பொறுப்பு ஏற்றுக்கொண்டு விட்டது.

பக்கா முஸ்லிமாக மாறிய அமின் அமைதியாகவே 20 வருடங் களுக்கும் மேல் பொழுதைக் கழித்திருக்கிறார் என்பது நம்ப முடியாத உண்மைதான். ஆனால் விதியின் விளையாட்டில் அவருக்கு அப்படிப்பட்ட வாழ்க்கைதான் அமைந்தது. எந் நேரமும் குரான் படித்துக்கொண்டு அதிலேயே தன்னை முழுமையாகக் கரைத்துக்கொண்டார்.

●

உகாண்டாவில் அமின் ஆட்சியின்போது விடாப்பிடியாகப் பேட்டி எடுத்து அதை வெளியிட்ட பிபிசி, அமின் தலைமறை வான பிறகு சவுதி அரேபியாவுக்கும் அவரைப் பின்தொடர்ந்து சென்றது. அதுவரை அமின் இருக்குமிடம் யாருக்கும் தெரியாது. அமினும் எந்தப் பத்திரிகையாளருக்கும் பேட்டி கொடுத்துத் தன் இருப்பிடத்தை அறிவிக்கவில்லை.

அமின் ஓடிச் சென்றபிறகு உகாண்டாவில் அரசியல் நிலைமை மேலும் மோசமாகிப்போனது. தேர்தல் வழியாக ஒபாடே மீண்டும் ஜனாதிபதியானாலும் அங்கு கலவரங்கள் வெடித்து ஒபாடே பதவியிலிருந்து நீக்கப்பட்டார். இதனால் பிபிசி பேட்டி தனக்குச் சாதகமாக அமைந்தால் ஒரு திருப்பம் நடக்க வாய்ப்பிருக்கும் என்றெண்ணிப் பேட்டிக்கு ஒத்துழைத்தார் அமின்.

சவுதி அரேபியா அரசின் கட்டுப்பாட்டில் இருந்த அமினுக்கு பலத்த பாதுகாப்புப் போடப்பட்டிருந்தது. பிபிசி நிருபர்கள் அமினைச் சந்திக்க அவர்கள் விடவில்லை.

'நண்பர்களே! அவர்கள் என் விருந்தாளிகள். அரபு மன்னரின் அழைப்பின் பேரில்தான் நான் இங்கு இருக்கிறேன். அதனால் எனக்கு மதிப்பு கொடுங்கள்' என்று பிபிசி குழுவைத் தன் அறைக்கு வரவழைத்தார் அமின்.

45 நிமிடப் பேட்டியின் சுருக்கம் இதுதான்.

'உகாண்டாவில் எனக்கு நிறைய ஆதரவு இருக்கிறது. அவர்கள் மூலமாக எனக்குச் செய்திகள் கிடைக்கின்றன. ஒரு சிலரைத் தவிர எல்லோரும் என்னை விரும்புகிறார்கள். அவர்கள் மூல மாக உகாண்டாவின் நிலவரங்களை நான் அறிந்துகொள்கிறேன்.

நான் பணக்காரன் இல்லை. உலகிலேயே என்னைவிடவும் வசதி யற்ற ஒரு தலைவனைப் பார்க்கமுடியாது. மக்களுக்காக உழைப் பதே என் வேலை. எல்லா வங்கிகளிலும் தேடிப் பாருங்கள். எனக்கு எங்கும் பணம் கிடையாது.

போரில் என் ராணுவம் தோற்கவில்லை. என் வான் படையும் கடற்படையும் தான்சானியாவால் அழிக்கப்படவில்லை. நான் பிரிட்டிஷாரால் மிலிட்டரி பயிற்சி பெற்றவன். மிலிட்டரி பயிற்சி என்ன சொல்கிறது? 'நீங்கள் சண்டை போடலாம். ஆனால் நாளை நடக்கும் சண்டையில் நீங்கள் ஜெயிக்க வாய்ப் பிருக்கிறது என்கிற நிலை வருகிறபோது தந்திரமாக இன்று உங்கள் போரை நிறுத்திக்கொண்டு படையை விலக்கிக் கொள்ளலாம்' என்கிறது. அதைத்தான் நான் செய்தேன்.

உகாண்டாவின் பொருளாதாரத்தைச் சீர்படுத்தியவன் என்கிற முறையில் போரினால் உகாண்டா அழிவதை நான் விரும்ப வில்லை. உண்மையில் நான் உகாண்டாவை அதன் அழிவில் இருந்து காப்பாற்றியுள்ளேன். என் படையைவிட ஆறு மடங்கு அதிகமாக இருந்த தான்சானியா படையுடன் போர் புரிய விரும்பவில்லை. எனவே நான் ஓடவில்லை. தோற்கவில்லை. என் நகரத்தையும் என் மக்களையும் அழிக்க விரும்பவில்லை. அந்த ஒரு காரணத்துக்காக மட்டுமே போரிலிருந்து விலகிக் கொண்டேன்.

ஒபாடே புகழில்லாதவர். அதனால் என்னைத் திட்டுகிறார். என் புகழைக் கண்டு அவர் பயப்படுகிறார். மக்கள் விரும்பினால் நான் மீண்டும் உகாண்டாவுக்குச் செல்வேன். அவர்களுக்குத் தேவையான அத்தனையும் செய்து தருவேன்.

நான் பத்திரிகையாளர்கள் யாரையும் கொல்லவில்லை. டோரோ பிளாக்கின் மரணம் பற்றி எனக்கு எதுவும் தெரியாது. பிரிட்ட னுக்கும் எனக்குமுள்ள விரிசலை ஏற்படுத்தியவர்கள் பத்திரிகை

யாளர்கள். அவர்களால் ஒருவரை மேலே ஏற்றவும் முடியும். அதள பாதாளத்தில் தள்ளவும் முடியும்.

கொலை முயற்சிகளுக்காக நான் பயப்பட மாட்டேன். நான் கடவுளை நம்புபவன். என் மரணம் எப்படி நிகழும் என்று எனக்குத் தெரியும். ஒரு படையின் கமாண்டர் என்பவன் போர்க் களத்திலிருந்து இறுதி ஆளாகவே வெளியே வரவேண்டும். நான் அப்படிப்பட்டவன்.'

ஒருமுறை இத்தாலி நிருபருக்குப் பேட்டி கொடுத்தார் அமின். 'நீங்கள் செய்த கொலைகளை எல்லாம் எண்ணி வருத்தப்படு கிறீர்களா?' என்று நிருபர் கேட்டார். அமின் அதற்கு, 'அவை எல்லாம் என் நினைவுகள். அவ்வளவுதான்' என்று எந்த உணர்ச்சிக்கும் இடம் கொடுக்காமல் பதிலளித்தார்.

•

2003, ஜூலை 18. உயர் ரத்த அழுத்தம் காரணமாக கிங் ஃபைஸல் மருத்துவமனைக்குக் கொண்டு செல்லப்பட்டார் அமின். ஜெட்டா நகரில் அதுதான் பெரிய மருத்துவமனை. ஆனால் நாளடைவில் அமினின் உடல்நலம் மிகவும் மோசமடைந்து அவர் கோமா நிலைக்குச் சென்றதால் உடல்நிலை சீராகும்வரை அவரை மருத்துவமனையில் வைத்திருக்க முடிவு செய்யப் பட்டது.

கிட்டத்தட்ட ஒருமாதம் கோமாவில் இருந்தார் அமின். இனி உயிர் பிழைக்க வாய்ப்பில்லை என்று மருத்துவர்கள் சொன்ன தால் அமினின் மனைவி மெடினா உகாண்டா ஜனாதிபதி யொவெரி முசெவெனியிடம் ஒரு கோரிக்கை விடுத்தார். 'அமின் உகாண்டாவைக் காதலித்தவர். அவருடைய உயிர் உகாண்டா வில் பிரிவதே சரி' என்றார்.

ஆனால் முசெவெனி மறுத்துவிட்டார். அமின் உகாண்டாவுக்குள் நுழைந்தால் அவர் செய்த குற்றங்களுக்குப் பதிலளிக்க வேண்டும். உடல்நிலை சரியில்லாத காரணத்துக்காக ஒருவரை மன்னிக்கமுடியாது என்று கண்டிப்பாகப் பேசவே அமினை சவுதியிலேயே வைத்திருக்க முடிவு செய்யப்பட்டது.

2003ம் வருடம் ஆகஸ்ட் 16ம் தேதி இடி அமின் உயிரை விட்டார். மரணச் செய்தி கேட்டு உகாண்டாவில் எவரும் துக்கம் அனுஷ் டிக்கவில்லை.

11

சுதந்தரக் காற்று

அமினுக்குப் பிறகு 1980ம் ஆண்டு தேர்தலில் வெற்றி பெற்று மீண்டும் ஜனாதிபதி ஆனார், ஒபாடே. உகாண்டாவை ஐந்து வருடங்கள் ஆட்சி செய்த ஒபாடே, இன்னொரு அமினாகவே இருந்தார். கணக்கற்ற கொலைகள், தில்லுமுல்லுகள், பித்தலாட்டங்கள்.

பிறகு மீண்டுமொரு ராணுவப் புரட்சியால் ஆட்சியை இழந்தார். டிட்டோ ஒகெல்லா ஜனாதிபதி ஆனார்.

இன்னுமொரு ராணுவப் புரட்சி. இந்தமுறை யொவேரி முசெவெனி ஜனாதிபதி. இவர் புகாண்டாவுக்கு தன்னாட்சி அதிகாரம் கொடுத்தார். ஆனாலும் அரசியல் நடவடிக்கைகளில் ஈடுபடத் தடை விதித்தார். பல் பிடுங்கப்பட்ட பாம்பு.

2006-லும் முசெவெனியே மீண்டும் ஜனாதிபதி ஆனார். இவருடைய குரு, நம்ம இடி அமின்தான். அவருடைய உளவுத்துறையில் வேலை பார்த்தவர்தான் முசெவெனி.

இத்தனை போர்கள், அரசியல் குழப்பங்களுக்கிடையேயும் உகாண்டாவின் பொருளாதாரம் இன்று பெரிய வளர்ச்சிகண்டு இருக்கிறது. இயற்கை வளம் என்ற ஒன்று இல்லாதிருந்திருந் தால் அத்தேசத்தின் படுகுழிப் பயணத்தை யாராலும் தடுத்திருக்க இயலாது. இன்றைக்குப் பணவீக்கம் எல்லாம் அங்கே பெரிய அளவில் இல்லை. இந்த நிலையில் அமின் இன்றைக்கெல்லாம் உயிரோடு இருந்திருந்தால் என்ன சொல்லியிருப்பார்?

'உகாண்டாவின் புதிய பொருளாதாரத் திட்டத்தை உருவாக்கி யவன் நான்தான். நான் போட்ட விதையிலிருந்துதான் முசெ வெனி பழங்கள் பறித்துக்கொண்டிருக்கிறார். எனக்கு இன்ன மும் மக்களிடம் செல்வாக்கு உண்டு. ஏனென்றால் நானே ஆப்பிரிக்காவின் மிகப்பெரிய பேரரசன். நானே பிரிட்டிஷ் பேரரசை வெற்றி கண்டவன்!'

பின்னிணைப்பு

காலவரிசை

1925 அமினின் பிறப்பு வருடம் (என்று சொல்லப்படுகிறது).

1945 'கிங்ஸ் ஆப்பிரிக்கன் ரைஃபிள்ஸ்' ராணுவ அமைப்பில் சமையல்காரராக உள்ளே நுழைந்தார். கென்யாவில் பிரிட்டிஷ் ஆதிக்கத்துக்கு எதிராகத் தொடங்கப்பட்ட 'மவ் மவ்' புரட்சி அமைப்பை ஒடுக்குவதில் பிரிட்டிஷ் ராணுவம் சார்பாகப் பணியாற்றினார் இடி அமின்.

1952 ஹெவிவெயிட் சாம்பியன் ஆனார் இடி அமின். அடுத்த மூன்று வருடங்களுக்கு அமின்தான் உகாண்டாவின் முகமது அலி.

1951 ராணுவத்தில் முதல் பிரமோஷன். சார்ஜண்ட் ஆனார் அமின்.

1961 பிரிட்டிஷ் ராணுவத்தில் லெப்டினண்ட் பதவிக்கு உயர்ந்தார். ஆங்கிலேய ராணுவத்தில் இப்பதவியில் அமர்ந்த இரு கறுப்பர்களில் அமினும் ஒருவர்.

1962 உகாண்டா, ஆங்கிலேயர்களிடமிருந்து விடுதலை பெற்றது. அதே வருடத்தில்தான் ஒபாடேவின் நம்பிக்கைக்குரிய அதிகாரியாக ஆனார் அமின்.

1963 மிலிட்டரி மேஜராகப் பதவி உயர்வு.

1966 ஜனாதிபதியாக இருந்த புகாண்டா மன்னர் முடேசாவுக்கும் ஒபாடேவுக்கும் கருத்துவேறுபாடுகள் தோன்றின. இதனால் முடேசாவை விரட்டிவிட்டு ஜனாதிபதியானார் ஒபாடே.

அடுத்தடுத்து அமினின் பதவியை உயர்த்திக்கொண்டே போனார் ஒபாடே. மேஜர் ஜெனரல் ஆன அமின் அடுத்து தரைப்படை மற்றும் வான்படை ராணுவத்தின் தலைமைப் பதவியில் அமர்ந்தார்.

1969 தன்மீது நம்பிக்கை இழந்த ஒபாடேவைக் கொல்ல இடி அமின் செய்த முயற்சிகள் வரிசையாகத் தோல்வி அடைந்தன. அமினுக்குப் பதிலாக ஒபாடே நம்பிக்கை வைத்த ஒகோயோவையும் அவர் மனைவியும் தந்திர மாகக் கொன்றார் அமின்.

1971 ஒபாடே அமினைக் கைது செய்யப்போவதாக உகாண்டாவில் பரபரப்பு கிளம்பியது. ஜனவரியில் ஒபாடே சிங்கப்பூர் சென்ற சமயத்தில் கலகம் செய்து ராணுவ ஆட்சியை அமல்படுத்தினார் அமின். மக்களும் இதற்கு ஆதரவாக இருந்தார்கள். பட்டாசு வெடித்துக் கொண்டாடினார்கள். 'நான் மக்களின் சேவகன்' என்று தன்மையாகப் பேட்டி கொடுத்தார் அமின். தான்சானியா வில் சென்று ஒளிந்துகொண்டார் ஒபாடே.

1972 உகாண்டாவைக் கறுப்பர்களின் நாடாக மாற்ற ஆசியர் களை வெளியேற்றினார் அமின். 'அப்படிச் செய்யும் படிக் கடவுள் எனக்குக் கட்டளையிட்டார்' என்று தன் செயலுக்கு நியாயம் கூறினார். அதற்கு முன்பு இஸ்ரேலியர்களை வெளியேற்றினார்.

1973 அமினின் மோசமான நிர்வாகத்தால் உகாண்டாவின் பொருளாதாரம் தத்தளித்தது. இதனால் அத்தியா வசியப் பொருள்கள் வெளிநாட்டிலிருந்து அதிக விலைக்கு இறக்குமதி செய்யப்பட்டன.

1974 தன் மூன்று மனைவிகளையும் ஒரேநேரத்தில் விவா கரத்து செய்தார்.

1975 தன்னை ஃபீல்டு மார்ஷலாகப் பதவி உயர்த்திக் கொண்டார் அமின். பிரிட்டனால் வழங்கப்படும் விக்டோரியா கிராஸ் மெடலையும் தனக்குத்தானே கொடுத்துக்கொண்டார். தன்னைப் பற்றித் தவறாகப் புத்தகம் எழுதிய ஆங்கிலேயரைத் தூக்கில் போடு வதாக மிரட்டியதால் இங்கிலாந்து அமினிடம்

தாழ்மையாகப் பேசி பிரச்னையை முடிவுக்குக் கொண்டுவந்தது.

1976 உகாண்டாவில் வைத்து நடத்தப்பட்ட விமானக் கடத்தலை முறியடித்தது இஸ்ரேல். அவரை தெய்வமாக நினைத்து வந்த மக்கள் இந்தச் சம்பவத்திலிருந்துதான் இடி அமினை வெறுக்கத் தொடங்கினார்கள். அதே வருடத்தில் கிறிஸ்தவர்களுக்குத் தொல்லை தர ஆரம்பித்தார் அமின். உகாண்டாவை முஸ்லிம் நாடாக அறிவித்த அமின் தேவாலயப் பேராயர், பாதிரியார்களைக் கொலை செய்து கிறிஸ்தவர்களை அச்சுறுத்தினார்.

1979 தான்சானியாவின் பகுதி ஒன்றை அமின் சொந்தம் கொண்டாடியதால் பதிலடி கொடுக்க எண்ணியது தான்சானியா. ஒபாடேவும் உகாண்டாவிலிருந்து வெளியேறிய அமின் எதிர்ப்பாளர்களும் இதற்கு உதவினார்கள். கடுமையான ராணுவப் பலத்தோடு ஈடுகொடுக்க முடியாமல் உகாண்டாவை விட்டு வெளியேறி சவுதி அரேபியாவில் தஞ்சம் புகுந்தார் அமின்.

2003 நீண்டநாள் கோமாவில் இருந்து உயிர் துறந்தார் இடி அமின்.

ஆதாரங்கள்

புத்தகங்கள்

Tide of Fortune by Manubhai Madhvani and Giles Foden

State of Blood: The Inside Story of Idi Amin (1977) by Henry Kyemba

Idi Amin and Uganda: Martin Jamison

Uganda and its peoples - J.F. Cunningham

Historical Dictionary of Civil Wars in Africa - Guy Arnold

Africans - The history of a continent - John Iliffe

நேர்காணல்கள்

Barron interview with Idi Amin: 1980

The Idi Amin I knew - BBC

My experience of Idi Amin - BBC

I Knew Idi Amin - Al Jazeera

Judith Regan interview of Idi amin - Fox News

Idi Amin's Exile Dream - Riccardo Orizio - The Newyork Times

The Last King of Scotland Author Giles Foden Interview

Denis Hills Interview - The Independent

Manubhai Madhvani - Business

ஆவணப்படம்

General Idi Amin Dada: Autoportrait

திரைப்படம்

Rise and Fall of Idi Amin (1981)

The Last King of Scotland (2006)

இணையத்தளங்கள்

http://www.operationentebbe.com/

http://www.monitor.co.ug/artman/publish/special_adi-amin-profile/The_Hitler_of_Africa_45062.shtml

http://www.afrol.com/News2002/uga004_amin_uk.htm

http://www.ugpulse.com/articles/daily/People.asp?ID=574

http://allafrica.com/stories/200904130175.html

http://allafrica.com/stories/200906020739.html

http://news.bbc.co.uk/2/hi/programmes/hardtalk/3380523.stm

http://www.time.com/time/magazine/article/0,9171,946151-2,00.html

http://news.bbc.co.uk/2/hi/2399549.stm

http://news.bbc.co.uk/2/hi/programmes/hardtalk/2372817.stm

http://news.bbc.co.uk/2/hi/uk_news/england/london/6391399.stm

http://news.bbc.co.uk/2/hi/business/5411384.stm

http://news.bbc.co.uk/2/hi/uk_news/england/1948478.stm

http://news.bbc.co.uk/2/hi/africa/597725.stm

http://www.bbc.co.uk/worldservice/history/story/2007/02/070122_html_70s.shtml

http://news.bbc.co.uk/onthisday/hi/dates/stories/september/18/newsid_3113000/3113720.stm

http://www.randomhouse.com/boldtype/1298/foden/interview.html

http://www.idiamindada.com/

http://www.ugandamission.net/aboutug/articles/amin.html

http://www.palestinefacts.org/pf_1967to1991_entebbe.php

http://www.historama.com/online-

resources/articles/israel/dan_shomron_on_1976_entebbe_raid.html

http://www.globalpolicy.org/component/content/article/164/28440.html

http://www.myuganda.co.ug/about/history.php

http://www.localhistories.org/uganda.html

http://www.africa.upenn.edu/NEH/uhome.htm

http://memory.loc.gov/frd/cs/ugtoc.html

http://www.israelnationalnews.com/News/Flash.aspx/127461

http://www.mideastweb.org/log/archives/00000592.htm

http://www.guardian.co.uk/news/2004/may/04/guardianobituaries.booksobituaries

http://www.independent.co.uk/news/obituaries/denis-hills-549904.html

http://newsvote.bbc.co.uk/mpapps/pagetools/print/news.bbc.co.uk/2/hi/africa/597725.stm

http://newsvote.bbc.co.uk/mpapps/pagetools/print/news.bbc.co.uk/2/hi/africa/3155925.stm

http://newsvote.bbc.co.uk/mpapps/pagetools/print/news.bbc.co.uk/2/hi/africa/3157101.stm

http://www.ugandamission.net/aboutug/articles/amin.html

http://www.africamasterweb.com/AdSense/AminDontCompareOboteToAmin.html

http://www.hagshama.org.il/en/resources/view.asp?id=988

http://www.ugandamission.net/general/followers/luwuum.html#news

http://africanewsonline.blogspot.com/2009/10/1971-idi-amin-ousts-ugandan-president.html

http://kabiza.com/OutofAfrica-Too-MonthlyNewsletterAugust-2003-Idi-Amin-Life-Death.htm

http://www.guardian.co.uk/news/2004/may/04/guardianobituaries.booksobituaries/print

http://www.guardian.co.uk/news/2005/oct/12/guardianobituaries.hearafrica05

http://www.guardian.co.uk/uk/2002/aug/11/race.world

http://www.timesonline.co.uk/tol/news/uk/article876930.ece

http://www.time.com/time/magazine/article/0,9171,918720,00.html

http://www.time.com/time/printout/0,8816,918762,00.html

http://www.telegraph.co.uk/news/obituaries/1460601/Denis-Hills.html

http://www.ynetnews.com/articles/0,7340,L-3269662, 00.html

http://dover.idf.il/IDF/console/article_page.aspx?doc_id=23016&lang=english

http://www.israelnationalnews.com/News/News.aspx/106568

http://www.jpost.com/servlet/Satellite?cid=1150885879544
&pagename=JPost%2FJPArticle%2FPrinter

http://www.nytimes.com/2003/08/19/opinion/editorial-notebook-the-obscenely-easy-exile-of-idi-amin.html

http://www.nytimes.com/2003/08/17/world/idi-amin-murderous-and-erratic-ruler-of-uganda-in-the-70-s-dies-in-exile.html

http://www.nytimes.com/1990/06/12/world/kampala-journal-the-land-amin-seized-now-preoccupies-uganda.html

http://www.nytimes.com/1989/06/15/world/uganda-after-its-years-of-terror-a-new-political-stability-emerges.html

http://www.bbc.co.uk/legacies/immig_emig/england/suffolk/article_2.shtml

http://www.blackstarnews.com/?c=122&a=2270

http://www.ugpulse.com/articles/daily/print.asp?ID=450z

http://www.ugpulse.com/articles/daily/Travel Tourism.asp?about=Entebbe%3A+Gateway+to+the+Heart+of+Africa&ID=920

http://blog.thesweetscience.com/2007/02/19/idi-amin-dictator-and-boxer

http://www.country-data.com/cgi-bin/query/r-14153.html

http://www.answers.com/topic/idi-amin

http://www.newvision.co.ug/D/9/38/360017

http://www.time.com/time/magazine/article/0,9171,946151-2,00.html

www.ingramcontent.com/pod-product-compliance
Lightning Source LLC
LaVergne TN
LVHW102039051026
849518LV00014B/2066
* 9 7 8 8 1 8 4 9 3 3 4 7 5 *